कला संचित

दिलीपराज प्रकाशन प्रा.लि. ™

२५१ क, शनिवार पेठ, पुणे - ४११०३०.

दिलीपराज प्रकाशनाची सर्व पुस्तके आता आपण **Online** खरेदी करू शकता.

आमच्या **Website** ला कृपया एकदा अवश्य भेट द्या. अथवा **Email** करा.

Email - diliprajprakashan@yahoo.in

www.diliprajprakashan.in

कला संचित

(वाङ्मयीन समीक्षा)

डॉ. श्रीपाल सबनीस

दिलीपराज प्रकाशन प्रा. लि.™
२५१ क, शनिवार पेठ, पुणे - ४११ ०३०.

कला संचित (वाङ्‌मयीन समीक्षा)
Kala Sanchit

ISBN : 978 - 93 - 82988 - 80 - 9

प्रकाशक । राजीव दत्तात्रय बर्वे । मॅनेजिंग डायरेक्टर ।
दिलीपराज प्रकाशन प्रा. लि.। २५१ क, शनिवार पेठ, पुणे ४११०३०.
दूरध्वनी क्रमांक (फॅक्ससहित)
२४४७१७२३ । २४४८३९९५ । २४४९५३१४

© प्रकाशकाधीन

लेखक - डॉ. श्रीपाल सबनीस
गणराज 'ब' अपार्टमेंट, फ्लॅट नं ९,
नारायण पेठ पोलीस चौकीसमोर । पुणे ४११०३०.
भ्रमणध्वनी - ९४२२३६९५२०

प्रथमावृत्ती । १५ मार्च २०१४

प्रकाशन क्रमांक । २१०२

अक्षरजुळणी । सौ. मधुमिता राजीव बर्वे
पितृछाया मुद्रणालय । ९०९, रविवार पेठ । पुणे ४११००२.

मुद्रितशोधन । एस. एम. जोशी

मुखपृष्ठ । कैवल्य राम मशिदकर

प्रगल्भ वाङ्मयीन जाणिवांची पेरणी समाजजीवनात निष्ठेने करून
सांस्कृतिक संचित विकसित करणारे स्नेही–

श्री. शंकर सारडा व डॉ. माधवीताई वैद्य
यांना

– डॉ. श्रीपाल सबनीस

।। विशेष नोंद ।।

या पुस्तकातील लेख विविध मासिके व ग्रंथांमधून यापूर्वीच प्रसिद्ध झाले आहेत. इहवादी भूमिकेतून मूल्यमापनाच्या अर्थपूर्ण सूत्राधारे निवडक लेखांची मांडणी येथे केली आहे. दिलीपराज प्रकाशनाचे श्री. राजीव बर्वे यांच्यासंह सर्व संबधितांचे आभार.

–डॉ. श्रीपाल सबनीस

|| अनुक्रमणिका ||

.१.

ग. त्र्यं माडखोलकरांच्या कादंबरी वाङ्मयावरील मार्क्सवादाचा प्रभाव

मराठी कादंबरीच्या क्षेत्रात ग. त्र्यं. माडखोलकरांचे स्थान रंजनवादी कादंबरीकार म्हणून महत्त्वाचे मानले गेले आहे. कलावादाचा उद्घोष करता-करता फडके तंत्रवादी कादंबरीकार ठरले आणि जीवनवादाचा पुरस्कार करताना खांडेकरांच्या कादंबऱ्यांनी फडक्यांप्रमाणेच वाचकांने रंजन केले. माडखोलकरही फडके–खांडेकरांच्याच वाटेने गेले कारण रंजनाच्या कक्षा ओलांडून कलात्मक सामर्थ्य प्रगट करण्याची किमया, फडके–खांडेकरांच्याप्रमाणे माडखोलकरांनाही फारशी साध्य झाली नाही. अर्थात वाचकांच्या दृष्टीने अशा रंजनावादी कादंबऱ्यांचे महत्त्व कमी मानण्याचे कारण नाही. कलेच्या विश्वात रंजनाच्या प्रेरणा दुय्यम असल्या तरी, रंजनवादी साहित्याचे आशय व अभिव्यक्तीच्या अंगाने वेगळे महत्त्वपूर्ण योगदान संपूर्ण कलाविश्वाला लाभतेच!

ग. त्र्यं. माडखोलकरांच्या कादंबऱ्यांचा विचार करताना, अनेक टीकाकारांनी असे अभिप्राय नोंदविले आहेत की, माडखोलकर हे एक 'यशस्वी चावट कादंबरीकार' असावेत असा वाचकांचा ग्रह व्हावा. कुसुमावती देशपांडे यांनी माडखोलकरांच्या कादंबऱ्यांत 'कामुकतेचा औचित्यहीन आविष्कार, स्त्रियांची भडक वर्णने व वैषयिक संबंधांचे उद्वेगजनक चित्रण' असल्याचा निर्वाळा दिला असून, रां. शं. वाळिंबे यांनी माडखोलकरांवर केलेल्या 'उत्तेजक शृंगार वर्णनां' च्या संदर्भातील आरोपांचे समर्थनही केले आहे.

नरहर कुरुंदकरांनी 'गळ्याच्या खाली पोटऱ्यांपर्यंतचे क्षेत्र खास माडखोलकरांचे आहे' असा उपरोधपूर्ण अभिप्राय, 'माडखोलकरी देहवर्णना' च्या संदर्भात नोंदवून, 'माडखोलकरांचा शृंगार हा भोगाचाच एक प्रकार असतो,' असा दोषारोप ठामपणाने केला आहे.

माडखोलकरांच्या कादंबऱ्यांतील कलात्मक उणेपणा मान्य करूनही,

त्यांच्या वाङ्मयातील मार्क्सवादी जाणिवांचे सामर्थ्य, दुर्लक्षिण्यासारखे नाही, याची नोंद समीक्षकांनी पुरेशा गांभीर्याने घेतलेली दिसत नाही. याचे कारण मराठी समीक्षक माडखोलकरांच्या कादंबरी वाङ्मयाचे यथार्थ मूल्यमाप करताना, मार्क्सवादी तत्त्वज्ञानाच्या अपुऱ्या ज्ञानामुळे आणि उपेक्षावृत्तीमुळे आकलनाच्या पातळीवर कमी पडले. 'मुक्तात्मा' ते 'अकेला' या कादंबरीविश्वाचा आढावा घेताना, वाळिंबे, कुरुंदकर, कुसुमावती देशपांडे यांच्यासह मा. का. देशपांडे-बांदिवडेकरांपर्यंत, माडखोलकरांच्या मार्क्सवादी चिंतनाबद्दल कोणीही सम्यक दृष्टीने गौरवोद्गार काढले नाहीत. माडखोलकरांच्या कादंबऱ्यांचे मार्क्सवादी दृष्टिकोनातून मूल्यमापन करण्याचा प्रयत्न खऱ्या अर्थाने आजवर झालाच नाही. एका ठराविक साच्यातून त्यांच्या कादंबऱ्या तपासल्या गेल्या आणि म्हणूनच त्यातील 'मार्क्सवादी प्रभाव' समीक्षकांच्या दप्तरी नोंदला गेला नाही. कुसुमावती देशपांडे, डॉ. बांदिवडेकर यांनी माडखोलकरांच्या कादंबऱ्यांतील राजकीय चर्चेचा आढावा घेताना, गांधीवाद, समाजवाद व साम्यवाद या अनुषंगाने आपले अभिप्राय नोंदले आहेत; पण प्रामुख्याने समाजवाद-साम्यवाद संदर्भातील त्यांचे निष्कर्ष, माडखोलकरांच्या वैचारिक भूमिकेला संपूर्ण न्याय देणारे नसून, बरेच उथळ व त्रोटकही आहेत; त्याशिवाय कुसुमावतीबाईंना महाराष्ट्रातील एक 'राजकीय कादंबरीकार म्हणून माडखोलकरांच्यात वैगुण्य' दिसले नसते. आक्षेप, 'वैगुण्य दिसले' याला नसून 'फक्त वैगुण्य दिसले' याला आहे.

मराठी कादंबरी वाङ्मयात माडखोलकरांच्या काही कादंबऱ्या वेगवेगळ्या कारणांसाठी बहुचर्चित ठरल्या आहेत. त्यांच्या एकूण २० कादंबऱ्या असून, मार्क्सवादाचा परिणाम शोधण्याच्या दृष्टीने, काही मोजक्या कादंबऱ्यांचा अभ्यासच आवश्यक ठरला, अर्थात माडखोलकरांच्या कादंबऱ्यांतील मार्क्सवादी चिंतनाचे स्वरूप, त्यांच्या नायकांना व व्यक्तिरेखांना असलेली मार्क्सवादी जाणीव, मार्क्सवादाकडे पाहण्याचा लेखकाचा दृष्टिकोन आणि वाचकांवर होणारा या मार्क्सवादी लेखनाचा परिणाम, या संदर्भात व कक्षेतच मूल्यमापन केले आहे. हा संदर्भ पूर्णपणे नवा नसला तरी, या संदर्भातील माडखोलकरांच्या कादंबऱ्यातील सामर्थ्य वा दोषांबाबतचे मूल्यमापन, निश्चितच इतर समीक्षकांच्यापेक्षा वेगळे व नवे असण्याची शक्यता नम्रपणे नोंदविणे आवश्यक आहे. तेव्हा मुक्तात्मा, कांता, चंदनवाडी, भंगलेले देऊळ इत्यादी कादंबऱ्यांचे मूल्यमापन करताना, त्यांतील व्यक्तिरेखा, संविधानक रचना, शैली, संवाद यांच्यातील गुणदोषांची चर्चा या लेखात होणार नाही. त्याचे कारण, या कादंबऱ्यांत गुणांपेक्षा, दोष अधिक आहेत हे नसून, या लेखाच्या भूमिकेतील- कक्षेतील हे मुद्दे नव्हेत, हे आहे.

मराठी कादंबरीच्या प्रवाहातील मार्क्सवादी प्रभावचिन्हे शोधताना, वा. म. जोशी, डॉ. केतकर, वरेरकर यांची नावे महत्त्वाची आहेत. माडखोलकरांच्याही अगोदर या कादंबरीकरांनी आपल्या कलाकृतींमधून मार्क्सवादाच्या सुसंवादी जाणिवांचे आविष्करण केले आहे. त्यांच्या परिणाम क्षमतेबाबत वा स्वरूपाबाबत मतभेद शक्य असले तरी, मार्क्सवादाची चर्चा त्यांच्या व्यक्तिरेखांच्या माध्यमांतून मराठी कादंबरीत त्यांनी प्रथम आणली हे त्यांचे श्रेय आहे.

१९३३ मध्ये प्रकाशित झालेली माडखोलकरांची 'मुक्तात्मा' ही कादंबरी, मार्क्सवादाचा परिणाम शोधण्याच्या दृष्टीने, महत्वाची आहे. मराठी कादंबरीत खालच्या थरातील व्यक्तिरेखेकडे, नायकपद देण्याचा प्रयत्न माडखोलकरांच्या पूर्वीही झाला. पण 'मुक्तात्माने' प्रथमच मार्क्सवादी विचारसरणीतून समाज बदलविण्यासाठी जीवन वेचणारा साम्यवादी नायक, चंद्रशेखरच्या रूपाने वाचकांना दिला. 'माडखोलकरांनासुद्धा 'मुक्तात्मा' नंतर चंद्रशेखरसारखा साम्यवादी नायक नंतरच्या कादंबऱ्यांत निर्माण करता आलेला नाही', या आशयाचा डॉ. बांदिवडेकरांनी दिलेला अभिप्राय बोलका आहे. पण प्रश्न केवळ नायकांचा नसून, कादंबरीत आविष्कृत झालेल्या जीवनदर्शनाचा आणि जीवनविषयक आकलनाचा आहे. त्यासाठी नायक-नायिका, गौण व्यक्तिरेखा, घटना-प्रसंग इत्यादींच्या आधारे मार्क्सवादी तत्त्वज्ञानाचा प्रभाव शोधावा लागतो.

चंद्रशेखर हा एका नायकिणीचा मुलगा असून, तो प्रथमपासून शेवटपर्यत साम्यवादी तत्त्वज्ञानाने भारलेला आहे. त्याच्या साम्यवादी निष्ठा अविचल असून, क्रांतिकारी साम्यवादी नेता वीरेंद्र यांचा तो अनुयायी आहे. मुंबईमध्ये कामगारचळवळीत त्याचा प्रमुख सहभाग असून, वीरेंद्रांचा जाहीरनामा प्रसिद्ध करणे, संपकाळात भूमिगत होणे व शेवटी पोलिसांच्या स्वाधीन होणे, एवढीच कृती 'मुक्तात्मा' कादंबरीतील नायकाकडून घडते. साम्यवादी नायकाकडून एवढीच कृती झाल्याबद्दल आणि केवळ 'अनेकाशी वाद घालण्या'बद्दल, कुसुमावती देशपांडे यांनी माडखोलकरांच्यावर 'वावदूकपणाचा व कल्पनारम्यतेचा' आरोप केला आहे. हा आरोप पूर्णांशाने खरा नाही.

चंद्रशेखरच्या जीवननिष्ठेचा अविभाज्य भाग बनलेला मार्क्सवाद, समाजात रुजविताना आणि क्रांती करून समाज बदल घडविताना, कृतीच्या परंपरा निर्माण कराव्या लागतात, याची जाण नायकाला आहेच. मार्क्सवादी दर्शनातील व प्रत्यक्ष व्यवहारातील अनेक निसरड्या जागांवर, चंद्रशेखरच्या वाद-विवादातून अनेक वेळा लख्ख प्रकाश पडतो. चिंतनाची खोली व सत्य दिग्दर्शनाची नवी दिशा,

चंद्रशेखरच्या वक्तव्यातून प्रगट झाल्यामुळे, माडखोलकरांचे मार्क्सवादविषयक ज्ञान निश्चितच प्रगल्भ स्वरूपाचे होते यात शंका नाही.

'समाजसत्तेविषयीच्या तत्त्वज्ञानाच्या कल्पना आता इतक्या पुढे गेलेल्या आहेत की, मार्क्सलासुद्धा प्रमाण मानण्याची आज पुष्कळांची तयारी नाही.' ही तत्कालीन जागतिक वास्तवता, चंद्रशेखरच्या तोंडून माडखोलकरांनी स्पष्ट केली आहे. अर्थातच परंपरावादी मार्क्सवादी पोथीनिष्ठ असून, त्याविरुद्धची प्रतिक्रिया म्हणजे, शब्दप्रमाण्यापेक्षा बुद्धिप्रामाण्य महत्त्वाचे मानून मार्क्सचा विचार अंतिम न मानता, मार्क्सवादी कसोटीवर मार्क्सचीही तपासणी करण्याची गरज, काही विचारवंतांना, नेत्यांना भासली. त्याचे प्रतिबिंब उपरोक्त वक्तव्यात पडले आहे.

महाराष्ट्रातील 'मवाळांच्या नेभळट राजकीय मतांमध्ये जखडलेला समाजसत्तावाद, हा कधीही विचारक्रांती घडवू शकणार नाही.' कारण मवाळपंथी मंडळी 'सांगून सवरून साम्राज्यवादीच', या चंद्रशेखरच्या अभिप्रायातही स्वातंत्र्यप्राप्तीच्या मवाळपंथी ध्येयवादातील साम्राज्यवाद्यांचे छुपे रूप प्रगट झाले असून, वर्गीय क्रांतीला असलेल्या स्वातंत्र्यवादी मवाळपंथीयांच्या धोक्याची जाणीव स्पष्ट होते.

'महाराष्ट्रातील सुधारकांना जातिभेद नको असला तरी वर्गसंघर्षाचे मात्र वावडे आहे.' 'मजुरांविषयी या सुधारकाना कळवळा वाटत असला तरी वर्गभेद मात्र त्यांना नको आहे.' चंद्रशेखरचे हे भाष्य जाती-संघर्ष व वर्ग-संघर्ष या आंबेडकरी चळवळ व मार्क्सवादी चळवळीतील वजाबाकीवर लक्ष केंद्रित करते. या दोन्ही चळवळी एकूणच मानवमुक्ती लढ्याच्या गाभ्याच्या चळवळी असूनही, महाराष्ट्रात- भारतात जातिअंताची चळवळ व वर्गअंताची चळवळ एकरूप झाली नाही, ही कुरूप वास्तवता जेव्हा 'मुक्तात्मा'चा नायक चर्चेत मांडतो, तेव्हा भारतीय क्रांतिप्रवाहातील विसंवादाचे दर्शन घडल्यावाचून राहात नाही. सुधारकांचे कर्तृत्व त्यांच्या भूतदयावादी चौकटीत मर्यादित झाल्याचे चित्र, या चिंतनातून आकार घेते आणि मार्क्सवादी क्रांती या देशात घडविण्यासाठी सर्व क्रांतिवादी प्रवाहाच्या एकजुटीची आवश्यकताही वाटू लागते.

या देशातील साम्यवाद्यांना 'म. गांधींनी स्थापन केलेला पंथ व पक्ष प्रथमत: नष्ट करण्याचे कार्य करावे लागेल' अशी टोकाची भूमिका जेव्हा चंद्रशेखर मांडतो, तेव्हा संवेदनाक्षम व विचारी वाचकाला धक्का बसल्यावाचून राहात नाही. गांधींच्या कर्तृत्वाकडे मार्क्सवादी दृष्टीने पाहाण्याची आवश्यकता या विधानातून सिद्ध होते. गांधीवाद व मार्क्सवाद या दोन्ही दर्शनात गाभ्याचे मतभेद आहेत की तपशिलाचे?

गांधीवाद व मार्क्सवाद या दोन्ही तत्त्वज्ञानांचा केंद्रबिंदू मानवमुक्ती असताना, अर्थात प्रेरणा एकच असतानाही, टोकाचे मतभेद का असावेत? या आणि असंख्य प्रश्नांची उत्तरे शोधण्याची गरज 'मुक्तात्मा' वाचून वाढते.

गांधींबद्दल माडखोलकरांना काय वाटते, ही गोष्ट अलाहिदा! चंद्रशेखरला मात्र गांधीचा तात्त्विक राग आहे. "मजुरांना हवेशीर चाळी बांधून दिल्यावर मग टाटा टोलेजंग बंगल्यात राहिला, अन् लक्षावधी रुपयांचा नफा त्यानं दाबला तरी गांधीना काही वाटणार नाही." चंद्रशेखरच्या या म्हणण्यात निश्चितच अर्थ आहे. मार्क्सवादी तत्त्वज्ञानाची शास्त्रीय जाण, या उद्‌गारातून स्पष्ट होते. तसेच मानवी हक्काची शास्त्रीय भूमिका आणि भोंगळ भूतदयावादी भूमिका, यांच्यातील सूक्ष्म संघर्षही सूचित होतो. प्रश्न काही मजुरांना हवेशीर चाळी बांधून देण्याचा नाहीच, एकूणच समाजजीवनातील उत्पादन साधनांच्या मालकीतून अव्याहत निर्माण होणाऱ्या नफेखोरीचा, श्रमाच्या चोरीचा आणि माणसाने माणसाच्या केलेल्या शोषणाचा आहे. या मूळ ऐतिहासिक, भौतिकवादी मार्क्सप्रणीत सत्यापर्यंत, चंद्रशेखर वाचकाला आणून पोहोचवितो आणि या सत्याच्या अलीकडील टप्प्यावर थांबलेल्या दार्शनिकेतची आणि व्यवहाराची मर्यादाही लक्षात आणून देतो. टाटाच्या नफेखोरीचा पुरस्कार करणारे गांधी, मजुरांचा कळवळा दाखवूनही– साम्यवादी चंद्रशेखरला परवडू शकत नाहीत, ही वैचारिक जाण मराठी कादंबरीत 'मुक्तात्मा' ने प्रथम आणली. कलेच्या परिमाणात वैचारिक सामर्थ्याचे योगदान महत्वाचे असतेच. 'मुक्तात्मा' चा विचार या योगदानाच्या संदर्भात कोणत्याही समीक्षकाने केला नाही, याचे आश्चर्य नोंदविणे भाग आहे.

क्रांतीची आवश्यकता, क्रांतीचे स्वरूप, क्रांतीची तयारी, तिचे परिणाम, तिची संरचना, तत्त्वज्ञान, क्रांतिविरोधी शक्ती, क्रांतिप्रवाहातील परिहार्य - अपरिहार्य विसंवाद, क्रांतीच्या यशाची दिशा, या सर्वांचा ऊहापोह 'मुक्तात्मा' मध्ये माडखोलकरांनी केला आहे. पण एवढे करूनही माडखोलकरांच्या पदरात समीक्षकांनी त्यांचे श्रेय टाकताना करंटेपणा दाखवला.

सामान्य जनता सहजासहजी क्रांतिसन्मुख होत नाही आणि लोकांच्या कलाने क्रांतीची वाट पाहाणे तर वेडेपणाचे ठरते, हे दुहेरी सूत्र स्पष्ट करताना मुक्तात्माचा नायक चंद्रशेखर म्हणतो, 'लोक काय सुखासुखी कधी तयार होतात का क्रांतीला? कोणत्याही सुधारणेच्या बाबतीत लोकांच्या तयारीची वाट पाहायचं ठरवलं म्हणजे जगाच्या अंतापर्यंत स्वस्थ बसावं लागेल." अर्थात समाजाच्या प्रगतीसाठी सुधारणा आवश्यक असून, त्या जनसामान्यांच्या गळी उतरविण्याचा

आटोकाट प्रयत्न हवा. जनतेच्या इच्छेवर क्रांतीचे कार्य सोपवून यशाची अपेक्षा करता येत नसते, हे चिंतन-सूत्र चंद्रशेखरसारखा साम्यवादी नायक जेव्हा बोलू लागतो, तेव्हा मार्क्सवादी क्रांतीच्या अंमलबजावणीच्या व्यावहारिक अडचणीवर मात करण्याचा जालिम उपाय हाताशी लागल्याचे समाधान मिळते.

भारतीय स्वातंत्र्यलढ्यातील विविध प्रवाहांच्या संदर्भात चंद्रशेखरने केलेली भाष्ये, भारतीय इतिहासाच्या मूल्यमापनाला नवे परिमाण देणारी आहेत. 'बेझंट बाईंची होमरूल चळवळ ही साम्राज्यनिष्ठ असून', 'इंग्लंडविरुद्ध भडकलेले लोकमत पुन्हा या होमरूल चळवळीमुळंच थाऱ्यावर आलं.' आणि "या चळवळीचा पाया सैन्यभरती हा असून ब्रिटिश सत्तेविरुद्ध बिथरलेल्या हिंदुस्थानला या चळवळीने साम्राज्यवादी बनवून टाकलं." मुक्तत्त्माचा नायक साम्यवादी तत्त्वाचा पुरस्कर्ता असल्यानेच भारतीय स्वातंत्र्यमूल्यांच्या आड लपलेल्या साम्राज्यवादी परिणामाचे गुपित, खुले करण्याचे महत्कार्य केले. चंद्रशेखरने बेझंटबाईस 'साम्राज्यवादिनी' ठरवून 'ब्रह्मविद्येच्या नावाखाली साम्राज्यवादाचा प्रसार केल्याचा' आरोप त्याने बाईंवर ठेवला आहे.

भारतीय स्वातंत्र्यसंग्रामाच्या इतिहासाचे हे नवे मूल्यमापन, ऐतिहासिक भौतिकवादाच्या सूत्रानुसार केले असल्याने, रूढ ऐतिहासिक निष्कर्ष फोल ठरून, या संदर्भात नवीन मांडामांड करणे आवश्यक असल्याचे लक्षात येते. रूढ समज या नव्या आकलनामुळे बाद ठरत आहेत आणि इतिहासाचे चूक विश्लेषण दुरुस्त करून, भारताचा नवा इतिहास निर्माण करताना या नव्या मूलभूत चिंतनाची नितांत गरज सिद्ध झाली आहे.

धर्म आणि साम्राज्यवाद यांचे नाते जवळचे असून, शोषण-प्रक्रिया कायम ठेवण्यास या नात्यातील अर्थपूर्णता कशी कारणीभूत ठरते, याचा ठसा खालील विधानात उमटलेला आहे. ललिता आणि चंद्रशेखर यांच्यात झालेल्या चर्चेत, "धर्माचा व साम्राज्याचा काय संबध?" या ललिताच्या प्रश्नाला उत्तर देताना चंद्रशेखर म्हणतो, "धर्माच्या व साम्राज्यासंबंधाची जिवंत स्मारकं मी तुम्हाला हवी तितकी दाखवतो. ख्रिस्ती राष्ट्रांनी धर्मप्रसार हे साम्राज्य विस्ताराचेच एक साधन करून ठेवलं आहे." 'धर्म ही अफूची गोळी आहे.' असे मार्क्स का म्हणाला; याचे उत्तर धर्म ही एक पवित्र शोषण संस्था आहे, या अपवित्र वास्तवते सापडते. जागतिक सत्तासंघर्षातील साम्राज्यवादी बड्या सत्ता, विकसनशील देशात जमातवादी-धर्मांध शक्तींना का पोसतात, याचे उत्तरही चंद्रशेखरच्या उक्तीमध्ये सापडते. 'एका हातात बंदूक आणि एका हातात बायबल घेऊन पोर्तुगीजांनी साष्टी

बेटात हैदोस घातला,' हे चंद्रशेखरचे ऐतिहासिक निरीक्षण, जगातील सर्वच धर्मांना लहान-मोठ्या संदर्भात लागू होईल एवढे कटु सत्य आहे.

चंद्रशेखरने केलेल्या चर्चा या निष्फळ व अर्थहीन नसून त्यातील चिंतनाचा आवाका मोठा आहे. ही चिंतन-सूत्रे १९३३ नंतर आजही भारतीय अर्थकारणाला-राजकारणालाच नव्हे, तर संपूर्ण जगातील साम्राज्यवादी व साम्राज्यवाद-विरोधी राजकारणाला समजून घ्यायला व नव्या दिशेने क्रांतीची मांडणी करायला उपयुक्त आहेत, यातच माडखोलकरांच्या वैचारिक भूमिकेचे व कादंबरीकार म्हणून यश सामावले आहे.

केशव आणि चंद्रशेखर या मित्रांचे अनेक संवाद, साम्यवादाच्या विविध पैलूंवर प्रकाश टाकणारे आहेत. या संवादात आयर्लंडच्या क्रांतिकारकांपासून महाराष्ट्राच्या क्रांतिकारकांपर्यंतचे अर्थपूर्ण उल्लेख पेरले आहेत. 'श्रमजीवी वर्गांची संघटना करणे आणि साम्यवादाच्या प्रसारासाठी अभ्यास मंडळ काढणे', या मर्यादेपर्यंत मार्क्सवादी क्रांतीचे तत्त्वज्ञान पचवलेला केशव, 'डायरेक्ट ॲक्शन' चा विरोध करून 'योग्य वेळी आपोआप वर्गयुद्ध घडून येईल' असे विचार प्रकट करतो. किंबहुना स्थित्यंतर घडविण्यासाठी वर्गयुद्ध खरोखर झालेच पाहिजे असे केशवला मुळी वाटतच नाही. कारण 'समाजसत्तेचे एक एक तत्त्व जग आज इतक्या झपाट्यानं न कळत अमलात आणीत आहे की, रक्ताचा एक थेंबही न पडता कालांतराने सर्व राष्ट्रं समाजसत्तावादी होतील', हे 'दादा'चं मत केशवला पटलेलं आहे. 'इंग्लंड-अमेरिकेतील पुढील क्रांत्या लोकशाही मार्गाने साम्यवाद प्रस्थापित करू शकतील' हे मार्क्सचे प्रसिद्ध भाकीत, हिंसात्मक रक्तरंजित क्रांतीची अनावश्यकता प्रतिपादून, लोकशाही व साम्यवाद यांच्या गाभ्यातील मूल्यात्मक सुसंवादांचे दिग्दर्शन करते, याची आठवण इथे झाल्यावाचून राहात नाही.

परंतु 'काळ आपोआप क्रांती घडवून आणील', या 'विकासवादावर' चंद्रशेखरचा विश्वास नाही; कारण हा 'विकासवाद म्हणजे देववादाची सुधारलेली आवृत्तीच' असल्याचे त्याचे मत आहे. तेव्हा 'कालांतराने सर्व जग समाजसत्तावादी होईल,' हे संपूर्ण खरे असले तरी काळाच्या गुलामीत मानवी कर्तृत्व कुजत ठेवून, मुक्ती लांबवण्याचा मूर्खपणा चंद्रशेखरला मान्य नाही. म्हणूनच तो प्रत्यक्ष साम्यवादी क्रांतीच्या चळवळीत स्वत:ला झोकून देतो.

माडखोलकरांच्या कादंबऱ्यातील 'वैचारिक चर्चा कधीच चिंतनाच्या स्वरूपाच्या नाहीत' व 'या चर्चांचे स्वरूप नुसतेच वादपटुत्वाचे आहे,' या नरहर कुरुंदकरांच्या दोषारोपात तथ्य नसल्याचे उपरोक्त विवेचन पुरावा आहे. उलट माडखोलकरांच्या

कादंबऱ्यांतील राजकीय चर्चा या अत्यंत सखोल चिंतनाने परिपूर्ण आहेत असाच पुरावा आहे.

माडखोलकरांनी त्यांच्या कादंबऱ्यांत 'समाजवादाचा अंधुक पुरस्कार केला' असल्याची टीका, कुसुमावती देशपांडे यांनी केली आहे. हा आरोपसुद्धा 'मुक्तात्मा' मधील नायकांच्या संदर्भातच नव्हे तर चंदनवाडी, कांता, प्रमद्वरा इ. कादंबऱ्यांतील मार्क्सवादी जाणिवांचे स्वरूप लक्षात घेता, अनाठायी ठरतो. कुसुमावतीबाईंनी माडखोलकरांना 'प्रतिगामी'ही ठरविले आहे. लेखक म्हणून पुरोगामी आहे की प्रतिगामी, हा प्रश्न लेखनाच्या संदर्भात निर्णायक महत्त्वाचा ठरू नये. शिवाय माडखोलकरांनी निर्माण केलेल्या अनेक व्यक्तिरेखा या साम्यवादी जीवननिष्ठा जगताना दिसतात. अवधूत, केशव, चंद्रशेखर, जयंत चितळे, जयसिंग ही त्याची बोलकी उदाहरणे होत.

'मुक्तात्मा' मधील साम्यवादी वीरेंद्राच्या जाहीरनाम्यात, 'शेतकरी आणि कामकरी यांची प्रभावी संघटना निर्माण झाल्याशिवाय कोणत्याही प्रकारची सामुदायिक उठावणी शक्य नाही', असे म्हटले आहे. आज भारतीय दलित-शोषितांच्या भवितव्याचा विचार करताना, शेतकरी व कामकरी यांच्या एकजुटीच्या प्रबल संघटनेची गरज प्रामुख्याने जाणवते. अर्थात वीरेंद्र चक्रवर्तीचा जाहीरनामा, हा भारतीय शोषितांच्या मुक्तीचाच जाहीरनामा ठरतो आणि शेतकऱ्यांच्या व मजूर-कामगारांच्या वेगवेगळ्या संघटना केल्याने, क्रांतीची बीजे कुजवली जातात या सत्याचेही दिग्दर्शन करतो. वीरेंद्राने तत्कालीन भारतीय स्वातंत्र्यलढ्यातील गांधीच्या खिलाफत चळवळीलाही विरोध केला आहे. कारण खिलाफतीमुळे धर्मवेड वाढले आणि धर्माचा शिरकाव राजकारणात बाधा निर्माण करतो. तेव्हा 'हिंदुस्थानचे सर्व बिकट प्रश्न साम्यवादानेच सुटतील त्याशिवाय तरणोपाय नाही. साम्यवादाच्या पायावर राष्ट्रीय सभेची पुनर्घटना केली पाहिजे,' असा वीरेंद्राच्या जाहीरनाम्याचा भारतीय जनतेला संदेश आहे. आजही भारताच्या बिकट प्रश्नावर वीरेंद्राचाच तोडगा लागू आहे, याची खात्री असंख्य बुद्धिवाद्यांना झाली आहे. तेव्हा माडखोलकरांच्या साम्यवादी तत्त्वमीमांसेचा आवाका, आजही सुबुद्ध वाचकाला स्तिमित करतो आणि त्यांचे मार्क्सवादी चिंतन केवळ कादंबरीपुरते मर्यादित न राहता, प्रत्यक्षातील शोषितांच्या अनेक प्रश्नांनी अस्वस्थ झालेल्या संवेदनशील मनाला, दिलासा देतो-मार्ग दाखवतो. कुणाला पटो वा न पटो, माडखोलकरांचे हे वैचारिक क्षेत्रातील मार्क्सवादी चिंतन, त्यांच्या कादंबरी वाङ्मयाचे सामर्थ्य ठरते. निदान या एका कारणासाठी तरी त्यांची कादंबरी, निश्चित श्रेष्ठ साहित्यकृती

ठरायला हरकत नसावी.

'भांडवलशाहीच्या पोलादी टाचेखाली दडपल्या गेलेल्या तीव्र आकांक्षा.... आणि सामाजिक विषमतेमुळे दुखावलेली मानी हृदयं–' हे साम्यवादाला अनुकूल कार्यक्षेत्र असले तरी, 'मार्क्सचं क्रांतिकारी तत्त्वज्ञान मजूरवर्गात सरकार फैलावू देणार नाही', कारण 'सरकारलाच त्याच्यापासून भय जास्त आहे,' हे विचारसूत्र भगवंतरावांच्या तोंडून ऐकताना, माडखोलकरांच्या मार्क्सवादी विचार-व्यवहाराच्या व्यासंगाचे कौतुक वाटल्याविना राहात नाही.

मार्क्सचे वर्गसंघर्षाचे तत्त्वज्ञान प्रमाण मानणारा चंद्रशेखर, 'शस्त्राच्या धारेनेच कलह तुटेल,' असे मात्र मानत नाही. तसेच 'ज्या देशातल्या मजुरांना संघटनेचा अजून ओनामादेखील माहीत नाही, त्या देशात मार्क्सच्या व लेनिनच्या कार्यपद्धतीचा अवलंब करण्याच्या गोष्टी बोलणे, नादानपणाचे' असल्याचे मत चंद्रशेखरने व्यक्त केले आहे आणि युरोपातल्या कामगार चळवळी पाहून जशीच्या तशी त्यांची तत्त्वे हिंदुस्थानला लागू करण्याऐवजी, 'शक्याशक्यतेच्या दृष्टीनेच इथल्या साम्यवाद्यांनी आपला मार्ग आखला पाहिजे,' हे सतत उपयुक्त ठरणारे धोरणही चंद्रशेखरने स्पष्ट केले आहे. आजही मार्क्सवादी दर्शन, प्रमाण मानून भारतीय क्रांतीचा आराखडा प्रत्यक्षात उतरवण्यासाठी कंबर कसलेले भारतीय कम्युनिस्ट पक्ष, मार्क्सवादी कम्युनिस्ट पक्ष, लाल निशाण पक्ष, श्रमिक संघटना, श्रमिक मुक्तीदल, नक्षलवादी गट इ. राष्ट्रीय व प्रादेशिक पातळीवरील संघटनांच्या समोर, कळीचा प्रश्न हाच आहे की, मार्क्सवादी तत्त्वज्ञान जसेच्या तसे भारतीय स्थितीला लावायचे की येथील संस्कृती, वातावरण लक्षात घेऊन त्यात बदल करून ते स्वीकारायचे? मार्क्सवादी चिंतनातील हा गाभ्याचा प्रश्न माडखोलकरांनी 'मुक्तात्मा'मध्ये चर्चेच्या ओघात सहजपणे आणला असून, त्यावर साधक - बाधक चर्चा केली आहे. अर्थातच ही चर्चा उद्बोधक ठरते.

''साम्यवादाशिवाय दुसरा काही देशोद्धाराचा मार्गच नाही का?'', या केशवच्या प्रश्नाला ''तेवढा एकच मार्ग आता आपल्याला उरला आहे,'' असे बिनतोड उत्तर चंद्रशेखर जेव्हा देतो, तेव्हा मराठीतील पहिल्या साम्यवादी नायकाच्या अविचल निष्ठांबद्दल व त्याच्या क्रांतिकारक तत्त्वज्ञानाबद्दलही आदर वाटू लागतो. चंद्रशेखर असा मार्क्सवादाच्या वस्तुनिष्ठ अभ्यासावर व चिवट श्रद्धेवर उभा आहे. साम्यवादी चळवळीतील त्याचे प्रत्यक्ष कार्य हे, कृतीच्या पातळीवर किती व उक्तीच्या पातळीवर किती? हे मोजमाप इतर समीक्षक करोत. चंद्रशेखरने वेळोवेळी केलेल्या चर्चेतील चिंतनाच्या नव्या दिशा मार्क्सवादी

तत्त्व व व्यवहार यांच्या दृष्टीने मोलाच्या आहेत आणि चंद्रशेखरची उक्ती हीसुद्धा एक श्रेष्ठ कृतीच आहे; या निष्कर्षाला मी आलो आहे.

कम्युनिस्टांबद्दल जगात सर्वदूर पसरलेल्या व पसरवलेल्या अनेक गैरसमजुतींना प्राणपणाने जपणाऱ्या सर्व व्यक्तींची एक प्रतिनिधी, 'मुक्तात्मा' त ललिताच्या रूपाने उभी आहे. एका प्रसंगात ती म्हणते, ''ज्यांना कोणत्याच प्रकारची परंपरा नाही, अन् ज्यांच्या जीवनात अभिमान वाटण्यासारखेही काही नाही त्यांना, उन्नत अन् पवित्र भावनांवर नांगर फिरविणारा साम्यवाद आवडावा हे स्वाभाविक आहे.''

चंद्रशेखरचे साम्यवादी तत्त्वाला वाहिलेले आयुष्य जवळून पाहणारी ललिता चंद्रशेखरला म्हणते, ''देशोन्नतीबद्दलची तुमची मतं अन देशसेवेच्या तुमच्या कल्पना भयंकर आहेत.'' सबंध मानवमुक्तीचा शास्त्रीय विचार जगाला देणारा साम्यवाद, राष्ट्राच्या उन्नतीच्या अटीतूनच जन्म घेतो; या तत्त्वज्ञानाची ही पवित्र व्यापकता न पेलल्यामुळे क्रांतीच्या मार्गात अनेक गैरसमजुती बाधा म्हणून उभ्या आहेत. उपरोक्त विधान याचे द्योतक आहे.

'चंदनवाडी' चा नायक अवधूत हा समाजवादी आहे. 'माडखोलकरांच्या सर्व नायकांपेक्षा अवधूतांच्या व्यक्तिरेखेत राजकीय भूमिका व व्यक्तिचित्रण यांचा समन्वय अधिक सुसंगत घडत आल्याचा' अभिप्राय कुसुमावती देशपांडे यांनी नोंदवूनही, 'व्यक्तिरेखा दुसऱ्या कोणत्याही नायकापेक्षा विकसनशीलही असल्याचे' म्हटले आहे. चंदन या 'प्रकृतीकन्ये' ला अवधूतविषयी आकर्षण आहे. परंतु अवधूतला मान्य असणाऱ्या समाजवादी तत्त्वज्ञानापेक्षा चंदनची मावशी, 'सिस्टर'चा मानवतावादी सुधारणावाद तिला अधिक 'अपील' होतो.

अवधूतच्या लढ्यात भाग घेण्यास चंदन तयार होते ती त्याच्या समाजवादी तत्त्वज्ञानाच्या निष्ठेने, की त्याच्याविषयीच्या आत्मीयतेने? हा प्रश्न तसा अनिर्णित राहिला तरी, समाजवादी नायकावर प्रेम करणारी मराठी नायिका, या कादंबरीत प्रभावी ठरते यात शंका नाही. 'चंदनवाडी'च्या नायकाच्या राजकीय जीवनात उत्क्रांती असल्याने, त्याची समाजवादी भूमिका वाचकांवर परिणाम करते. हिंदुस्थानच्या सर्व समस्या राष्ट्रीय क्रांतीशिवाय सुटणार नसून, समाजवाद हा या क्रांतीला पोषक आहे; तसेच समाजवादाला सुसंगत अशी राष्ट्रीय क्रांतीच नवी मानवी संस्कृती जगात जन्माला घालील, ही अवधूतची वैचारिक भूमिका आहे. टिळक आणि गांधी पर्वाचे अवधूतने केलेले मूल्यमापन एवढे परखड आणि मूलभूत आहे की, भारतीय इतिहासाचे नवे आकलनच इथे नोंदले गेले आहे.

टिळकांनी क्रांतिवादाचे तत्त्व धार्मिक व सामाजिक विषमतेला लागू न केल्यामुळे, राष्ट्रीय चळवळीला क्रांतीचे विशाल रूप मिळाले नाही. गांधीनी मात्र अस्पृश्यता निर्मूलनासारखे अनेक प्रश्न राष्ट्रीय चळवळीच्या कक्षेत आणून, राष्ट्रीय क्रांतिवादाचे जनकत्व सिद्ध केले. परंतु धार्मिक व अनेक संदर्भातील ट्रस्टीशिपच्या तत्त्वज्ञानामुळे व धार्मिक - आर्थिक विषमतेचा पुरस्कार गांधीकडून झाल्यामुळे, भारतात समाजवादी तत्त्वज्ञानाला डोके वर काढायला जागा मिळाली. राष्ट्रीय क्रांतिवादासाठी 'गरज पडेल तर हिंसेनेही सर्व प्रकारचे पारतंत्र्य व विषमता नष्ट करण्याची गरज' अवधूतने प्रतिपादिली आहे.

अवधूतचा अस्पृश्य मित्र अभिमन्यू याने "विश्वक्रांतीच्या दृष्टीनं समाजवाद तुला अपुरा वाटतो का?" हा अत्यंत महत्त्वाचा प्रश्न विचारला आहे. अवधूत हा समाजवादी असला तरी, भौतिक कक्षेतील समाजवादाचे महत्त्व मान्य करूनही माणसाचा आत्मा, अध्यात्म, संस्कृती, राष्ट्रीयता या संदर्भातील समाजवादाची भूमिका त्याला मान्य नाही. तसेच "लोकसत्ताक राष्ट्रीय क्रांतिवादच जगात विश्वसंघ आणि आंतरराष्ट्रीय शांतता" स्थापन करील. 'ते कार्य समाजसत्तावाद करू शकणार नाही,' असा निर्वाळा अवधूतने दिला आहे. लोकशाही, समाजवाद आणि साम्यवाद, या तत्त्वज्ञानातील सुसंवाद लक्षात न घेता, चिंतनाच्या पातळीवर कशा गफलती होतात व त्यामुळे परस्परपूरक असणाऱ्या तत्त्वप्रणालीतसुद्धा व्याजसंघर्ष कसे उभे राहतात, याची प्रचिती अवधूतच्या या वैचारिक भूमिकेतून प्रत्ययाला येते.

'चंदनवाडी' तील युद्धकालीन परिस्थितीचे दर्शन, मार्क्सवादी सिद्धान्ताची प्रत्यक्ष प्रचिती घडविते. महागाई, संप, कामगारांचे हाल, युद्धजन्य परिस्थिती या 'सर्वांचे' चित्रण बोलके आहे. 'माडखोलकरांच्याच 'नवे संसार' पेक्षा 'चंदनवाडी'तील युद्धकालीन स्थितीचित्रण, अधिक परिणामकारक आहे.' हा कुसुमावतीबाईचा अभिप्राय यथार्थ म्हटला पाहिजे. चंदनवाडीतील येसू, "पोटातल्या आगीसारखा जगात दुसरा प्रलय नाही" असे जेव्हा सुनेला सांगू लागते तेव्हा, ती नकळत अन्नक्षुधेच्या प्रेरणेवर आधारित मार्क्सचे शास्त्रीय तत्त्वज्ञान बोलत असते. "जगातील निढळाच्या घामानं भाकर कमावणारे लोक वेळ येताच श्रीमंताच्या भरलेल्या कोठ्या व चैन पाहात स्वस्थ बसणार नाहीत."

येसूचा हा आवाज, जगातील सर्वच 'नाही रे' पंथातील कष्टकरी जनतेचा असून, 'आहे रे' या प्रस्थापित गटाविरुद्धचा आहे. मार्क्सवादी जाणीव लेखकाच्या प्रतिभेतून कशी आकार घेते, याचा माडखोलकरांच्या संदर्भातील हा उत्तम पुरावा आहे.

युद्धकालीन परिस्थितीचे दर्शन घडविताना, माडखोलकरांच्या निवेदनातून मार्क्सवादी सिद्धान्ताचा रम्य आविष्कार झालेला आहे. 'समाजात खालच्या थरात धुमसणाऱ्या असंतोषाचा स्फोट कामगार चळवळीच्या रूपाने प्रथम झाला,' ही वास्तवता सांगताना, गिरणी कामगारवर्ग हा इतर श्रमजीवी वर्गापेक्षा संघटित व झगडण्याच्या कलेत मुरलेला होता, कारण 'आर्थिक समता-तत्त्वाच्या सतत उद्घोषाने भविष्यच्या अदम्य आशेचा जोश, त्यांच्या जीवनात संचारला होता,' अशी मार्क्सवादी तत्त्वज्ञानाची प्रभावी जाणीव माडखोलकरांनी प्रगट केली आहे.

चळवळीत भाग घेणाऱ्या अवधूतने समजातले सर्व श्रमजीवी वर्ग-कारकुनांपासून ते मेहतरापर्यंत एकत्र-आणण्याचा प्रयत्न केला आहे. कारण गिरणीकामगारांपुरतीच कोणतीही चळवळ मर्यादित ठेवून चालणार नाही, असे त्यांचे मत होते. अवधूत समाजसत्तावादी नसला तरी, त्याच्या या धोरणात मार्क्सवादी विचार-व्यवहार यांची चिन्हे जरूर आहेत. कारण साम्यवादी क्रांती ही केवळ गिरणी कामगारांची नसून, 'सर्व सर्वहारा वर्गच' या क्रांतीचा पाईक ठरणार आहे, हा मार्क्सचाच सिद्धान्त आहे.

अभिमन्यूच्या निमित्ताने अस्पृश्यांच्या प्रश्नावर माडखोलकरांनी सर्व बाजूंनी 'चंदनवाडी'त विचार मांडले आहेत. 'महार मेला न विटाळ गेला' या वृत्तीने हिंदु अस्पृश्याकडे पाहतात. मग राजकीय लढ्यात खांद्याला खांदा लावून उभे राहण्याची अपेक्षा त्यांनी अस्पृश्यांकडून का करावी? हा मर्मभेदक प्रश्न अभिमन्यूने उभा केला आहे. या प्रश्नात आंबेडकरी राजकारणाचे सूत्र आहे. 'हिंदुस्थानच्या अधोगतीस वरिष्ठ जातीचे हिंदूच कारण आहेत.' या विधानातही डॉ. आंबेडकरांचा प्रसिद्ध ऐतिहासिक सिद्धान्त उतरला आहे. 'महागाईसारख्या आर्थिक प्रश्नांत' अभिमन्यूने जात आणावी हे अवधूतला दुर्दैव वाटते. आर्थिक-समतेच्या लढ्यात जातीय दृष्टी बाधक आहे, हे अवधूतचे मत आजही चिंतनीय ठरते. पण अभिमन्यूचे दुःखही खोटे नाहीच.

कारण अभिमन्यूच्या 'मते अस्पृश्य समाजाच्या उन्नतीचा प्रश्न केवळ आर्थिक नाही व निव्वळ सामाजिकही नाही किंवा निव्वळ धार्मिकही नाही. त्या सर्वांची विचित्र गुंतागुंत सोडवयाला समाजवाद समर्थ होणार नाही,' या अभिमन्यूच्या उद्गारामध्ये डॉ. आंबेडकरच बोलत आहेत. कारण आंबेडकरांच्या सिद्धान्तानुसार जातीव्यवस्थेचा प्रश्न या समाजव्यवस्थेचा कळीचा प्रश्न असून मार्क्सवादाकडे याचे उत्तर नाही म्हणूनच अभिमन्यू दलितांचा प्रश्न हा "समाजवादासारख्या कोणत्याही साचेबंद आणि ठोकळेबाज तोडग्यानं सुटण्यासारखा नाही," असे अवधूतला

ठामपणे सांगतो.

या चर्चेत माडखोलकरांनी आर्थिक सत्तेवर भर देणारी मार्क्सवादी चळवळ व सामाजिक समतेवर भर देणारी आंबेडकरी चळवळ, यांच्या आपसांतील संघर्ष- स्वरूपावर प्रकाश टाकला आहे. मार्क्सवाद आणि आंबेडकरवाद यांच्यातील साम्य व विरोध, आज राष्ट्रीय व आंतरराष्ट्रीय स्तरावर अनेक कारणांसाठी गाजत आहे. क्रांतिवादी प्रवाहातील आजचा कळीचा प्रश्न म्हणून त्याच्याकडे पाहिले जाते. अशा प्रश्नावर माडखोलकरांनी त्यांच्या व्यक्तिरेखांतून सखोल व सर्वांगीण चिंतन प्रगट केले आहे.

'तत्त्वत: हिंदी व विदेशी भांडवलशाही एकच असली तरी, हिंदी मजूर वर्ग व विदेशी मजूर वर्गाच्या हितसंबधात फरक आहे. ब्रिटिश मजूरपक्षानेही साम्राज्यवादी प्रतिगामी धोरणाचा पुरस्कार केला. तेव्हा जगातील सर्व कामगारवर्गाचे आर्थिक हितसंबंध एक नाहीत. समाजहितसंबंधाचे खूळ ही लबाड अर्थशास्त्रज्ञांची निर्मिती आहे.' या अभिमन्यूच्या अभिप्रायातील वास्तवता मार्क्सवादी चिंतनाला धक्का देते व मार्क्सवादी सिद्धान्तानुसार व्यवहार पडताळून पाहण्यासाठी विचारवंतांनाही अस्वस्थ करते. माडखोलकरांच्या चिंतनातील सूक्ष्मतेची, त्यांच्या व्यासंगाची, मार्मिकतेची, विलक्षणतेची इथे साक्ष पटते.

मार्क्सवादी सिद्धान्ताच्या क्रांतिकारकतेविषयी व अंतिम यशाविषयी, 'कांता' कादंबरीतील पंडितजींनी प्रियदर्शनशी केलेल्या चर्चेत संशय व्यक्त केला आहे. पंडितजी म्हणतात, "साम्यवादाच्या लाल झेंड्याखाली जगाला आणण्याची रशियाची आकांक्षा आहे. तोसुद्धा साम्राज्यवादाचाच एक प्रकार नाही काय?" अमेरिका, इंग्लंडसारख्या भांडवलशाहीप्रधान अर्थव्यस्थेच्या राष्ट्रांचाच साम्राज्यवाद अस्तित्वात आहे, एवढेच जागतिक सत्य नसून, साम्यवादी रशियाचाही साम्राज्यवाद आहेच. फक्त तो मार्क्सवादाचा टिळा लावून जगात पसरतो आहे. ही आंतरराष्ट्रीय वास्तवता मार्क्सवादी दर्शनाबद्दल उलट सुलट विचार करायला भाग पडते. किंबहुना भांडवलशाहीवादी राजकारणी व विचारवंतांनी साम्यवादी रशियाच्या विस्तारवादावर साम्राज्यवादाचाच आरोप जाणीवपूर्वक केला आहे. अर्थात तत्त्वज्ञानाचे कुंकू कोणतेही असो, जागतिक बड्या सत्तांचे राजकारण हे साम्राज्यवादीच आहे, असा याचा सरळ अर्थ काढला जातो. त्यामुळे जगातल्या पहिल्या साम्यवादी रशियाच्या व्यावहारिक धोरणांमुळे, विश्वाच्या मुक्तीशी कटिबद्ध असलेला मार्क्सवाद बदनाम झाला की, मार्क्सवादी तत्त्वमीमांसेनुसारच रशियाची आंतरराष्ट्रीय वाटचाल चालू आहे? या प्रश्नांची उत्तरे सोपी नसली तरी विश्वमानवाला शोधावीच लागणार आहेत. या

शोधप्रक्रियेची प्रेरणा, 'कांता' मधील साम्यवाद, गांधीवादविषयक चर्चेतून मिळते. हिंदुस्थानच्या स्वातंत्र्यानंतर अंतर्गत युद्धाचा प्रसंग येऊ नये म्हणूनच भारतातील समाजवाद्यांनी, समाजसत्तावादाच्या पायावर राष्ट्रीय चळवळीची पुनघर्टना करण्याचा आग्रह धरला होता. त्याचे समर्थन करताना प्रियदर्शनने 'उत्पादनशक्तीचा समान उपभोग प्रत्येक माणसाला घेता येईल अशी समाजरचना जोपर्यंत आपण करीत नाही तोपर्यंत देश स्वतंत्र झाला असे म्हणणे शक्य नाही,' अशी शुद्ध साम्यवादी भूमिका विशद केली आहे. अर्थात स्वातंत्र्यमूल्याचा प्रत्यक्षातील उपभोग हा आर्थिक व सामाजिक सांस्कृतिक - शोषणाच्या समाप्तीनंतरच शक्य आहे. म्हणून समाजसत्तावाद आणि स्वातंत्र्य यांच्यातील विरोध हा मुळातला नसून, तो हितसंबंधीयांनी व गैरसमजूतकारांनी निर्माण केलेला आहे, हा सूचित अर्थ - प्रियदर्शनच्या विचारातून अभिव्यक्त होतो.

गांधीवाद आणि समाजवाद यांचा जीवनाकडे पाहण्याचा दृष्टिकोन भिन्न भिन्न असल्याने, 'कोणताही सोशॅलिस्ट गांधीचा अनुयायी होऊ शकत नाही!' या मताचा प्रतिवाद करताना, ''हिंदुस्थानपुढील आजचा निकडीचा प्रश्न सोशॅलिझम नाही तर स्वातंत्र्य हा आहे,'' अशी भूमिका प्रियदर्शन मांडतो. अर्थातच, भारताच्या राष्ट्रीय स्वांतत्र्याच्या लढ्यासाठी गांधी आवश्यकच आहेत; पण तेवढ्याने भागणार नसून, स्त्रीदास्य, शूद्रांच्या बेड्या तोडण्यासाठी समाजवादी क्रांतीची गरज, त्यानंतर आहेच. साम्यवादी चळवळीत या डोळसपणाचे मूल्य महान आहे. माडखोलकरांच्या चिंतनात हे तात्त्विक शहाणपण पदोपदी प्रत्ययाला येते. या कादंबरीत म. गांधीच्या कामगारद्रोही ध्येयधोरणांवर प्रखर टीका असून ''टाटा - बिर्लांच्या सहकार्यावर पोसलेला 'भांडवलशाहीचा हस्तक', अशी संभावना गांधीच्या वाट्याला आली आहे. साम्यवादी दृष्टीने पाहता हे मूल्यमापन कठोर असले तरी न्याय्य आहे.

'म. गांधीचे तत्त्वज्ञान हे भौतिक प्रगती विरोधी असून, वर्गकलहच नव्हे तर वर्गभेदाची जाणीवसुद्धा उत्तन्न करण्याच्या चळवळीला विरोधी असल्याने, आहे त्या स्थितीत जग कायम ठेवण्याचा त्यांचा प्रयत्न आहे,' अशी सडेतोड मीमांसा बॅ. गुप्तांच्या द्वारे माडखोलकरांनी केली असून मार्क्सवाद विरोधी असलेल्या गांधीवादी तत्त्वज्ञानातील प्रतिगामित्व सिद्ध केले आहे. या तत्त्वमीमांसेत म. गांधीचा तिरस्कार किंवा त्यांच्या तत्त्वज्ञानाची कुचेष्टा नसून, सैद्धान्तिक पातळीवरील गांधीवादाची मर्यादाच जबाबदारीने स्पष्ट केली गेली आहे. गांधीना दोष दिल्याबद्दल, नरहर कुरंदकर, कुसुमावतीबाई देशपांड्यांसारख्या श्रेष्ठ टीकांकारांनी, माडखोलकरांना विनाकारण गुन्हेगार ठरविले आहे. वस्तुस्थिती पाहता, माडखोलकरांनी समाजवाद,

गांधीवाद या तत्त्वप्रणालीची प्रत्यक्ष व्यावहारिक प्रश्नांच्या संदर्भात तपशीलाने व बारकाईने मार्मिक तपासणी केल्याचेच सिद्ध होते. गांधीप्रणीत चातुर्वण्यमान्यता, जमीनदारांच्या उच्छेदाला असलेला त्यांचा विरोध, वर्गयुद्धाऐवजी वर्गसमन्वयाचे समर्थन, या मुद्यावर गांधीवाद हा साम्यवादी क्रांतीचा विरोधक तर ठरतोच; पण विश्वामानवाच्या सर्वांगीण कल्याणाचाही विरोधक ठरतो. हे कटू सत्य पचविण्यासाठी मार्क्सवादाचा मुळातून शुद्ध अभ्यास हवा असतो आणि एका विशिष्ट मर्यादेतील म. गांधीचे मोठेपण मान्य करूनही, पुढच्या टप्प्यावर गांधीवादाची अनावश्यकता-बाधकता लक्षात घ्यावीच लागते. माडखोलकरांच्या कादंबऱ्यांनी, भारतीय इतिहासातील विविध महापुरुष व त्यांच्या तत्त्वप्रणालीचे अत्यंत परखड व सम्यक मूल्यमापन केल्यामुळे, तात्त्विक गुंते सुटण्याची शक्यता उपलब्ध झाली, हे श्रेय माडखोलकरांना द्यायलाच हवे.

'जमीनदारी आणि भांडवलशाही यांची उभारणीच श्रमजीविकांच्या कष्टांचा अन्याय्य फायदा घेऊन त्यांच्या पिळवणुकीवर झाली असून' 'किसान आणि कामगार यांनी झगडा न करता या अत्याचारी वर्गाशी तडजोड करावी' म्हणणारे गांधी, मार्क्सवादी क्रांतीचे विरोधक ठरले तर नवल नाही. म्हणून 'कांता' कादंबरीतील पंडितजी मार्क्सवादी तत्त्वज्ञानाचा पुरस्कार करताना म्हणतात, "कारण स्वातंत्र्य हे अहिंसेपेक्षाही मला प्रिय आहे व ते संपादन करण्यासाठी कोणत्याही मार्गाचा अवलंब करायला मी कचरणार नाही." पंडितजींना सशस्त्र क्रांतीचे वावडे नाही. फक्त त्या क्रांतीमध्ये 'बहुजन समाज जास्तीत जास्त सहभागी झाला पाहिजे.' आणि यासाठीच ते म्हणतात "त्या दृष्टीनं कम्युनिष्टांचं क्रांतीचं तत्त्वज्ञान मला अधिक सोयीचं वाटतं."

कम्युनिस्ट क्रांतीचे आकर्षण माडखोकरांना केवळ 'बौद्धिक खुराकापुरतं मर्यादित होतं' हा समीक्षकांचा आरोप खरा मानला तरी, माडखोलकरांच्या अनेक व्यक्तिरेखांच्या जीवननिष्ठा मात्र मार्क्सवादाला अर्पण झालेल्या आहेत, ही गोष्ट आपण लक्षात घ्यायला हवी. वाचकांचा संबंध लेखकांच्या जीवननिष्ठांशी नसून, तो कलाकृतीमधील पात्रांच्या जीवननिष्ठेशी असतो; कारण त्या पात्रांचाच प्रभाव वाचकांवर पडत असतो. तेव्हा माडखोलकरांनी निर्माण केलेल्या मार्क्सवादी पात्रसृष्टीचे योगदान, मराठी वाचकांच्या क्रांतिकारी प्रबोधनाच्या दृष्टीने उपयुक्त ठरले आहे.

माडखोलकरांच्या 'शाप' या कथेमधील 'सुशील युवक' हा प्रथम सत्याग्रह आणि बॉम्बेफेक वगैरे मार्गाचा अनुभव घेऊन नंतर त्यावरील विश्वास उडाल्याने साम्यवादाकडे वळताना दिसतो. तुरुंगामध्ये मार्क्स आणि लेनिन यांचे साहित्य

वाचल्यामुळे, 'साम्यवादानेच हिंदुस्थानाचे प्रश्न सुटतील' हा विश्वास त्याने मित्राजवळ व्यक्त केला आहे. याच कादंबरीतील निशिकांत डोळस वृत्तीचा असून त्याला 'हिंदुस्थानाच्या परिस्थितीला लागू पडणारा साम्यवाद हवा आहे' या सर्व चित्रणातून मार्क्सवादी सिद्धान्ताशी हिंदुस्थानाचे भवितव्य अपरिहार्यपणे जोडले जाते आणि मार्क्सवादाच्या एकूण यशाचा वाचकांच्या मनावर ठसा कायम उमटत राहातो.

'प्रमद्वरा' कादंबरीची नायिका कम्युनिस्टधार्जिण्या वकील नवऱ्याशी संसार करताना, माडखोलकरांनी साकार केली आहे. अर्थात तिची जीवनकथासुद्धा मार्क्सवादी प्रभावापासून मुक्त नाही.

स्त्रीमुक्तीची प्रेरणासुद्धा मार्क्सवादी सिद्धान्तानुसार मिळालेली असून तिचे प्रत्यंतर 'भंगलेले देऊळ' या कादंबरीत येते. एके ठिकाणी नायिका अनू म्हणते, "नवऱ्याने तुडवलेली ती जगाने तुडविलेली, नवऱ्यानं टाकलेली, ती जगानं टाकलेली, अशी अवस्था आहे आज आम्हा स्त्रियांची. या दुर्गंधीतून बाहेर पडण्याकरिता स्त्रियांना घटस्फोटाचा हक्क पाहिजे."

मार्क्सवादी सिद्धान्ताच्या प्रभावानेच स्त्रिया पुरुषांविरुद्ध हक्काची भाषा बोलायला लागल्या आहेत आणि यातूनच श्रमिकांच्या मुक्ती लढ्यांशी, स्त्री-मुक्तीचे अतूट नाते सिद्ध झाले. "प्रौढ प्रेमिकांनी एकमेकांच्या पूर्वायुष्याची चिकित्सा फारसे खोलात जाऊन करू नये," हा 'भंगलेले देऊळ' मध्ये व्यक्त झालेला नवा विचार, स्त्रियांच्या पावित्र्याच्या प्रतिगामी कल्पनेविरुद्धचा आहे. म्हणूनच अनू म्हणते, "प्रौढ विवाहाच्या या काळात अनाघ्रात पुष्पांची अपेक्षा करणे हे असमंजसपणाने नाही का?" पुरुषप्रधान संस्कृतीमधील भोगदायी स्त्रीचे शोषण मार्क्सवाद क्रांतीतून संपणार आहे. म्हणूनच स्त्री-मुक्तीचा हुंकार हा साम्यवादी क्रांतीचा एक पदर आहे. स्त्रीच्या श्रमातूनही वरकडमूल्यांची निर्मिती होऊन ती शोषित ठरते. तसेच लिंगवर्चस्वाची ती बळी ठरते म्हणून तिच्या मुक्तीशिवाय मानवमुक्तीची कल्पना मार्क्सवाद मान्यच करत नाही. स्त्रीची ही जागृती-जाणीव श्रमिकांच्या लढ्यातील शिलाधार ठरावी एवढे तिचे महत्त्व आहे.

श्रमिकमुक्ती, स्त्रीमुक्ती आणि दलितमुक्ती या संदर्भातील वैचारिक संपदा माडखोलकरांच्या नावावर विपुलपणे नोंदलेली आहे. एकूण कलाक्षेत्राला आणि चिंतनविश्वाला माडखोलकरांचे लाभलेले हे वैचारिक योगदान ऐतिहासिकदृष्ट्या महत्त्वाचे आहे. माडखोलकरांना मार्क्सवाद आणि सशस्त्र क्रांती यांचे आकर्षण कसे आणि किती होते, यांचे हिशेब समीक्षकांनी मांडले आहेत. प्रश्न लेखकाच्या आकर्षणाचा नाहीच. माडखोलकरांच्या बहुसंख्य कादंबऱ्यातून समाजवादी विचारांनी

माणसे पेटून उठलेली-निदान मार्क्सवादी चर्चा करत राहणारी, अशी अभिव्यक्त झाली आहेत. जगातील सर्व 'इझम' च्या संदर्भात आणि राष्ट्रीय - आंतरराष्ट्रीय ज्वलंत प्रश्नावर या व्यक्तिरेखा विविध अंगांनी चर्चा करीत राहातात. त्या चर्चेमध्ये मार्क्सवादाची फेरतपासणी आणि मार्क्सवादाचे क्रांतिकारत्व, हाच केंद्रबिंदू राहिलेला आहे. मराठी कादंबरीच्या आशयस्तरावर मार्क्सवादी जाणिवांचा कायम ठसा माडखोलकरी कादंबरीनेच उमटला, याचे भान वाचकांनी ठेवले नाही तरी समीक्षकांनी ठेवणे भाग आहे. माडखोलकरांच्या मार्क्सवादी व्यक्तिरेखांची त्यांच्या सर्व कादंबऱ्यांतील संख्या तर मोठी आहेच; परंतु माडखोलकरांच्या या मानसपुत्रांनी मार्क्सवादाचे काठिण्य आणि शास्त्रीयता पचवून या श्रेष्ठ आणि क्रांतिकारी तत्त्वज्ञानाचे सम्यक आकलन केल्यामुळे यांचा गुणात्मक दर्जाही मोठा आहे. एवढ्या विपुल प्रमाणात मार्क्सवादी दर्शनाचे अनेक तपशील आणि कंगोरे, व्यक्तिचित्रणाच्या माध्यमातून प्रसंगवर्णन आणि जीवनदर्शनातून मराठी कादंबरीत प्रथम माडखोलकरांनीच अभिव्यक्त केले. त्यापूर्वी संख्यात्मक आणि गुणात्मक दोन्ही दृष्टीने, मार्क्सवादी व्यक्तिचित्रे आणि प्रसंग मराठी कादंबरीने स्वीकारलेले दिसत नाहीत, मग पचण्याचा प्रश्न दूरच राहिला.

माडखोलकरांच्यावरील मार्क्सवादाच्या प्रभावाची इतकी विस्तृत नोंद घेतल्यानंतर, त्यांचे कादंबरीवाङ्मय साम्यवादी बांधीलकीतून सिद्ध झाल्याचा निष्कर्ष कोणीही काढू शकेल; पण असा निष्कर्ष काढता येणार नाही. कारण, कोणत्याही एका तत्त्वप्रणालीच्या चौकटीतून माडखोलकरांनी कादंबरीलेखन केलेले नाही. तसे करणे त्यांना अयोग्य वाटते, हे त्यांनी, 'मी आणि माझे साहित्य' या लेखात स्पष्ट केले आहे.

मराठी लेखक बहुसंख्येने मार्क्सवादाकडे वळले. पण हा 'इझम' पचवून कलाकृती निर्माण करणे त्यांना पेलले नाही. या लेखकाचे साम्यवादी आकर्षण फक्त बौद्धिक पातळीपर्यंत राहिले. वि. वा. हडप आणि गीता साने यांनी मात्र मार्क्सवादी कादंबरी लिहिण्याचा प्रयोग केला. दलित साहित्यानेही काही प्रमाणात मार्क्सवादाशी आपला घरोबा केला. मार्क्सवादाच्या संस्कारामुळे मराठी कादंबरीची कल्पनारम्यतेच्या जाळ्यातून काहीशी सुटका झाली आणि तिला वास्तवाचे भान आले. अण्णाभाऊ साठे, उद्धव शेळके हे लेखक ह्या भानाचे साक्षीदार ठरतात. वरिष्ठवर्गीय पात्रांच्या जागा, कनिष्ठवर्गीय पात्रांनी घ्यायला सुरुवात केली हा परिणाम अर्थातच अर्ध्या जगावर राज्य करणाऱ्या साम्यवादाचा होता.

राजकीय कादंबरीचे प्रयोग करताना, माडखोलकरांनी इतर तत्त्वप्रणालीप्रमाणेच

मार्क्सवादाचाही कलेच्या अंगाने अविष्कार घडविता. त्यांच्या राजकीय चर्चा या अर्थहीन आणि उथळ नसून, तात्त्विक तपशीलाने आणि जीवननिष्ठेच्या प्रखर धारेने ओतप्रेत आहेत. महाराष्ट्राच्या वैचारिक प्रबोधनात मार्क्सवादाचे प्राथमिक धडे, पा. वा. गाडगीळांनी देऊन इतिहास घडविला, तर मराठी कादंबरीच्या प्रवाहात मार्क्सवादी विचार-जाणिवांचा मुक्त आणि बहुरंगी वापर, माडखोलकरांनी करून एकूणच कलाविश्व समृद्ध केले. त्यामुळे विश्वकल्याण आणि मार्क्सवाद यांच्या नात्यामधील अर्थपूर्णता, मराठी वाचकाच्या मनाला भिडली. मार्क्सवादासंबंधीचे अनेक गैरसमज दूर होऊन, या क्रांतिकारी तत्त्वज्ञानाचे संस्कार महाराष्ट्रीय संस्कृतीत रुजले, याचे संपूर्ण कलात्मक श्रेय माडखोलकरांचे आहे. या योगदानाची नोंद मा. का. देशपांडे, कुसुमावती देशपांडे, वाळिंबे, कुरुंदकर यांच्यापासून ते डॉ. बांदिवडेकरांपर्यंतच्या सर्व समीक्षकांनी विशेष गांभीर्याने घेतली नाही. उलट माडखोलकरांचे वैचारिक सामर्थ्य, विशेषत: त्यांचे मार्क्सवादाचे आकलन वजा करून, त्यांच्या कादंबऱ्यांचे मूल्यमापन केले. त्यामुळे अपुरे आणि अन्याय्य निष्कर्ष जन्माला आले. या पार्श्वभूमीवर माडखोलकरांचे मार्क्सवादी चिंतनातील सामर्थ्य, पुराव्यांसह तपशिलाने नोंदविणे आवश्यक होते. यातून माडखोलकरांपेक्षा मराठी वाचकालाच उशिरा का होईना न्याय मिळणार आहे.

पत्रकारितेचा चौफेर अनुभव, वैचारिक चिंतनाची आवड आणि जबरदस्त व्यासंग, यामुळे वैचारिकदृष्ट्या माडखोलकरांचे कादंबरीलेखन समृद्ध झाले आहे. इतर तत्त्वप्रणालींच्या तुलनेने मार्क्सवादी जाणिवांना, त्यांच्या कादंबऱ्यांत मध्यवर्ती स्थान मिळाले आहे. अर्थातच त्याचा परिणाम वाचकांवर होत राहील. अनेक दिशांनी माडखोलकरांच्या कादंबऱ्याचा अभ्यास करणे अद्यापही आवश्यक आहे. 'मार्क्सवादी तत्त्वप्रणालीचा त्यांच्या कादंबऱ्यांतील परिणाम' ही एक दिशा इथे स्पष्ट आहे.

-*-*-*-

.२.

मर्ढेकरी कादंबरी : वास्तववादी प्रयोगशीलतेचा कलाविष्कार

'रात्रीचा दिवस' ही मर्ढेकरांची कादंबरी; लेखकानेच प्रयोगात्मक लिखाण म्हटल्यामुळे, समीक्षकांनीही एक प्रयोग संबोधूनच या कादंबरीचे मूल्यमापन केले; आणि ती फसल्याचा निर्णय दिला. समीक्षकांचा हा निष्कर्ष तिची प्रकृती लक्षात घेता, बरोबर नसल्याचे जाणवते. कादंबरी तंत्रात्मक दृष्टीने पाहता संज्ञाप्रवाही जरूर आहेच. या अंगाने मराठी कादंबरीतील संज्ञाप्रवाही कादंबरीचा समर्थ प्रारंभ म्हणून, या कादंबरीने सिद्ध केलेले मोठेपण नाकारता येत नाही. संज्ञाप्रवाही चित्रणाचा समर्थ प्रयत्न मर्ढेकरांपूर्वी आणि नंतरही फारसा यशस्वी झालेला दिसत नाही. संज्ञाप्रवाही पद्धतीने या कादंबरीत उभा केलेला जीवनपट, हा केवळ दिक्पाल, हरिणी, सेशाल एवढा मर्यादित मानता येत नाही. या त्रिकोणाच्या आशयात सुद्धा पारंपरिकता झुगारलेली आहे. या एकांगीपणाच्या चित्रणाला दुसऱ्याही बाजू असू शकतात. किंबहुना आहेतच; याचे भान वाचकाला यावे अशी सोय या चित्रणपद्धतीतच आहे. दिक्पालच्या सुप्त मनावर उमटलेला हरिणी आणि सेशालचा विशिष्ट ठसा, हाच वाचकाला दिसतो. त्यामुळे दिक्पालाची आई, सुशुलूताई अशा इतरही व्यक्तिरेखांचा प्रवेश या कादंबरीच्या कक्षेत येत नसतानाही, दिक्पालच्या मन:पटलावर, त्याच्या सुप्त मनातून, विचार -भावनांच्या आविष्करणातून या सर्व व्यक्तिरेखा ठसा उमटवतात. दिक्पालच्या जीवनाचा आणि कादंबरीचा त्या अविभाज्य घटक ठरतात. पैलूगडी, मित्र असलेला मुलाम आणि दिक्पाल या प्रत्यक्ष अवतरलेल्या व्यक्तिरेखांच्या विश्वामध्ये कादंबरीच्या कथेत, प्रत्यक्ष न अवतरलेल्या हरिणी, सेशाल इ. व्यक्तींचा ठसा गडदपणे उमटलेला दिसतो.

'दिक्पाल बाळ, उघड्यावर निजतोस पण पोटावर रग तरी असू दे हं!' अशी वात्सल्यपूर्ण काळजी घेणाऱ्या आईचे अंतरंग, या चित्रणातून समर्थपणे उभे राहाते. सेशालच्या अंगावर केस असावे किंवा असावेत, ही दिक्पालच्या

मनातील जाणीव, नेणिवेतल्या मनातील असली तरी, ती सेशालचे, दिक्पालप्रणीत चित्रण करण्यात यशस्वी होते.

'लहानपणी आपण फार बरे होतो. आई निष्कारण रागवायची' या भूतकालीन जीवनसंदर्भासह, 'मीही फार तापट होतो. हल्ली नाही,' हे वर्तमान संदर्भ दिक्पालच्या अंतर्बाह्य मनाला प्रत्ययकारी बनवतात. 'नानाचं पत्र आलं रे, ताईचं नाही रे, ताईचं नाही रे', हे कौटुंबिक भावनात्मक जीवनातील आंतरिक गरजांचे संदर्भही कादंबरीत अर्थपूर्ण ठरतात.

ही कादंबरी दिक्पालच्या मनाचे संज्ञाप्रवाही चित्रण करते, हे जेवढे खरं आहे, तेवढेच दुसऱ्या महायुद्धाच्या तोंडावर उभ्या असलेल्या भारतीय समाजजीवनातील संस्कृति-विकृतीचेही वास्तव चित्रण करते. दिक्पालाच्या मनाला अनेक प्रश्न भेडसावतात आणि त्याचा परिणाम त्याच्या अंतर्मनातील चिंतनातून दिसून येतो. 'ज्ञान आणि नीती एक आहेत का?' यासारख्या अपरिहार्य जटिल प्रश्नांपासून ते 'हे पिंजरलेले ओले केस का म्हणून विंचरावे मी' सारख्या क्षुल्लक पण अर्थहीन वाटणाऱ्या अर्थपूर्ण प्रश्नापर्यंत हे चिंतन भिडते. या प्रश्नांच्या निर्मिती आविष्कारामध्ये अस्तित्ववाद, वास्तववाद, अतिवास्तववाद या विविध तत्त्वज्ञानांचे संदर्भ अटळपणे उभे राहातात. दिक्पाल आणि मुलाम यांच्या संवादांतून युनिव्हर्सिटीमधील पवित्र शिक्षणावरील राजकारणी आक्रमणाची वास्तवता प्रकट होते. 'सिनेट' मधल्या मारामाऱ्या, परिचयातील लेखकांची पुस्तके नेमण्याच्या तऱ्हा, परीक्षक नेमण्याचे दहा टक्के कमिशन, वशिलेबाजी, भरमसाट बडबड, शिक्षक आणि संशोधन यांची झालेली फारकत, ही कुरूपता भीषण वास्तवतेचा एक प्रवाहच दिक्पालच्या जीवनाशी भिडताना दाखवते.

एम. ए., पीएच. डी. चे प्रबंध कसे संशोधनशून्य आहेत, ते सांगणारा दिक्पाल, मराठी कादंबरीतला नवा नायक आहे.

'गिरणीतले कामगार बिचारे मरमर मरतात' किंवा 'आपल्याकडे आरोग्याची निष्काळजी' किंवा 'खेडेगावातले सुद्धा रस्ते डांबरी पाहिजेत.' किंवा 'मार्क्सचा इकॉनॉमिक थिसिस हा तरी डॉग्माच आहे' किंवा 'नादार मुलं असतात शाळेत' किंवा 'गरिबांची गरिबी फार वाईट' किंवा 'सर्वांना राह्यला जागा आणि खायला अन्न', हे सर्व संदर्भ वर्तमान भारतीय जीवनातील वास्तवाचे जिवंत प्रवाह आहेत. या सर्व वास्तवावरील दिक्पालाचे अभिप्राय, भालचंद्र नेमाड्यांच्या भाषेत सांगायचे तर दिक्पालच्या 'नैतिकते'तून उभे राहतात.

१)	'सोशल जस्टिस आणि मार्क्सवाद एकच आहे.
२)	'पण सोशिलॅझम आपणास पसंत आहे.'
३)	'सर्व मानवी व्यवहार आर्थिक फोर्सने निश्चित होतात, हे सर्व एका मर्यादेपर्यंतच खरे आहे.'
४)	'उत्पादनसाधनांचे समाजीकरण झाले म्हणजे सर्व प्रश्न सुटतील असे मानणे म्हणजे एकांगी मूर्खपणा आहे.'

या सर्व उद्‌गारांमधून दिक्‌पालचे जीवनविषयक चिंतन किती प्रगल्भ आहे याची खात्री पटते. मर्ढेकरांच्या नंतर मराठीत जडवादी जाणिवांचा प्रभाव फोफावलेला दिसतो. त्याची बीजे या मार्क्सवादी अर्थपूर्ण चिंतनात सापडू शकतात.

सुप्त मनातील वास्तवता प्रकट करताना, विचारांची मोडतोड करून, शब्दांच्या उलटापालटीतून, अपूर्ण वाक्यांशातून, तिरकस आशयाच्या वाक्यरचनेतून मर्ढेकर नवीन तंत्र वापरतात.

उदा.

१)	शेवाळे या मित्राचं लग्न ठरल्याचे मुलाम जेव्हा सांगतो तेव्हा दिक्‌पालच्या सुप्त मनात कवितेच्या ओळी उमटल्या.
'आला तिशीत बिलंदर
त्याला नाही धीर.'
२)	'Das Capital दास कपिताल, दास कपिताल-वानर कोणत्या तालावर नाचतात?'....
३)	'गांधीसुद्धा सगळ्या विषयांवर मत देऊ शकतात. ईश्वर, सत्याग्रह... हिंदुस्थानच्या भावी राज्यघटनेपासून तर स्त्रियांच्या मासिक पाळीपर्यंत, आईनस्टाईनच्या रियॅलिटिवर सुद्धा'....

इथे गांधीचे महात्मेपण तिरकस विचारातून मिश्कीलपणे तपासलेले आहे. वास्तविक गांधी हा थोर संत, महात्मा आणि ब्रह्मचर्यवादी! स्त्रियांच्या मासिक पाळीचा संदर्भ इथे गांधीच्या प्रतिमेच्या विरुद्ध जातो. गांधीचा ईश्वरवाद आणि त्यांचा 'आतल्या आवाजा' वरील विश्वास, आईनस्टाईनच्या विचारसूत्राशी विरोधी आहे. असे विरोधी संदर्भाचे एकात्म वास्तव मर्ढेकरांनी समर्थपणे टिपले आहे. त्यामुळे अनेक अंगांनी माणसाच्या मनातील अज्ञात प्रदेश धुंडाळता येतात. महात्मेपणाचेही परीक्षण वेगळ्या दृष्टिकोनातून करता येते, हे स्पष्ट होते.

'डाळिंबे डाक्टर', 'डाळिंबी डाक्टर', अशी शब्दसादृश्यावर आधारलेली रचना मर्ढेकरांनी केली आहे. तसेच जांभई, शिंक, घोरणे या जीवनातील अविभाज्य पण क्षुल्लक क्रिया, वाङ्‍मयाचा भाग बनल्या नव्हत्या, त्या त्यांनी आवाजावरून शब्दबद्ध केल्या.

'मार्सेलिसची ती रात्र, एका रांगेत उभ्या असलेल्या तरुणी, त्यांतील वाटेल ती (नि) वडावी' या रचनेमध्ये निवडून ओढणे हे, सुंदर स्त्रीच्या वाट्याला आलेले वास्तव, पाश्चात्त्य संस्कृतीच्या वास्तवतेबरोबर भारतीय संदर्भातील 'वेश्या' व्यवसायातील भीषणतेची कल्पना देऊन जाते. वेश्या इत्यादीवर आधारलेल्या मर्ढेकरांच्या नंतरच्या कादंबऱ्या, स्वतंत्रपणे या विषयाला सामोऱ्या गेल्या. पण हे संपूर्ण वास्तव मर्ढेकरांनी एका वाक्यामध्ये उभे केले. मर्ढेकरांच्या कादंबरीचे हे सामर्थ्य, पाध्ये, दळवी इत्यादी कादंबरीकारांच्या नव्या वाटांचा आरंभ ठरावा! संज्ञाप्रवाही तंत्राच्या नावीन्यासह, मर्ढेकरांनी संपूर्ण वास्तववादाची विचारसूत्रे, या कादंबरीत पकडून, मराठी कादंबरीची कोंडी फोडण्याचा प्रयत्न केला. कादंबरीतील हे मर्ढेकरांचे सामर्थ्य, समीक्षकांनी दुलर्क्षिले आहे. त्यात प्रमुख आहेत, कुसुमावती देशपांडे!

'मर्ढेकरांचा हा प्रयत्न तसा मौलिक तर नाहीच, पण भरदारही नाही' हा कुसुमावती देशपांडे यांचा अभिप्राय, (मराठी कादंबरी पहिले शतक, पृ. ३२१) चुकीचा आहे असे स्पष्टपणे न सांगता, नरहर कुरुंदकरांनी हा एक 'लक्षणीय' व 'प्रयोगाच्या मर्यादा ओलांडणारा प्रयोग' म्हणून या कादंबरीची नोंद केली आहे. (धार आणि काठ, पृ. १७६-१७७) कुसुमावती देशपांडे म्हणतात त्यानुसार, 'पश्चिमेकडून आलेल्या वाऱ्याशी थोडेसे खेळण्याची ही लेखकांची लहर' (उक्त – पृ. ३२१) नसून, तो एक गंभीर प्रयोग आहे, हे विसरून चालणार नाही. प्रयोग सिद्ध करताना तो किती कलात्मक झाला, याबद्दलचे मतभेद आपण समजून घेऊ शकू. पण या कादंबरीचे मर्यादित योगदानही समूळ नाकारणे, मर्ढेकरांच्यावर अन्याय करणारे आहे. हा अन्याय कोणताच स्पष्ट अभिप्राय न नोंदवता, डॉ. चंद्रकांत बांदिवडेकरांनी केला आहे. (पाहा, मराठी कादंबरीचा इतिहास, पृ. ९४)

तेव्हा केवळ प्रयोग म्हणूनच नव्हे तर कादंबरी वाङ्‍मयातील वास्तववादी विचारसूत्रांचा प्रारंभिक वापर करणारी कादंबरी म्हणूनही, 'रात्रीचा दिवस' ही साहित्यकृती निर्णायक महत्त्वाची ठरते.

मर्ढेकरांची 'तांबडी माती' : जीवनचिंतनाचा समर्थ कलाविष्कार!

'तांबडी माती' ही मर्ढेकरांची दुसरी कादंबरी, दुसऱ्या महायुद्धाच्या पार्श्वभूमीवर लिहिलेली असून, त्यात शिवा आणि सारजाचे मुख्य कथानक आहे. तसेच सुलभा लिखिते आणि कम्युनिस्ट लाल समाजाचा सभासद कुमार यांचे उपकथानक आहे. शिवा-सारजा यांच्या ग्रामीण जीवनातील प्रणयाचे रोमँटिक वर्णन मर्ढेकरांनी केलेले आहे. ग्रामीण परिसरातील पुरुषाचा कुस्तीचा पराक्रम, हा सर्वश्रेष्ठ पुरुषार्थ असल्याने बहादूर शिवाच्या प्रेमामध्ये सारजा पडते. शेजारी शेजारीच दोघांचे मळे असल्यामुळे त्यांचे प्रेम जुळण्याला आणि प्रेमाची आराधना करण्याला सुयोग्य वातावरण मर्ढेकरांनी निर्माण केले. प्रेमातून लग्न हाही प्रवास लवकर पूर्ण झाला. इथे मर्ढेकरांचा रोमँटीसिझम संपतो. पळास खेड्यातील खानबहादूर या मिलिटरीतील सद्‌गृहस्थाच्या सांगण्यावरून व मार्क्सवादी कुमार यांच्या भाषणाच्या प्रेरणेतून, शिवा मिलिटरीमध्ये भरती झाला. पराक्रमासाठी आसुसलेले त्याचे मन गावच्या तांबड्या मातीचा आखाडा सोडून रणांगणावर शत्रूशी लढण्यात धन्यता मानत होते. मृत्यूशी झगडताना मृत्यू हुकला पण शिवा जायबंदी झाला. इकडे शिवाच्या गावी, शिवाच्या वडिलांनी जिल्ह्याच्या गावी कारखान्यात नोकरी स्वीकारली. सारजेला तेथे पाठवण्याबद्दल त्यांनी गावी पत्र दिले. त्यानुसार गावातून जिल्ह्याच्या गावी सारजा निघाली परंतु ती घरी शेवटी पोहचलीच नाही. कुण्यातरी दोन गुंडांनी तिचे अपहरण केले. सरकारी दवाखान्यामध्ये उपचार घेणाऱ्या शिवाला जेव्हा ही करुण कहाणी कळाली, तेव्हा तो परत आला. शिवाची जमीनही गेली होती व त्याची पत्नीही गमावली गेली होती. खानबहादुराचा मुलगाही मारला गेला होता. हे सर्व घडण्यामध्ये शिवाच्या वाट्याला हे दुःख आले.

कवितेतले मर्ढेकर मानवी जीवनातील विफलतेचा स्वर वस्तुनिष्ठेने आळवितात. तेच वैफल्याचे सूत्र या कादंबरीतही निष्कर्षरूपाने सिद्ध झालेले आहे. ज्या राष्ट्रप्रेमाने शिवा रणांगणावर लढायला गेला, त्या राष्ट्राचे सरकार त्याच राष्ट्रातील गुंडांपासून त्याच्या पत्नीचे संरक्षण करू शकले नाही. शिवाचे पहिलवानकीमधील सामर्थ्य आणि त्याचे धाडस, सारजेवर त्याचे प्रेम असूनही, तिला सुरक्षित ठेवू शकले नाही, सारजा – शिवा यांपैकी कुणाचीही चूक नसताना, या जोडप्याची शोकांतिका झाली. ही शोकांतिका संपूर्ण मानवी जीवनाची शोकांतिका म्हणून मर्ढेकरांना दाखवायची आहे. राष्ट्रप्रेम, वीरवृत्ती, पुरुषार्थ पत्नीप्रेम, पतिप्रेम यासर्व सांस्कृतिक कल्पना, मानवी समाजातील कुरूप वास्तवतेने पराभूत झाल्याचे चित्र शिवाच्या जीवनकथेने इथे मांडले आहे. राष्ट्रप्रेमाचे फळ

शिवाच्या वाट्याला अत्यंत भयानक स्वरूपात आले. शिवा हा मर्ढेकरी विफलतावादी जीवनधारणेचा अस्सल प्रतिनिधी आहे. प्रत्येकाच्या जीवनामध्ये किंवा प्रत्येक जण जणू शिवाच असतो, इतकी शिवाची ही वेदना सर्वव्यापी आहे. सौंदर्य आणि कुरूपता, संस्कृती आणि विकृती, प्रेम आणि क्रौर्य यांच्या द्वंद्वांमध्ये पुन: पुन्हा मानव पराभूत होऊन, वेदनेचा प्रवास अटळ असल्याची जाणीव इथे होत राहाते. मर्ढेकरांच्या उत्तरार्धातील कवितांमध्ये हीच अटळ शोकात्म जाणीव आपणास प्रतीत होते.

सुलभा लिखिते ही मुळात विधवा असलेली स्त्री, भाई कुमारांच्या प्रेमामध्ये स्वाभाविकपणे पडते. भाई कुमारांचे तत्त्वज्ञान हे विश्वाच्या मुक्तीचे तत्त्वज्ञान असले तरी, त्यांचा साम्यवाद, एक प्रेयसी म्हणून वा एक स्त्री म्हणून सुलभाला मात्र न्याय देऊ शकला नाही. भाई कुमारांचे प्रेमातील कर्तृत्व साम्यवादी तत्त्वज्ञानाचा बुरखा पांघरल्यामुळे सुलभाला अधिकृत मातृत्वाचा अधिकार देऊ शकले नाही. कुमारांचे साम्यवादी तत्त्वज्ञान हे स्त्रीमुक्तीविरोधी नसले तरी, कुमारांचा दांभिकपणा मात्र साम्यवादाच्याही आड येऊन सुलभाचे आयुष्य उद्ध्वस्त करून गेला. संपूर्ण मानवाच्या मुक्तीचा शास्त्रीय सिद्धान्त देणारा साम्यवादाचा पाईक, कुमारांच्या रूपाने मर्ढेकरांनी इथे रेखाटला. परंतु बाकीच्या जगाचे काय होणार, हा प्रश्न वेगळा असला तरी कुमारांच्या अन्यायाचा बळी सुलभा ठरली, हे भयानक सत्य मर्ढेकरांनी समर्थपणे मांडले आहे. मुळातच वैधव्य भोगणारी सुलभा नियतीच्या तडाख्याने हतबल होते. त्यात कुमारच्या रूपाने पुन्हा तिला आशेचा किरण दिसतो. तिला त्याच्यापासून मातृत्वही प्राप्त होते. पण तिचे अधिकृत पत्नीपद सिद्ध होत नसल्याने, मातृत्वाचे सुखही ती भोगू शकत नाही. तिने आपल्याच पोटातील गर्भाला मारून टाकले. कुमारने कर्तव्य नाकारण्याचा हा परिणाम होता. ही सुलभा पुन्हा उद्ध्वस्त होते. हॉस्पिटलमधील रोग्यांची पत्रे लिहिणे आणि आलेली वाचून दाखविणे, या सेवामार्गातून सुलभा विश्ववेदनेशी आपली नाळ जुळवून वेदनापूर्ण आयुष्य जगते. आता यापुढे तिच्या आयुष्यात प्रियकर, पती आणि अपत्य या संदर्भात कोणत्याही सुखाची अपेक्षाच उरलेली नाही. हे तिन्ही संदर्भ स्त्रीच्या सुखाचे नैसर्गिक आणि सांस्कृतिक हक्काचे विषय आहेत. या नात्यातील नितांत सौदर्य आणि उत्कट सुखाचा आवेग, हा प्रत्येक स्त्रीचा अधिकार असूनही सुलभा मात्र या सर्वांपासून तिचा दोष नसताना वंचित राहिली.

कधी कधी मानवी जीवनातील क्रौर्य, सौदर्यांचे आवरण स्वीकारूनही वाट्याला येते; त्याचे उदाहरण म्हणजे भाई कुमारांचे व्यक्तिमत्त्व! भाई कुमारांचे साम्यवादी तत्त्वज्ञान हे स्त्रीद्वेष्टे आहे काय? याचे निर्णायक उत्तर मर्ढेकरांनी दिले

नाही. पण त्या तत्त्वज्ञानाचा निष्ठावंत पाईक असलेल्या भाई कुमारांनी मात्र सुलभाची फसवणूकच केली; ही वास्तवता नजरेने पाहताना, अंगाचा थरकाप होतो. जनकल्याणाची भाषा बोलणारा नेता कुमार, सुलभेच्या प्रेमाच्या, सर्मपणाच्या बदल्यात स्वत:तल्या क्रौर्याचे दर्शन घडवितो. यातून सुलभेची शोकांतिका अटळ ठरते. जगातल्या कोणत्याही पुरुषावर सुलभा प्रेमच करू शकणार नाही, अशी धक्कादायक अनुभूती तिला आलेली आहे. इथे विश्वास आणि प्रेम ही दोन्हीही मानवी मूल्ये पराभूत होतात. सुलभेची शोकांतिका ही एका अर्थाने मानवी जीवनाची शोकांतिका आहे. विश्वासावरही विश्वास ठेवू नये अशी कुरूप वास्तवता कुमारांच्या वर्तणुकीतून इथे सिद्ध झालेली आहे. सुलभा लिखितेचे पुढे काय होणार? या प्रश्नांचे उत्तर मर्ढेकरांनी दिलेले नाही; पण तिच्या आयुष्यातील शोकांतिका टळली नाही आणि टळण्याचा संभवही नाही, याची जाणीव या कादंबरीने करून दिलेली आहे.

भाई कुमारांच्या दृष्टीने पाहाता, सुलभाला लग्नाचे वचन त्यांनी दिलेले नाही. प्रेम आणि प्रणयामध्ये उभयतांची संमती असल्यास लग्नाची अटळता ही नियमाचा भाग मानता येत नाही. साम्यवादी तत्त्वज्ञानामध्ये स्त्री-पुरुषांच्या प्रेमाकडे व्यापक भूमिकेतून पाहाण्याचा दृष्टिकोन असल्यामुळे, लग्नबंधन हे या तत्त्वज्ञानाचा आवश्यक भाग ठरवण्याचे कारण नाही. सरंजामशाही, भांडवलशाही, समाजवाद आणि साम्यवाद या टप्प्याटप्प्यांत विकसित होत जाणाऱ्या मानवी समाजाच्या शेवटच्या अवस्थेत, स्त्री-पुरुषांचे बंधनरहित स्वातंत्र्य आणि प्रेम या मुद्द्यांवर आधारित मुक्त संबंध अभिप्रेत आहेत. भारतासारख्या निमसरंजामशाही आणि निमभांडवलशाही अवस्थेत असणाऱ्या भागात, संस्कृतीच्या देशात, भाई कुमारांनी शेवटच्या अवस्थेतील साम्यवादी प्रयोग, सुलभाच्या संदर्भात केला, हा त्या तत्त्वज्ञानाचा दोष नसून भाई कुमारांचेच वर्तन येथे अयोग्य आहे. पण मर्ढेकरांनी हे स्पष्टीकरण दिलेले नाही. कारण विफलतावादाच्या विरोधात आशावाद जोपासणारा साम्यवाद, मर्ढेकरांना पचलेला नाही. क्षणभर असेही गृहीत धरता येते की, भाई कुमार यांच्या साम्यवादी निष्ठा खऱ्याच असल्यामुळे त्यांनी लग्नबंधन मानले नसावे. या पार्श्वभूमीवर सुलभा लिखितेच्या मनात असलेला परंपरावाद आणि समाजाचे परंपरावादी मन, यांच्या भूमिकेतून भाई कुमारांना दोषी ठरविणे शक्य आहे. याउलट भाई कुमारांच्या दृष्टीने ते स्वत: दोषमुक्त असू शकतात. परंतु साम्यवादी तत्त्वज्ञानाच्या निष्ठांचा वापर करून सुलभासारख्या अनेक तरुणींना फसविण्यासाठी भाई कुमार हा प्रेमाचा खेळ खेळत होते, याचा दुसरा पुरावा कादंबरीच्या उत्तार्धात आहे. जर्मनीतून आलेल्या डॉक्टर मुलीशी भाई कुमार एका श्रेष्ठ तत्त्वज्ञानाचा गैरवापर करून भोगवादाचा बेमालूम

खेळ खेळताहेत, हीच शक्यता या कथेमध्ये गडदपणे स्पष्ट झाली आहे. तेव्हा भाई कुमारांच्या आयुष्यात आलेली डॉक्टर मुलगी म्हणजे दुसरी सुलभा लिखितेच आहे, याची पक्की जाणीव आपणास होत राहते. तिच्याही प्रणयाचे व तिच्या मातृत्वाचे स्वप्नसुखही भंगणारेच आहे, या जाणिवेने वाचक अस्वस्थ होतो. भाई कुमार हा असा साम्यवादी संस्कृतीचा मुखवटा धारण केलेला सभ्य हलकट कम्युनिस्ट आहे.

सुलभा लिखितेची कथा आणि शिवा-सारजाचे कथानक यांची सांधेजोड मर्ढेकरांनी, जखमी झालेल्या शिवाला हॉस्पिटलमध्ये आणून केलेली आहे. शिवाची पत्रे सुलभा वाचून दाखविते एवढाच धागा इथे जोडलेला आहे. अर्थात ही दोन्ही कथानके एकजीव झालेली नाहीत. म्हणूनच त्यांची जोड कृत्रिम वाटते. कादंबरीमध्ये मर्ढेकरांना गवसलेले कथाबीज हे अत्यंत सामर्थ्यशाली आहे. परंतु ही कादंबरी कलात्मक पातळीवर उभी करण्यात मर्ढेकरांना यश मिळालेले नाही. कारण या कथेमध्ये अनेक कच्चे दुवे आहेत. पळसखेड्यातून तरुण सारजा कुणाचीही सोबत न घेता सायंकाळीच जिल्ह्याच्या गावी का निघते? सुलभा लिखिते गर्भपात का करते? या प्रश्नांची समर्पक उत्तरे ही कादंबरी देत नाही. खेड्याच्या वातावरणातील, भरल्या घरातील तरुण स्त्रीने एकट्याने जिल्ह्याच्या गावाकडे सायंकाळी निघणे शक्य नसते; पण मर्ढेकरांनी शिवाच्या जीवनाची शोकांतिका गडद करण्यासाठी, संभवनीयतेचा विचार न करता, सारजेला तिच्या आणि सर्वांच्या इच्छेविरुद्ध नेमक्या रात्रीच्या वेळी जिल्ह्याच्या गावी जायला भाग पाडले. तेव्हा असे म्हणावे लागते की, मर्ढेकरांच्याच सूचनेनुसार सारजा पळविली गेली. कथेतील हा दुवा अत्यंत कृत्रिम आहे. त्यामुळे गुंडांनी तिला पळविणे व तिच्यावर बलात्कार करणे, या सर्व शक्यतांमधील मुळात असलेले गांभीर्य नष्ट झाले आहे. शहरात संध्याकाळी स्त्री कदाचित बाहेर पडू शकते, पण खेडवळ सारजेचा हा पराक्रम कथानकाच्या सोयीसाठी मर्ढेकरांनीच घडवला. सारजेच्या व्यक्तिमत्त्वाची स्वाभाविकता इथे संपून जाते. म्हणून मर्ढेकरांनीच सारजेला पळविले असे नाइलाजाने नमूद करावे लागते. सुलभा लिखितेसारखी तरुण सुशिक्षित स्त्री, भाई कुमारांच्या विश्वासघातामुळे स्वत:च्या पोटच्या बाळाचा घात करण्याचे कारण नव्हते. बाळाचा कसलाही दोष नाही, ही वास्तवता सुलभाच्या मातृत्वाने सुलभाला सांगूनही आणि तिला ते पटूनही लेखकाच्याच योजनेमुळे सुलभेने गर्भपात केलेला आहे. याशिवाय तिने गर्भपात का केला, याचे उत्तरच कादंबरीत नाही. दुसरे असे की भाई कुमारांच्या घूमजाव पवित्र्यामुळे सुलभा किंचितही संतप्त झाल्याचे दर्शन या कथेत घडत नाही. कुठलीही स्त्री विश्वासघात झाल्यावर

इतकी शांतपणे स्वस्थ बसेल, अशी शक्यता मुळीच नसते. सुलभाने एका शब्दानेही कुमारांना जाब विचारला नाही, किंवा त्यांचा निषेधही केलेला नाही. म्हणून हे चित्रण मनाला पटू शकत नाही. सुलभेच्या व्यक्तिरेखाटनामध्ये हा कच्चा दुवा राहून गेला आहे.

मर्ढेकरांनी ही कादंबरी ग्रामीण वातावणाच्या पार्श्वभूमीवर लिहिली आहे. परंतु ग्रामीण जीवनाचे अस्सलपण त्यांना पकडता आलेले नाही. बजाबाच्या पेरूच्या बागेत पाटावर गाणे गाणाऱ्या बायका आणि कोंडिबाच्या संत्र्याच्या मळ्यातील शेतकरणीची त्याला साद, हे मर्ढेकरांनी केलेले अतिकल्पनारम्य चित्रण आहे. खेड्यातील 'कोडिंबा' आणि 'बजाबा' हे जर संत्र्याचे आणि पेरूचे 'बागवाले' असते, तर दारिद्र्य आणि खेडे यांचे समीकरण खोटे ठरले असते. शेतकरी संघटनेच्या शरद जोशींच्या 'इंडियाने' शोषलेला 'भारत', मर्ढेकरांच्या वेळी नव्हता अशी स्थिती नव्हती, नाही!

सारजा व शिवा बागेत पेरू आणि संत्री खात फिरत-फिरत शहरातील युगुलाप्रमाणे प्रेम करतात, हे चित्रण खेड्याच्या नैतिक कल्पना लक्षात घेता कृत्रिम भासते. विहीरीमध्ये टाकलेला पेरू शिवाने सूर मारून काढला आणि अर्धा-अर्धा सारजा व त्याने खाल्ला, हा प्रसंग फडक्यांच्या कादंबरीची नवी वाट हाताळताना पूर्वीचीच फडकेप्रणीत चाकोरीही स्वीकारते. त्याचे काही पुरावे खालीलप्रमाणे आहेत.

१) "आकाशात पश्चिमेला पौषाची द्वितीयेतली चंद्रकोर दिसत होती."

२) "तारुण्याच्या भरजवानीत असणाऱ्या पिळदार..."

अशी फडकेछाप वर्णने या कादंबरीत विपुल आहेत; म्हणून या कादंबरीची परिणामकारता शबलित झाली आहे. या कादंबरीतील खिडक्यांच्या पडद्यासाठी १५ रु. सुद्धा सुलभाजवळ नाहीत, हे वर्णन मनाला पटत नाही. सुलभाचे हे दारिद्र्य खोटे भासते.

खानबहादुर आणि शिवा यांच्या संवादामध्ये खानबहादूरांचे बोलणे हे चक्क भाषण वाटते. त्यामुळे संवादातील नाट्य आणि उत्कटता गमाविली गेली आहे.

भाई कुमारांसारखा क्रांतिवीर 'आज तुम्ही किती सुंदर दिसताहात या हिरव्या पातळात!' असे फडकेछाप सुलभाशी बोलतो, तेव्हा कुमार क्रांतिवीर आहेत की प्रेमवीर हा संभ्रम पडतो.

तेव्हा फडकेयुगाचा परिणाम मर्ढेकरांच्या या कादंबरीत ठसठशीतपणे दिसतो, हे लक्षात यावे! या संदर्भात पुढील साक्ष पाहावी.

१)	'आधीच आरक्त असलेले तिचे ओठ विड्याने अधिकच शोभून दिसत होते.'

२)	'सुलभेने सरसर आपली पाचवारी साडी सोडून पलंगावर फेकून दिली.'

सुलभेची सुटका गर्भपाताने झाली, ही वास्तवता रेखाटताना मर्ढेकरांच्याही मनातला परंपरावाद सिद्ध होतो, त्याशिवाय गर्भपात होणे अशक्य होते! दुसरे असे की, कोंडिबाने सरकारला जमीन विकण्याचे काही कारण नव्हते. युद्धाकरिता कोंडिबाने ती जमीन सरकारला दिली ही सबब वास्तव वाटत नाही. खेडूत माणूस जमीन विकून अकारण शहरात जात नसतो. मर्ढेकरांनीच कोंडिबाला जमीन विकायला लावले आहे. कारण त्यांना शिवाची शोकांतिका दुहेरी करण्यासाठी ते आवश्यक होते.

मर्ढेकरांच्या कादंबरीलेखात अनेक कुत्रिम दुवे आढळले तरी त्यांचे सामर्थ्य कथासूत्रात, व्यक्तिरेखाटनात आणि कादंबरीच्या इतर घटकांतही आढळते. 'तांबड्या माती' चे आशयसूत्र अत्यंत प्रभावी आहे. व्यक्तिजीवनापासून ते आंतरराष्ट्रीय पार्श्वभूमीमुळे ही कादंबरी विश्राम बेडेकरांच्या 'रणांगणा' शीही संवादी ठरते.

'पाणी' : नवी वाट शोधणारा मर्ढेकरी कलाविष्कार

मर्ढेकरांच्या कवितेने समीक्षकांना चकवत चकवत मराठी वाचकांची मान्यता मिळवून नवकवितेच्या प्रवाहात नांदीचा सन्मान मिळवला. मर्ढेकरांच्या कवितेवर प्रेमाने किंवा रागाने समीक्षकांच्या उड्या पडल्या. परंतु त्यांच्या कादंबरी वाङ्मयाचा विचार मराठी समीक्षकांनी अद्यापही गंभीरपणे केलेला नाही. कुसुमावती देशपांडे, नरहर कुरुंदकर यांसारख्या समीक्षकांनी मर्ढेकरांच्या कादंबऱ्यांची नोंद जरूर घेतली, पण त्यांमधील नेमके सामर्थ्य त्यांच्या समीक्षेतून गळून पडले. मराठी कवितेची नवी वाट जशी मर्ढेकरांपासून सुरू होते तशीच मराठी नवकादंबरीची वाटसुद्धा मर्ढेकरांच्या कादंबरीपासूनच सुरू होते. त्या वाटेची एक नांदी 'पाणी' ही कादंबरी होय.

मर्ढेकरांच्या कादंबरी वाङ्मयामध्ये मानवी जीवनाच्या गुंतागुंतीचे आकलनसामर्थ्य असून, त्यातील सूक्ष्मातिसूक्ष्म पापुद्रेही त्यांनी उलगडून दाखविण्याचा प्रामाणिक प्रयत्न केला आहे. या प्रयत्नाला कलात्मक पातळी गाठताना कमी यश आले हे खरे असले तरी, त्यामधील आशयाच्या मांडणीचे आणि सखोल अंतरंगाचे दर्शन वाचकाला प्रभावित केल्यावाचून राहात नाही. कादंबरीचे किंवा कोणत्याही ललित वाङ्मयप्रकारातील कलाकृतीचे यश-अपयश, कुस्तीच्या निर्णयासारखे चितपट स्वरूपात

नोंदायचे नसते! परंतु समीक्षकांनी मर्ढेकरांवर या संदर्भात अन्यायच केलाय.

'पाणी' ही मर्ढेकरांची शेवटची कादंबरी असून या कादंबरीत संज्ञाप्रवाह, वास्तववाद आणि काळाचा मोठा पट यांचा अंतर्भाव मर्ढेकरांनी केलेला आहे. सदोबा, तुकाराम आणि विठू या तीन पिढ्यांचे कथानक या कादंबरीत असले तरी, ही कादंबरी या तिघांची नसून भगतपूर ते आंतरराष्ट्रीय वास्तवापर्यंतची अनेक आशयसूत्रे, या कथेमध्ये स्वत:चा अर्थ घेऊन साकार झालेली आहेत. पुन्हा या कादंबरीमध्ये परिहार्य आणि अपरिहार्य प्रश्नांची मालिका अटळपणे उभी राहते. सुखाने नांदणारे भगतपूर जवळ होणाऱ्या धरणात पिढ्यान् पिढ्यांची जमीन जाणार, या धक्क्याने हादरले आहे. भगतपूरचा चेहरामोहरा बदलत गेल्याचे सुंदर वर्णन मर्ढेकरांनी केले आहे. धरणामधून विकास साधायचा की काळ्या आईची परंपरागत श्रद्धा जोपासायची असा संघर्ष या आशयसूत्रातून उभा राहतो. विकासाच्या बाजूने विठोबा उभा राहतो. आणि धरणाला विरोध करणाऱ्या सत्याग्रहामध्ये एका प्रामाणिक माणसाचा मृत्यू घडतो. मानवी जीवनातील तंत्रात्मक आणि भौतिक विकास हा, निरपराध माणसाच्या मृत्यूवरच उभा राहायला हवा का? धरण होते. भगतपूर हळूहळू ओस पडते. धरणाच्या कामावर तुकाराम आणि विठू दोघांनाही नोकरी मिळते. भगतपूरचे सर्व प्राचीन पवित्र अवशेष, धरणभितींच्या उंचीबरोबर पाण्यात बुडून जातात. त्याचबरोबर पत्र्यांचे संडासही बुडतात. जीवनातील अमंगल आणि मांगल्यपूर्ण ही दोन्हीही पाण्यामध्ये अस्तित्व संपवून घेतात. पाणी ही अशी व्यापक आणि सामर्थ्यशील प्रतिमा इथे साकार झाली आहे.

धरणाच्या पूर्ततेवर अनेक कुटुंबांमध्ये भावी जीवनाचे वेगवेगळे आडाखे, स्वप्ने रचली जातात. 'विजेच्या गावची उत्कंठा सर्वांनाच होती. भगतपूरचे सुखसमाधान विजेच्या गावात माणसांना मिळाले का?' या प्रश्नाचे उत्तर येथे अनुत्तरीत राहते.

धरण पूर्ण झाले आणि धरणावरील मजूर बेकार झाले, ही वास्तवता श्रमिकांच्या जीवनात अस्थिरता निर्माण करते. भगतपूरच्या कुशीतून तुटलेली नाळ, धरणकामावर जुळून होती. पण नंतर मात्र माणसामाणसांतील ही नाळच तुटून गेली. एखादा भौतिक प्रकल्प सिद्धीस गेल्यानंतर माणसाचे भावबंध मात्र त्याचमुळे उसकटून जावेत, उद्‌ध्वस्त व्हावेत ही विचित्र वास्तवता, मर्ढेकर येथे दाखवू पाहतात. जीवनातील विशिष्ट पूर्णत्त्व, इतर अपूर्णत्वाने व्यापलेले-वेढलेले आहे, ही अनुभूती माणसाला अंतर्मुख व अस्वस्थ करते.

पुन्हा जमीन विकत घेऊन तिच्यात रममाण होण्याचे सदोबाचे स्वप्न पूर्ण होत

नाही. भगतपूरच्या धरणावर आणि नंतर मुंबईच्या कारखान्यातील नोकरी असा आयुष्यक्रम विठूचा आहे. तेथून पुढे विठूही आपल्या वडिलांप्रमाणे सैन्यात जातो. जपानी सैन्याशी लढाई करताना त्याला ब्रह्मदेशात पळून जावे लागते. आणि 'सू' नावाच्या ब्रह्मी तरुणीवर बलात्कार करणाऱ्या जपानी सैनिकाचा गळा आवळ्याबद्दल 'सू' च्या झोपडीमध्ये विठूच्या अज्ञातवासास आश्रय मिळतो. 'सू' चाही निरोप घेण्याची अटळता, दुसऱ्या महायुद्धाच्या परिणामातून पुढे येते, आणि निरोपाच्या रात्री 'सू' विठूला आपले शरीर अर्पण करते. सुख हवेसे वाटत असूनही मृत्यू टाळण्यासाठी वेशांतर करीत करीत जपानी फौजांच्या विरुद्ध सुरूंग उडवून विठू दोस्त राष्ट्रांच्या हाती पडावे म्हणून ब्रह्मदेशातून सागरामध्ये उडी मारतो. या घटनेवर ही कादंबरी संपलेली आहे. विठूच्या इच्छेप्रमाणे त्याचा मृत्यू टळून दोस्त राष्ट्रांमार्फत तो परत आपल्या कुटुंबियांना भेटू शकला का याचेही उत्तर देण्याची मर्ढेकरांना आवश्यकता वाटली नाही. कारण मानवी जीवनाला पूर्णता नसते! जीवनातील सुख, उपयोग यांनी वेढलेले व्यथावेदनांचे अटळ संदर्भ, मर्ढेकरांच्या लेखनामध्ये स्थायी स्वरूपात असे येत राहतात.

या कादंबरीत माणसांच्या मृत्यूंची संख्या न मोजता येण्यासारखी आहे. तुक्याची आई, विठूची बहीण, रामजी पाटील, शंकर भटजी यासारख्यांचा मृत्यू प्लेगमुळे झालेला आहे.

आपण हे सहजपणे समजावून घेऊ, पण धरणविरोधी सत्याग्रहप्रकरणी एक माणूस मरतो. सत्याच्या आग्रहासाठी माणसाचा बळी जावा यातील अंतर्विरोध समजून घेण्याची गरज आहे. दुसऱ्या महायुद्धाच्या आंतरराष्ट्रीय घडामोडीमध्ये, एका निरपराध ब्रह्मी तरुणीवर जपानी सैनिक बलात्कार करू लागतो, त्यात तिचा अपराध कोणता? ती तरुणी, वृद्धा असती किंवा जपानी असती तर तिच्यावर हा प्रसंग ओढवला असता का? ब्रह्मी असणे किंवा तरुण असणे हा तिचा अपराध होऊ शकत नाही, हे सत्यच आहे. पण दुसऱ्या महायुद्धाचे परिणाम संपूर्ण जगाला त्रस्त करीत असताना, जपानी सैनिकाने कामविव्हळ होणे आणि बलात्कार करणे ही, त्याच्या अंगभूत प्रकृतीची कुरूप वास्तवता आहे. न्यायनीतीच्या सांस्कृतिक मूल्यांवर बलात्कार होत असताना, एका माणसाची ही विकृती समर्थनीय नसली तरी जागतिकतेच्या संदर्भामध्ये नगण्य ठरावी (?). पहिल्या महायुद्धामध्ये तुकाराम सैनिक म्हणून सहभागी होता. त्याचा पाय त्यात गमावला गेला आणि आयुष्यभर वेदनेची सोबत त्याला अटळ ठरली. पराक्रमाचे पोवाडे गाणाऱ्या शाहिरांचे अंधत्व, सैन्यात भरती होऊन पराक्रम गाजवल्यानंतरचे तुकारामाचे अपंगत्व

आणि 'सू' या सुंदर तरुणीचे ब्रह्मी राष्ट्रीयत्व, हे सर्वच संदर्भ शोकात्म जीवनाचे विदारक दर्शन घडविणारे आहेत. बलात्कारातून वाचविलेल्या विठूला, ती ब्रह्मी तरुणी शेवटच्या रात्री शरीर समर्पण करते. इथे जात, राष्ट्र, संस्कृती हे संपूर्ण भेद वजा होतात. तरीही त्या दोघांची इच्छा असूनही, ते एकत्र नांदू शकत नाहीत. म्हणून विरहाच्या अग्नीमध्ये ते दोघेही तडफडत राहतात. त्यांच्या प्रेमाचे प्रत्यक्ष सहवासातील सातत्य विठूला जपानच्या काळकोठडीत पाठवू शकले असते. राष्ट्राराष्ट्रांतील हे संघर्ष, व्यक्तिजीवनातील नाजूक स्वप्नांचे, भावनांचे का बळी घेतात? भगतपूरच्या शिद्यांची येसू विठूला हवी असते. विठूच्या घरूनही या लग्नाला मान्यता असते. पण आधुनिक विकासयोजना, सरकारची ध्येयधोरणे व दुसऱ्या महायुद्धाचा जागतिक परिणाम, यांच्या राजकीय, सामाजिक व आर्थिक परिणामातून कोट्यवधी लोकांचे जीवन विस्फोटून गेले. पाण्याखाली भगतपूरचे अस्तित्वच संपून जाणे, ही घटनाच विठूच्या दृष्टिकोनातून धक्कादायक आहे. याच पाण्याच्या शक्तिसामर्थ्याची तुलना पहिल्या व दुसऱ्या महायुद्धासारख्या आंतरराष्ट्रीय पातळीवर भीषण प्रक्रियेशी करता येते. कादंबरीच्या शीर्षकाची सार्थकता इथे पटू लागते.

मुंबईच्या कारखान्यात नोकरी करताना विठूच्या कानावर एक अर्थपूर्ण संवाद पडलेला आहे. त्या व्यक्तींची नावे देण्याचा खटाटोप मर्ढेकरांनी केलेला नाही. पत्नीच्या मृत्यूनंतर प्रत्येक शनिवारी, रविवारी ठराविक वेळी वेश्येकडे जाणाऱ्या त्या माणसाचे समाधान, संवादातून विठूला ऐकायला मिळते. त्या ठराविक वेळी ती वेश्या इतर गिऱ्हाईकांना न स्वीकारता खास या माणसासाठीच तेवढा वेळ व्रतस्थ राहते. आयुष्यभराच्या एकनिष्ठेची शपथ घेणारी पत्नी नियतीच्या आघाताने पतीला अर्ध्यावर सोडून, कायमची निघून जाते. अशा अवस्थेत शरीराचा बाजार मांडणाऱ्या वेश्येने निष्ठापूर्वक वेळ राखून सेवा करणे, याचेही मोल महत्त्वपूर्ण असल्याचे मर्ढेकर सांगू पाहतात. सामाजिक विकृती म्हणून दूर सारलेली वेश्या आणि नियतिवाद यांच्या आंतरविरोधामध्ये निष्ठा, शरीर, मानसिक सुख इ. अंगांचा नवा विचार मर्ढेकरांनी मांडलेला आहे. इथे संस्कृती, प्रकृती, विकृती यांच्यासंबंधाने फ्रॉईडच्या लैंगिकतेचा सिद्धान्त, मर्ढेकरांच्या लेखनात प्रभाव गाजवताना दिसतो. या प्रसंगाच्या पार्श्वभूमीवर, मुंबईमध्ये येसू विठूला भेटते, पण येसूविषयक त्याची प्रेमभावना अपुरी राहाते. तो आपल्या आजोबा आणि वडिलांना भेटण्यासाठी 'विजेच्या गावी' येतो. तेथून पुढे सैन्यभरती! या सर्व धावळपळीमध्ये विठूचे येसूविषयक प्रीतीचे स्पप्न अपुरे राहाते.

या कादंबरीत तीन पिढ्या आणल्या असून दुसऱ्या महायुद्धातील नाझीवादाचा प्रभाव इथे अप्रत्यक्ष रीत्या जाणवतो. 'रात्रीचा दिवस' मधील संज्ञाप्रवाही चित्रणाचा

प्रयोग या कादंबरीतही मर्ढेकरांनी किमान दोन-तीन वेळा केला आहे. तेव्हा 'रात्रीचा दिवस' आणि 'तांबडी माती' या दोन्ही कादंबऱ्यांतील प्रयोगसूत्रे 'पाणी' मध्ये मर्ढेकरांनी हाताळली आहेत. त्याशिवाय विविध व्यक्तिरेखा, विविध प्रश्न, विविध स्तरांवरचे संघर्ष, प्रेम आणि युद्ध, श्रद्धा आणि विकास, प्राचीनता आणि आधुनिकता, तारुण्य आणि वार्धक्य, त्याग आणि भोग, प्रेम आणि मृत्यू अशी नाट्यपूर्ण द्वंद्वात्मकता या कादंबरीत रेखाटली आहे. ग्रामीणता, शहरीपण, राष्ट्रीयत्व-आंतरराष्ट्रीयत्व या संदर्भातील वास्तवतासुद्धा मर्ढेकरांनी अर्थपूर्णरीत्या हाताळली आहे.

प्रयोग म्हणून 'पाणी' कादंबरीचे सामर्थ्य निर्विवाद मोठे आहे. मराठी कादंबरी वाङ्मयाची कोंडी फोडण्यामध्ये मर्ढेकरांच्या इतर कादंबऱ्यांप्रमाणे या कादंबरीचा मोठा वाटा आहे. परंतु प्रयोग म्हणून समर्थ असलेली ही कादंबरी कलात्मक मात्र होऊ शकली नाही. कारण मानवी जीवनाचे आकलन मर्ढेकरांनी सूक्ष्मरीत्या करून सुद्धा त्या सर्व आशयसूत्रांची कलात्मक गुंफण त्यांना साधलेली नाही. तसेच व्यक्तिरेखाटनातील निर्जीवपणा आणि खोटे रंग, कथेतील अस्वाभाविकता, प्रश्न व व्यक्तिरेखा यांचे जैवसंबंध स्थापन करण्यात आलेले अपयश, यांमुळे ही कादंबरी कलात्मक होऊ शकली नाही. जन्म, मृत्यू, वात्सल्य, शृंगार, प्रेम, संभोग, विरह, पारंपरिकता, अत्याधुनिकता, नवी तंत्रात्मकता, शहर-खेडी, आजोबा, नातू, पत्नी, प्रेयसी, वेश्या, राष्ट्र, बलात्कार, खून, वेशांतर, अज्ञातवास, स्वप्न, स्वप्नभंग, हे आणि असे शेकडो संदर्भ या कादंबरीत स्वतंत्रपणे लक्षवेधक ठरतात. पण या सर्वांचा एकात्म कलात्मक अनुभव ही कादंबरी देत नाही. म्हणून मराठी कादंबरीच्या परंपरेतील कोंडी फोडण्याचा हा प्रयत्न महत्त्वाचा असला तरी, कलात्मक अनुभूतीच्या संदर्भात त्यांचे स्थान मध्यम दर्जाचेच राहिले आहे.

-*—*—*-

.३.

स्त्री-पुरुष संबंधांच्या अंतस्थ कळा शोधणारी वैदर्भी कादंबरी – 'यलाई'

घटनाप्रधान कादंबरी वाङ्‌मयाची परंपरा मराठीत समृद्ध आहे. परंतु घटनांना फाटा देऊन केवळ भावविश्वावर पेललेली कादंबरी लिहिणे कोणत्याही लेखकाला अत्यंत कठिण जावे!

पुष्पराज गावंडे या युवा कादंबरीकाराने रुळलेली वाट सोडून नव्या दिशेने त्यांची 'यलाई' कादंबरी सिद्ध केली आहे. घटनांची अपरिहार्यता आणि स्वाभाविकता जीवनात मान्य करूनसुद्धा, मनाच्या पातळीवरील विचार आणि भावनांच्या व्यामिश्र कोलाहलात एखादी कलाकृती अधोरेखित करणे, हे खरे म्हणजे प्रतिभेला आव्हानच ठरते. पण हे आव्हान या नव्या कादंबरीत पेलले गेलेय. प्रत्यक्ष मानवी जीवनात घटना-कृती, परंपरा यांना महत्त्व असले तरी शेवटी हा स्थूल आलेखच असणार! खरे जीवन, जाणिवेतूनच आकार घेते. याच जाणीव-नेणीव विश्वाला कवेत घेण्याचा कलात्मक प्रयोग 'यलाई'त लेखकाने केला आहे.

रूढार्थाने या कादंबरीत नायक आहे, तसेच तीन नायिका आहेत. कादंबरी वाङ्‌मयातील पारंपरिकता इथे दिसत असली तरी या कादंबरीचे कथानक नायक-नायिका अशा सूत्रातून आविष्कृत होत नाही. कथासूत्र आहे पण कथानक नाही, कारण कादंबरीला निश्चित असा शेवट नाही. 'यलाई' नदीचा प्रवाह सतत वाहणारा आहे. दत्तात्रयच्या जीवनाचे प्रवाहीपण 'यलाई' शी संवादी असून शेवटी एकात्मही झाले आहे. 'यलाई' नदीशी एकरूप झालेला दत्तात्रय अथांग पाण्याच्या वाहत्या धारेशी जीवन-जाणिवांची वीण गुंफून नेणिव प्रगट करीत, आयुष्याची वाटचाल करतो.

व्यक्तिच्या सुप्त मनातील गुंता, शब्दांच्या चिमटीत अभिव्यक्त करणे ही साधी बाब नव्हेच! पण पुष्पराज गावंडे यांनी दत्तात्रयच्या मनातील तळ जाणिवा,

नेणिवेचे संदर्भ शोधून कादंबरीभर अभिव्यक्त केल्यात. अगदी वरपांगी पाहताना या कादंबरीचा नायक दत्तात्रय पाटील असल्याचे वाटते. सैरंध्री, अपूर्वा आणि गायत्री या तीन नायिका असल्याचेही कुणी म्हणू शकेल. पण नायक-नायिका, कथानक, घटनांची मालिका इत्यादी संपूर्ण पारंपरिकता बाजूला सारून, ही कादंबरी कलाकृती म्हणून अभिव्यक्त होताना दिसते. म्हणायचेच असेल तर 'यलाई' हीच नायिकाही आहे आणि नायकसुद्धा! नदीच्या वाहतेपणाला कथानक कोणते रहाणार? तेच कादंबरीबाबत घडलेय!

लेखकाने ही भूमिका जाणीवपूर्वकच घेतली आहे. कारण मानवी जीवनाचे आकलन साचेबंद न करता, जाणीव-नेणिवेच्या पातळीवरील चिंतनाचे आविष्करण अस्सलपणे होणे, हेच महत्त्वाचे ठरते.

'यलाई' दत्तात्रयसह सर्वच जन्मलेल्या व जन्माला येणाऱ्या प्रत्येक जीवमात्राचे प्रतीक ठरावे!' 'पाणी हेच जीवन' हे केवळ सुभाषित नसून सार्वत्रिक सत्य व वास्तवही आहे. या वास्तवाची एक धारा, दत्तात्रयाच्या जीवन चिंतनातून प्रगट होते. शिवाय 'यलाई' सुद्धा विश्वातील सर्व प्रवाही पाण्यांच्या असंख्य नद्यांचे प्रतिनिधित्व करणारी एक नदी! अर्थातच नद्यांच्या काठाकाठावर युगानुयुगे वस्ती करून, एकात्म होऊन जीवन जगणाऱ्या संपूर्ण विश्वमानवांच्या जीवन इतिहासाचा एकविसाव्या शतकातील एक प्रादेशिक अनुबंध म्हणजे 'यलाई-दत्तात्रय' यांची एकात्म जीवन कहाणी!

'यलाई' चा भूगोल विदर्भाच्या नकाशात अधोरेखित होत असला तरी, या नदीचे 'नदीपण' पाण्याच्या मूल्य संदर्भानी विश्वाच्या मानवी इतिहासाचे भान पेरून जाते. मानवी जीवनाचे व्यापकत्व पाण्याच्या भव्य- दिव्यतेशी जोडूनच पहावे लागते. 'यलाई' ही म्हणूनच केवळ लेखकाच्या किंवा दत्तात्रयच्या गावची एक नदी म्हणून अनुभवता येत नाही. 'यलाई'ची मुळं आणि तिचे अस्तित्व, संदर्भ, विश्वसंस्कृतीच्या इतिहासाबरोबरच निसर्गाच्या असंख्य घटकांशीही भिडून जातात. दत्तात्रय या ठिकाणी केवळ एका प्रदेशाचा उरत नसतो. माणसा-माणसाच्या आणि निसर्ग - माणसाच्या, नैसर्गिक आणि सांस्कृतिक नातेसंबंधाचा एक गुंता, दत्तात्रयाच्या मानस पटलावर अभिव्यक्त होतो. हजारो वर्षांची संस्कृती आणि इतिहास पेलून मानवी संबंधाचा अर्थशोध घेणाऱ्या प्रवाहात, दत्तात्रय उभा राहतो.

'यलाई' हाच दत्तात्रयच्या जीवनाचा मुख्य प्रवाह व केंद्र आहे. 'यलाई' शी सतत संवाद, आणि तिच्याशी एकरूप होण्याचा सतत ध्यास, या संदर्भातील

चिंतनाचे अटळ अभिव्यक्तिकरण म्हणजे ही कादंबरी! म्हणूनच घटनांच्या घडण्याला इथे महत्त्व नाही. जाणीव-नेणिवेतील संवाद - संघर्ष हाच या कलाकृतीचा मुख्य गाभा आहे. ही कलात्मक नवता श्री. पुष्पराज गावंडे यांच्या अस्सल प्रतिभेने सहज आकळली, आणि मराठी कादंबरीला एक नवी वाट 'यलाई' च्या रूपाने गवसली!

'यलाई'त लौकिक अर्थाने दत्तात्रयची जीवनकथा, सैरन्ध्री, गायत्री, अपूर्वा या तीन स्त्रीरूपांनी प्रभावित आहे. अर्थात हा प्रभाव केवळ प्रेम - भावनेचा आहे! यापैकी कुणाचेही प्रेम प्रणयापर्यंत किंवा लग्न या सांस्कृतिक घटनेपर्यंत भिडत नाही. आयुष्यात तीन मुली प्रेम संकल्पनेने जोडल्या जाऊनही लग्न मात्र कुणाशीही होत नाही. सैरन्ध्रीचा एकूण प्रभाव अधिक जाणवत असला तरी तिच्या प्रेमालाही दतात्रय प्रतिसाद देऊ शकलेला नाही. प्रेमजाणिवेचा उदय होतो, गुंतवणूकही होते. डॉक्टर झालेली सैरन्ध्री लग्नाचा आग्रह करते. गायत्रीही लग्नाचा आग्रह करते. पण कुणाच्याही प्रेमाचा स्वीकार आणि लग्न या बिंदूपर्यंत दत्तात्रय येऊ शकत नाही. तो प्रचंड सोशिक आहे. भिडस्त आहे. हाडामासाचा तरुण म्हणून त्याच्या मनाच्या कोपऱ्यात प्रेमाची संवेदना जरूर आहे. त्याचं हे 'माणूस' पण लेखकाने जरूर अभिव्यक्त केलेय. गायत्री दत्तात्रयच्या रूममधील कपडे, भांडी या सर्वांची नीट मांडामांड करते. त्याच्या सायकलच्या सीटवर फुले ठेवणारी ही शाळकरी मुलगी, प्रेमाच्या ताणाचा दुसरा आविष्कार आहे. आणि तिसऱ्या टप्प्यावर दत्तात्रयच्या जीवनात अपूर्वा येते. अर्थात दत्तात्रय नेमका कुणाचा? या प्रश्नाचे उत्तर देणे वाचकांना कठीण जावे, असा गुंता लेखकाने जाणीवपूर्वक करून ठेवलाय. सैरन्ध्री, गायत्री आणि अपूर्वा या तीन नायिका दत्तात्रयाच्या जीवनकथेत अवतरतात. पण तरीही नैतिकतेचा प्रश्न इथे भेडसावत नाही. स्त्री पुरुष संबंधाचे सनातन सत्य, 'चुंबन ते मीलन' ही संपूर्ण मालिका वजा करून, केवळ मानसिक पातळीवर, कधी जाणिवेच्या तर कधी नेणिवेच्या संदर्भांनी अभिव्यक्त करण्याचे कौशल्य, या कादंबरीत प्रगट झालेय. अर्थातच हे कलात्मक शिवधनुष्य पेलण्याचे धाडस पुष्पराज गावंडे शिवाय कुणी सहसा केलेले नाही. दत्तात्रयमधील तारुण्यसुलभ पुरुषपण, तीन तीन तरुण मुलींच्या सहवासात फुलवताना इतर नव्या - जुन्या लेखकांनी शेकडो प्रणयकथा पाडल्या असत्या! काही चुंबनाच्या अपवादात या कादंबरीतील तरुण व्यक्तिरेखा, प्रेम असून आणि करूनही अडकत नाहीत. वासनांचे शारीरिक वास्तव, शब्दात पकडण्याचे भान लेखक विसरला, की ती भूमिकाच अमान्य आहे? प्रेमाचा तरल भावनात्मक गोफ गुंफण्याचे नक्षीकाम या कादंबरीत कलात्मकरीत्या अभिव्यक्त झालेय.

प्रेम प्रभावी असल्यानेच सैरन्ध्री संशय घेते. विविध जीवनजाणिवांच्या ताण-तणावांनी दत्तात्रय आजारी पडतो आणि दवाखान्यात दाखल होतो. अपूर्वाच्या प्रेमभावनेला अभिव्यक्त करण्यासाठी दवाखान्याएवढी सुलभ व सुयोग्य व्यवस्था दुसरी कोणती असणार? अर्थात हा हिंदी सिनेमा नव्हेच! शिवाय प्रेमभावनेचा उदय किंवा अभिव्यक्तीसाठी दवाखाना का नको? प्रेम आणि स्थळ योजना यांचा काही नियम असण्याचे कारणच काय?

मानवी जीवनातील तारुण्य आणि स्त्री-पुरुष प्रेमसंबंधांचा गुंता, एकास तीन या प्रमाणात प्रकट करण्याचा लेखकाचा प्रयत्न, हा आकलन आणि अवलोकनाची खोली या संदर्भात महत्त्वाचा ठरतो. प्रणय आणि लग्न या दोन्ही स्वाभाविक व संभाव्य घटना टाळून, जेव्हा स्त्री-पुरुष संबंध केवळ अनुबंधात्मक जाणीव-नेणिवेची घुसळण अभिव्यक्त करतात, तेव्हा प्रेम या वास्तवतेची वेगळी मूल्यात्मकता लक्षात येऊ लागते. लग्न, एकास एकच सूत्र सांगते. प्रेम एकास तीनही चालते. निसर्गसत्य आणि सांस्कृतिकसत्य यामधील संघर्ष किती व्यामिश्र आहे? दत्तात्रयची पुरुष मानसिकता व पुरुष-प्रकृती प्रेमाच्या नेणिवेतून सैरन्ध्री, गायत्री, अपूर्वा या तीन स्त्री प्रकृतींशी संवादी राहते. जाणिवेत नसेल पण नेणिवेत एकरूप होते. आणि स्त्रीपुरुष एकरूपता म्हणजेच सांस्कृतिक मान्यतेचे एक सत्य अर्थात लग्न. याचा दुसरा पर्यायी अर्थ असा की, निदान नेणिवेच्या पातळीवर तरी दत्तात्रय या तरुणाचे त्या त्या क्षणाला सैरन्ध्री, गायत्री व अपूर्वा यांच्याशी 'लग्न' झालेय! त्याला समाजमान्यता नाही. पण मनाच्या तळातील तिसऱ्या खोल भागातील नेणिवेने, या विवाहसोहळ्याचे पौरोहित्य केलेय! दत्तात्रय हा सर्व पुरुष-प्रकृतीचा प्रतिनिधी मानला तर, एका पुरुषाच्या मानसप्रक्रियेतील अंतरंगात किती लग्न सोहळे संपन्न होत असतील? हा प्रश्न मानसशास्त्रीय शोध प्रक्रियेतून सिद्ध झालेल्या सत्याच्या प्रकाशात विचारणे आवश्यक असल्याचे या कादंबरीचे म्हणणे आहे. निदान सुजाण वाचकाला तसे जाणवते.

अर्थात प्रेम हाच या कादंबरीचा आत्मा आहे असे म्हणण्याचे धाडस कोणताही समीक्षक करणार नाही. घरमालकीण मावशी, ध्रुवची आई, दत्ताची आई, काळी आई या सर्व आईरूपांसह यलाईचे आईपण या कादंबरीचे खास व विशेष प्रभावक्षेत्र आहे.

घरमालकिणीचे रूपांतरण वात्सल्य सिद्ध करणाऱ्या मावशीत होऊन, भाडेकरूला मुलगा मानण्यापर्यंतचा प्रवास, या कादंबरीत प्रत्ययकारी झालाय. ध्रुवच्या आईला दत्तात्रय जावई म्हणून नको आहे. ध्रुवचा मित्र मुलासारखा म्हणून

तिचे स्त्रीत्त्व मर्यादित मातृत्व अभिव्यक्त करते. पण सैरन्ध्रीच्या अभ्यासासाठी-करीयरसाठी दत्तात्रयचा वापर करण्याइतपत ध्रुवची आई स्वार्थी आई म्हणून लक्षात येते.

ध्रुवच्या आईच्या तुलनेत, दत्तात्रय स्वत:च्या आईचे सर्व संदर्भीय व्यक्तित्त्व आठवत राहतो. श्रमिक जीवनाचे संदर्भ आणि परिणाम पचवणाऱ्या मातृत्वाचा वेध घेणारे सोशिक पण प्रगल्भ मन, अनेक चिंतनाची आवर्तने घेऊन दत्तात्रयच्या जीवनाचे दर्शन घडवते. आईच्या नाळेचे मूल्य आणि श्रमिक कुळाचे नातेही अधोरेखित करते.

देवयानीचे गरज म्हणून दत्तात्रयकडे पाहणे, भाऊ या नात्यातील खोट दर्शविते. पण तरीही तिच्या स्त्रीत्त्वाचा हा स्वाभाविक आविष्कार बहिणीच्या सांस्कृतिक नात्याला अर्थपूर्णता देतो.

नोकरीसाठी आई-वडिलांना दत्तात्रयच्या वारशाची जमीन विकावी लागते. आधुनिक नोकरीच्या बदल्यात पारंपरिक काळ्या आईची विक्री! ही दत्तात्रयच्या जीवनाची सुरक्षितता की उद्ध्वस्तता? कोटी-कोटी बेकारांच्या तांड्यातून मुक्तता मिळवून नोकरीचा आनंद लुटावा, की परंपरागत काळी जमीन -काळी माय विक्री केल्याच्या पापाचे दु:ख मानावे? मानवी जीवनात निखळ आनंद -शुद्ध सुख नसावेच का? नाहीतरी धकाधकीच्या जीवन संघर्षात नोकरीची पाणपोई हा केवढा दिलासा ! मग नोकरी मिळाल्याचा आनंद दत्तात्रय का उपभोगू शकत नाही? शहरी संस्कृतीत वाढलेला नायक, निर्जीव काळ्या मातीशी एवढा घट्ट जखडून का राहातो? आई-वडिलांच्या घामाचे थेंब ज्या मातीच्या कणांनी पिऊन पिढ्यान् पिढ्या दत्तात्रयसह संपूर्ण घराला अन्न देऊन जगवले, त्या काळ्या आईला लिलावात विकण्याची सक्ती नियतीने, परिस्थितीने का करावी? अशा असंख्य ताणतणावांनी दत्तात्रय हैराण आहे. व्याकूळ आहे. उदास आहे. तीन छोकऱ्या आणि नोकरी उपलब्ध असूनही, हा २१ व्या शतकातील ग्रामीण मातीचा कैवारी नायक, शहरी संस्कृतीचे वैभव पचवूनही निराश–उदास आहे. त्याच्या आयुष्यातील तीन प्रेमिकांचा गुंता, 'यलाई'च्या पात्रातील तीन भोवऱ्यांशी साधर्म्य सांगून न उलगडता तसाच उरतो. शहरातील मावशी, देवयानी, ध्रुवची आई, तीन प्रेमिका या सर्व स्त्रीव्यक्तिरेखात रमलेला दत्तात्रय, आपल्या आई-वडिलांवर अन्याय केल्याची खंत बाळगून आहे. काळीमाय आणि 'यलाई' वरही अन्याय केल्याची वेदना त्याच्या मनाला व्यापून आहे. ध्रुवसारख्या नि:स्वार्थी मित्राची शुद्ध मैत्रीही आपणास निभवता आली नसल्याची व्यथा, या कादंबरीत प्रभावी ठरली आहे. दत्तात्रय असा सर्व मानवी नात्यातील

ताणतणावांनी पराभूत होऊन व्यथित होतो. निसर्ग आणि माणूस यांच्या अनुबंधाचा अर्थ शोधताना 'यलाई' मय झालेला दतात्रय, सर्वच संचित उद्ध्वस्त झाल्याची अनुभूती व्यक्त करतो.

संस्कृती, नातेसंबंध, शिक्षण, नोकरी, भौतिकता, नैतिकता, प्रेम, वात्सल्य, भाऊ, बहीण, मित्र, आई, वडील, मावशी, प्रेयसी, जमीन, खेडे, शहर, आधुनिकता, पारंपरिकता हे आणि इतर सर्व जीवन संदर्भ, संस्कृतीच्या हजारो वर्षांच्या संचितानंतर आणि वैज्ञानिक शोध प्रक्रियेतून जन्मलेल्या आधुनिक युगाच्या उदयानंतरही, मानवी सुखाच्या शाश्वतीचे आश्वासन देण्यासाठीही समर्थ ठरू नयेत? अशा व्यापक वास्तव जाणिवेपर्यंत या कादंबरीतील जीवनचिंतन आणि कलामूल्याचे संदर्भ वाचकाला आणून सोडतात. आणि तरीही जीवनाचे प्रवाहीपण, द्वंद्वात्मकतेच्या सर्व संदर्भिय अनुभूतींना सामावून घेत अटळपणे शिल्लक राहणे, हे स्वाभाविकही आहे- सक्तीचेही आहे. 'यलाई' या वास्तवतेचे प्रतीक आहे.

-*-*-*-

.४.

माझं गाव कुठाय? : मूल्यगर्भ चिंतनाची बौद्ध प्रभावातील कादंबरी!

डॉ. योगेंद्र मेश्राम यांची 'माझं गाव कुठाय?' ही कादंबरी चिंतनात्मक कलाकृती म्हणून लक्षणीय ठरली आहे. दलित आणि सवर्ण यांच्यामधील संघर्षाचा एक व्यापक व व्यामिश्र जीवनपट इथे उलगडत गेला आहे. विदर्भाच्या परिसरातील 'आमगाव' मधे घडलेल्या घटना-प्रसंगांच्या मालिकेतून ही कादंबरी आकार घेते. कादंबरीचा आवाका, कथानक, चिंतन-सूत्रे, व्यक्तिरेखांची विपुलता, घटना-प्रसंगांची गर्दी वगैरे लक्षात घेता बराच मोठा आहे. दलित आणि सवर्णांच्या किमान दोन पिढ्यांचा संघर्ष इथे साकार झालाय. जातीय संघर्षाचे वास्तव चित्रण हे या कादंबरीचे विशेष आकर्षण ठरावे. शिवाय चेतव आणि स्नेहा, मास्तर आणि दलित समाज, यांच्या वैचारिक व आत्मीय संबंधातून टोकाच्या प्रवाहातील संवादी लयही येथे आकारते. दलित बापू कांबळेपासून सवर्ण रक्माला झालेली दोन मुले, मानसिक दृष्ट्या सवर्णांकडे झुकतात. त्यामुळे दलित-सवर्ण संघर्षाला एक वेगळे परिमाण मिळत राहते. मानसिकता आणि रक्ताचे संस्कार यांच्यातील गुंता, हा या विशिष्ट अशा उपकथेने वाढत गेलेला आहे.

या कादंबरीत असंख्य व्यक्तिरेखा ठसा उमटवून जातात. महाकाव्यातील विपुल व्यक्तिरेखांची आठवण या कादंबरीत होते. प्रवृत्तीच्या अंगानेही अनेक व्यक्तिनमुने इथे हजेरी लावतात. पराक्रमी, ध्येयवादी, सात्त्विक, विचारी, चिंतनशील, दुष्ट, बलात्कारी जातीयवादी, समतावादी, बेरकी, दुःखी, हादरलेली, सामान्य, अतिसामान्य, खुनशी, प्रेमळ अशा अनेक प्रवृत्तिछटांची-तोंडावळ्यांची मानवसृष्टी या कादंबरीत त्यांच्या स्वभावगुणांसह, रंगांसह भेटते. मानवी जीवनाचे आकलन, अवलोकन करण्याचे व त्यातून जिवंत व्यक्तिरेखा जीवनप्रवाहाच्या धारेत उभ्या करण्याचे लेखकाचे सामर्थ्य निश्चितच गौरवास्पद आहे. चेतव-स्नेहा यांचा जन्मसंदर्भ विषम जातिव्यवस्थेतील कनिष्ठ व उच्च जातींचा असूनही त्यांचा प्रेमसंबंध कादंबरीच्या

कथानकात प्रमुख असा अंत:स्थ प्रवाह म्हणूनच पायाभूत ठरला आहे. चेतवच्या ध्येयवादित्वामध्ये मात्र समाजक्रांती, बौद्ध धम्म, दलित-उपेक्षितांची जागृती आणि उन्नती या नोंदी महत्त्वपूर्ण असल्या तरीही, त्याचा एकूण जीवनप्रवास लक्षात घेता त्याच्या आयुष्याचे मुख्य अधिष्ठान स्नेहाच असल्याचे जाणवते. अर्थात चेतवच्या मनाचा आणि जीवनाचा शोध घेऊनच हा निष्कर्ष नोंदवता येतो.

स्नेहाच्या आयुष्याचे केंद्रच उघडपणे चेतव आहे. वैचारिक पातळीवर जातिव्यवस्थेचे घातकपण पटल्यामुळे, पचल्यामुळे स्नेहा चेतवमय झाली, की ती 'चेतवमय' झाल्यामुळे तिच्यात दलितांच्या कैवाराची जाणीव जागृत झाली? स्नेहा 'चेतवमय' झाल्याचेच ही कादंबरी सांगते. या प्रेमात संयम, प्रगल्भता, वैचारिकता, समर्पितता असून, या समाजक्रांतीच्या व्यापक मूल्यमापनाशी हे प्रेममूल्य जोडले गेलेय. त्यामुळे या प्रेमाचा आविष्कार चुंबन-आलिंगनासारखा पांचट आणि चावट रूपात लेखकाने घडू दिला नाही. किंबहुना ध्येयवादाने पछाडलेला चेतव, स्नेहाच्या सुप्त-प्रगट प्रेमाला स्पष्टपणे, जाणीवपूर्वक, पूर्णत: प्रतिसाद देतोय, अशी नोंदही करण्याची सोय या कादंबरीने करून दिलेली नाही. परंतु स्नेहाच्या सहवासात सतत राहण्याचा पराक्रम हा नायक करतो. तेव्हा स्नेहाच्या प्रेमभावना चेतवला कळल्याच नाहीत किंवा त्या त्याला मंजूरच नाहीत असेही म्हणता येत नाही.

बौद्ध भिक्षू आणि स्नेहा या दोन्ही केंद्रांचे सुप्त व मानसिक आकर्षण चेतवच्या व्यक्तिमत्त्वात भरून उरलेय. बुद्ध तत्त्वज्ञान व परंपरा, भौतिकवाद आणि बौद्ध भिक्षूचा सन्यस्त धर्म, यांच्या प्रभावात तो शेवटपर्यंत कायम उभा आहे. दोन्ही केंद्रांशी त्याची जवळीक आणि संवाद आहे. पण या दोन्ही टोकांपैकी एक टोक सोडणे व दुसरे स्वीकारणे अपरिहार्य असूनही, या कादंबरीत चेतवचा निर्णयच होऊ शकत नाही. चेतवचा निर्णय लेखकाच्या हाती होता. डॉ. योगेंद्र मेश्राम यांनाच हा निर्णय होऊ द्यायचा नव्हता काय? चेतवचा संभ्रम मुळातून लेखकाच्याच संभ्रमाचे प्रतिनिधित्व करतो काय?

लेखकाची मानसिकताच कलाकृतीमधील चिंतन, व्यक्तिरेखा आणि जीवनमूल्यांना आकार देत असते. उच्चवर्णीय सुंदर स्नेहाचे स्वाभाविक आकर्षण चेतवच्या मनात पेरताना, बुद्धाची आंतरिक ओढही या नायकाच्या मनावर संस्कारित झालेली आहे. लेखकाच्या मानसिकतेचा हा स्वाभाविक व्यापार, 'चेतव' ची दुभंग व्यक्तिरेखा उभी करण्यासाठी कारणीभूत ठरला. कारण चेतव बौद्ध भिक्षूही बनला नाही व त्याच्यातल्या सुप्त प्रियकराचे रूपांतर पतीमध्ये होऊन त्याने स्नेहालाही न्याय दिला नाही. स्नेहा तर पूर्णत: चेतवच्या प्रभावाखाली राहिली.

तेव्हा त्यांचा आंतरजातीय विवाह हा चेतवच्या तात्त्विक चिंतनशील समतेला न्याय देऊन आदर्श मानवी समाजाचे एक ज्वलंत उदाहरण ठरला असता. समाजाला हा आंतरजातीय विवाह पचला असता काय? पचणे शक्यच नव्हते. म्हणून तो विचारच अधांतरी ठेवण्याचे कारण नव्हते! शिवाय समाजातील व कादंबरीतील वास्तवता लक्षात घेता, असे आंतरजातीय विवाह होत असल्याचे दिसते. चेतव-स्नेहाच्या प्रेम कथेतील निष्क्रीयता कादंबरीत न दाखविल्याने, 'चेतव'ची व्यक्तिरेखा संभ्रमात बुडाल्याचेच जाणवते. समाजकार्य करताना विवाह ही एक बाधा आहे, असा समज चेतवने करून घेतला आहे काय? स्नेहाच्या प्रेमात सतत ओसंडून घेणाऱ्या चेतवचा कब्जा, बौद्ध भिक्षू, बौद्ध चिंतन यांनी अनेक वेळा घेतल्याचे दिसते. त्यामुळे आंतरजातीय प्रेमप्रकरण सबंध कादंबरीभर खेळवत ठेवूनही त्याची पूर्तता मात्र होत नाही. कादंबरीच्या शेवटानंतर चेतव-स्नेहा यांच्या विवाहाच्या साफल्याची शक्यता मात्र अबाधित आहे. कारण कथानक संपेपर्यंत कोणतीच अडचण त्यांच्या प्रेमात गंभीरपणे आलेली नाही. किंबहुना त्यांनी सर्व अडचणीवर मात करून परस्परांच्या सहवासयुक्त प्रेमाचा संयमित आस्वाद घेतला आहे. तेव्हा प्रेम चालू असताना लग्न पुढे केव्हाही शक्य व्हावे.

या तत्त्वचिंतनप्रधान कादंबरीला प्रेमकथेच्या प्रवाहाने वेगळे परिमाण दिले. कथानकाला स्वतंत्र ताण दिलाय. दलित समूह आणि सवर्ण समूह, ह्या दोन शत्रूपक्षांतील असंख्य छोट्या मोठ्या व्यक्तिरेखांनी आपला जिवंत ठसा या कादंबरीत उमटवला आहे.

लग्नाच्या स्वप्नांनी बेभान झालेली गजरा, बलात्कार, आत्महत्येच्या प्रयत्नाचा प्रवास पचवून वाह्यासेराची समर्थ सहचारिणी बनते आणि जिद्दीने संघर्षासाठी उभी राहते. वर्णीय अहंकाराने पेटलेल्या माधोराव पाटलाच्या कंपूशी पतीच्या मृत्यूनंतरही संघर्ष पुकारते. या कादंबरीची खरीखुरी नायिका ही स्नेहा नव्हेच! गजरा हीच नायिका होय. कारण स्नेहाच्या आयुष्याचा संपूर्ण अर्थ चेतवच्या प्रेमात साठवल्याने तेवढाच 'उद्योग' तिने निष्ठेने केलाय. स्नेहा प्रणयिनी (संयमित) आहे. ती कथेची नायिका, तर गजरा क्रांतीची नायिका आहे. गजरा जे भोगते ते स्नेहाच्या वाट्याला अंशतःही आलेले नाही.

गरिबी, महार जात आणि बलात्काराचे संदर्भ पचवून गजरा स्वतःच्या स्वप्नांना मूठमाती देते. नदीत उडी घेऊन आत्महत्या स्वीकारते. गजरा गजराच्या नजरेत संपलीय. वाह्यासेराने तिला वाचवले आणि पत्नी म्हणून न्याय देऊन तिच्यावर अत्याचार केलेल्या राक्षसांविरुद्ध तो संघर्षात उतरला. त्यातच तो संपला.

वाह्यासेर हा प्रेमवीर आणि क्रांतिवीरही आहे. चार-पाच नराधमांनी बलात्कार केल्यावर, त्या स्त्रीला पत्नी, सखी म्हणून स्वत:च्या आयुष्यात सन्मानाचे स्थान देण्याची परिवर्तनशील जाणीव वाह्यासेर प्रत्यक्ष कृतीत नोंदवितो. तो फारसा किंवा मुळीच शिकलेला नाही. तरीही त्याची स्त्रीविषयक जाणीव प्रगल्भ आहे.

मराठी कादंबरी व दलित कादंबरीविश्वातसुद्धा, बलात्कारी स्त्रीला पत्नीपद देऊन स्त्रीत्वाचा समर्थ सन्मान करणारी घटना, अपवादानेच आढळते. डॉ. मेश्राम यांचा वाह्यासेर पुरुषी वर्चस्व असणाऱ्या भारतीय विषमव्यवस्थेच्या संस्कारात वाढला असूनही, गजराला स्वीकारण्याची त्याची कृती, समाजपरिवर्तनाचे व्यापक भान सिद्ध करणारी आहे. अज्ञानी समजल्या जाणाऱ्या, लुटारूंचे जीवन जगणाऱ्या वाह्यासेरची व्यक्तिरेखा, इथे उंचीवर जाते. रानटी संदर्भातही माणुसकीचा झरा वाहतो. वाह्यासेर हे कादंबरीच्या कथानकाचे केंद्र बनते. चेतवते. पुरस्कारीलेल्या समाजक्रांतिवादाची प्रत्यक्ष कृती मृत्यूचा सामना करून व स्वत:चे बलिदान देऊन वाह्यासेर सिद्ध करतो. माधोराव पाटलांच्या वर्णीय कारस्थानाला व राजकारणाला गावाच्या रस्त्यारस्त्यावर, वाड्यावाड्यावर प्रत्यक्ष झुंज देणे साधी बाब नव्हे! चेतव फक्त चिंतन करीत राहिला. दलित समाजसेवक माणिकराव दामलेंच्या भेटी घेत राहिला. या भेटी आणि चिंतनासाठी प्रत्यक्ष दलित-सवर्ण संघर्ष पेटलेल्या गावापासून दूर राहिला. २-३ वेळा त्याच्यावरही सवर्णांचे हल्ले झाले. पण त्याच्या प्रतिकारासाठी व आमगाव, आमगावच्या परिसरातील दलित जनतेच्या संरक्षणासाठी प्रत्यक्ष हाणामारीच्या संघर्षात चेतव कधीच उतरल्याची नोंद कादंबरीचे कथानक देत नाही. चेतव भित्रा, पळपुटा, दगाबाज, स्वकीयांशी गद्दारी करणारा वगैरे असा लबाड प्रवृत्तीचा नसेलही, किंबहुना तो तसा नाहीच; पण समाजक्रांतीचे चिंतन करणे, स्नेहाशी चर्चा करणे, यापलीकडे चेतवच्या आयुष्यातील पराक्रमाच्या इतर नोंदी कोणत्या आहेत?

ना. सी. फडक्यांनी भारतीय स्वातंत्र्य, राष्ट्रभक्ती वगैरे मूल्यात्मकता त्यांच्या कादंबऱ्यांतील नायक-नायिकांच्या चावट प्रेमासाठी राबवली. डॉ. मेश्राम यांच्या या कादंबरीत प्रेम चावट नसले तरी समाजक्रांती, प्रबोधनकार्य वगैरे गोष्टी, चेतव व स्नेहाच्या प्रेमप्रकणाच्या पार्श्वभूमीवर राबविले गेल्याचे लक्षात येते.

चेतवचे नायक म्हणून कर्तव्य तपासताना स्नेहाच्या सहवासातील प्रेम अनुभवणे आणि समाजाच्या उपेक्षित घटकांबद्दल मूलभूत चिंतन करणे, एवढाच भाग हाती लागतो. याउलट वाह्यासेराने प्रत्यक्ष जातीय संघर्षात सवर्णांच्या माजलेल्या प्रवृत्तींना ठेचून काढले. स्वत:ची टोळी त्यासाठी जाणीवपूर्वक तयार करून त्याने सावकार व

उन्मत्त समाजकंटकांवर दहशत बसविली. विशेष म्हणजे चेतवच्या ध्येयवादाचा गाभा असलेल्या समतेसाठी, संघर्ष करता करता वाह्यासेर समर्पित होतो. वाह्यासेराचे बलिदान समतेच्या लढ्यात वंदनीय ठरावे म्हणून या कादंबरीचा नायक चेतव नसून वाह्यासेर आहे. मग चेतव कोण? चेतवला ॲण्टीहिरो म्हणता येईल.

कादंबरीकार डॉ. मेश्राम यांनी संपूर्ण कथानकाची रचना करताना मात्र चेतव हाच कादंबरीचा केंद्र बनवलाय. या केंद्राभोवतीच संपूर्ण कथानक फिरवलेय. चेतवचे बालपण, त्याचा बंडखोर बाप, बापू कांबळे, सवर्ण रखमाच्या सावत्र आईचा संदर्भ, सख्ख्या आईचा मृत्यू, बापू कांबळेच्या उमेदीत झालेला सवर्ण-दलित संघर्ष, त्यात झालेला बापूचा मृत्यू, नव्या पिढीपर्यंत अपरिहार्यपणे येऊन पोहोचलेला जुना गावसंघर्ष, या रणधुमाळीचा म्होरक्या म्हणून असलेले चेतवचे स्थान, चेतवच्या बालपणापासून त्याच्यात रमलेली व तारुण्यात एकरूप होऊ इच्छिणारी ब्राह्मणकन्या स्नेहा, विचाराने व कृतीने सुधारणावादी असणारे स्नेहाचे वडील मास्तर, मास्तर आणि गावपाटील, सवर्ण जातीयवाद्यांचा खटका, रावसाहेब ताम्हणे व माणिकराव दामले यांच्यातील निवडणूक, रावसाहेबांच्या पराभवातून चिडलेले, बेभान झालेले त्यांचे प्रमुख समर्थक माधोराव पाटील व माणिकराव दामल्यांचा समर्थक चेतव यांच्यातील पेटलेला लढा, अशा अनेक संदर्भांनी चेतवचे नायकपद लेखकाने अधोरेखित केलेय. पण लेखकाच्या इच्छेप्रमाणे चेतवच्या निष्क्रियतेपेक्षा वाह्यासेरच्या प्रत्यक्ष जीवनसंग्रामातील क्रांतिकारक क्रियाशीलता ही अधिक क्रांतिवादी ठरून परिणामकारक उतरली आहे.

बलात्कारित गजरा : कादंबरीची नायिका

बऱ्याच वेळा कलाकृतीचे नियोजन करताना लेखकाने योजलेले आडाखे तांत्रिक दृष्ट्या संविधानकरचनेत स्पष्टपणे दिसत असले तरी, कलाकृतीच्या अंतिम स्वरूपचा वेध घेताना 'योजना' पराभूत होऊन अनपेक्षित अशी प्रभावी बाजू तीच कलाकृती पुढे आणते. लेखकाच्या नजरेत भले चेतव नायक असेल, पण कलाकृतीच्या परिणामाच्या दृष्टीने पाहाता, चेतववर मात करून, समाजक्रांतीच्या लढ्यात बलिदान स्वीकारणारा वाह्यासेरच नायक दिसतो. वाह्यासेराची संघर्षवादी परंपरा पुढे चालवणारी मर्दानी पत्नी गजरा हीच माधवराव पाटलांचा बदला घेताना चेतवलाही वाचवते-न्याय देते. एवढेच नव्हे, तर ज्या ठिकाणी कादंबरीचे कथानक संपते, त्याच ठिकाणी ही गजरा वाह्यासेराच्या मुलाला जन्म देते. अर्थात संघर्षवादी आईबापाचा ज्वलंत वारसा चालवणारा नवा क्रांतिकारक जन्म घेतो. त्याच्या खांद्यावर आता माधोराव पाटील,

मुकादम इ. सवर्ण जातीयवाद्यांच्या वंशावळीच्या निर्दालनाची जबाबदारी पडली आहे. गजरा एका नव्या क्रांतिकारकाचा पाळणा हलवणार आहे. क्रांतीचे वारस अगोदर पोटात व नंतर प्रत्यक्ष समाजजीवनात वाढविणारी आदर्श माता, गजराच्या ठायी एकवटलीय! स्नेहा आदर्श सखी ठरली, पण आदर्श क्रांतिकारी नायिका म्हणून तिचा विचार करता येत नाही. गजरा मात्र बलात्काराचे दु:ख भोगून, आत्महत्येच्या दिव्यातून पुन्हा उभी राहिलीय. तिने वाह्यासेराची साथ करून लढ्याची ऊर्मी व धग सोसली-पोसली, आणि शेवटी तिने क्रांतीच्या बीजाचे मातृत्वही स्वीकारले, म्हणून गजरा हीच या कादंबरी नायिका आहे.

लेखक विरुद्ध कलाकृती

लेखकाची मानसिकता व योजकता नायक-नायिका म्हणून चेतव व स्नेहा यांना मान्यता देते; पण त्यांची कलाकृती मात्र चेतव आणि स्नेहा यांना ॲण्टी हिरो-हिरोईन ठरवून, आशयमूल्याच्या स्वाभाविक आविष्काराने वाह्यासेर व गजरालाच नायक-नायिकेच्यापदी विराजमान करते. लेखक व कलाकृती यांच्यातील विसंवाद येथे झालाय. येथे लेखकाचा पराभव कलाकृतीने केलाय. या प्रकाराने लेखकाचा अंतिम पराभव सिद्ध होतो असे नव्हेच! कारण लेखकाचे यश हे कादंबरीच्या नायक-नायिकांच्या जागा बदलण्यावर नसून, कलात्मकतेच्या समर्थ व व्यामिश्र प्रत्ययावर आहे. 'माझं गाव कुठाय!' ही कादंबरी कलात्मकतेचा प्रत्यय देते काय? देत असेल तर या प्रत्ययाचे मूल्य कोणते? या प्रश्नाच्या उत्तरातच या कादंबरीचे कलामूल्य व लेखकाचे यश साठवले आहे.

'माझं गाव कुठाय?' हे शीर्षक आणि कथानकाचा गाभा लक्षात घेता, ही कादंबरी दलित साहित्य प्रवाहाचे प्रतिनिधित्व करणारी साहित्यकृती ठरते. लेखकाचा हेतू मुख्यत: ही कलाकृती दलित कादंबरी म्हणूनच सिद्ध करण्याचा आहे. अर्थात प्रस्थापित मराठी वर्गीय-वर्णीय जाणिवांचे कादंबरीविश्व नाकारूनच दलित कादंबरीची सिद्धी शक्य असणार. वर्णीय समाजजीवनाची मूल्यव्यवस्था नाकारून, ठोकरून विद्रोहातून समतावादी समाजरचना निर्माण करण्याच्या आंबेडकरवादी समाजवादाशी कलाकृती बांधील असल्यास हवी तशी ती आहे का?

बुद्धाशी इमान राखणारी मूल्यव्यवस्था

लेखकाचे जागृत भान पूर्णत: बुद्धपरंपरेशी इमान राखून आणि दलित-उपेक्षितांच्या कैवारातून या कादंबरीत आकारास आलेय. कादंबरीतील पुढील नोंदी

या संदर्भात लक्षणीय ठरतात-

१) जगात कुठेतरी पाण्याचा प्रश्न असतो. म्हणजे पाण्याच्या विटाळाचा- स्पर्शास्पर्शाचा -पण येथे तो या माणसांसाठी जीवनमरणाचा प्रश्न बनलाय. (पृ. क्र.११)

२) पाण्याचाही (?). हळू नाही. नाही तर खून, खून (पृ. क्र. ११)

३) म्हणजे रक्त हे पाण्याहून स्वस्त, माणुसकी चाललीय वाहात. (पृ. क्र.११)

४) म्हणजे असं की मुळात माणुसकीच्या हक्काने साधे माणसासारखे जगू द्यायचे नाही आणि आपणही माणूस राहायचं नाही. (पृ. क्र १०)

५) असं हे माझं गाव काही माझंपण नसणार!
माझं गाव कुठाय?
खरेच, आम्हाला मातृभूमी आहे का?
मायेने जवळ घेणारी, जखमा पुसणारी!
धीर देणारी! कुठाय? (पृ. क्र. १८५)

६) ही तहान–तहानपोटी हे सर्व
कालची तहान, पांढरी तहान
पिवळी, भगवी आणि लाल लाल तहान
रक्ताची तहान, तहान, तहान-तृष्णा
तहानेपोटी हा संघर्ष. (पृ.क्र. १८५)

७) नवी दिशा नव्या गतीशिवाय क्रांती संक्रांत होणार कशी? कृतिशील मनापुढच्या दिशा स्पष्ट नि डोळस व्हायला हव्यात. आपणही यात कुठेतरी चुकत असावे. कुठे? (पृ. क्र. १८७)

८) हळू हळू धर्मक्षेत्रात सुद्धा राजकारण घुसू लागलं होतं. राजकारणाच्या कडबोळ्यामुळे धर्मकारणही मग दडू लागलं. (पृ. क्र. १८९)

९) चेतव- म्हणजे मला वाटतं एका अन्यायाचा प्रतिकार दुसऱ्या अन्यायानं कधीच होत नसतो. (पृ. क्र. १६९)

१०) चेतव - त्या लढाईत कुणीतरी कुणाला जिंकतो. पण अंत:करण काबीज केल्याशिवाय तो चिरस्थायी विजय ठरत नसतो. (पृ. १७०)

दलित कादंबरीचा नवा नायक कसा असेल?

कादंबरीतील मूल्यात्मक चिंतनाच्या प्रातिनिधिक नोंदी, लेखकाच्या प्रगल्भ जाणीवविश्वाच्या निदर्शक आहेत. दलित-उपेक्षितांच्या सामाजिक, आर्थिक, धार्मिक,

सांस्कृतिक आणि राजकीय क्रांतीबाबत या कादंबरीत अभिव्यक्त झालेले चिंतन, अन्य दलित कादंबरीत अभावानेच आढळावे! म्हणून वैचारिक दृष्टीने या कलाकृतीचे मूल्य अत्यंत श्रेष्ठ दर्जाचे आहे याबद्दल शंका उरत नाही. चेतवच्या आसपास चालू असलेल्या विविध पातळ्यांवरील लढ्यातील समग्रता हा या कादंबरीचा एक वास्तव स्तर आहे. तो प्रत्यक्षातील जीवनाचे व्यामिश्र दर्शन घडवतो. या वास्तव घडण्यातून विकसित होत गेलेल्या तात्त्विक चिंतनाची एक दुसरी पातळी या कादंबरीला लाभली आहे. या पातळीवर चेतव अधिक उंचावर आणि उठून दिसतो. कृतिशील वास्तवाच्या पातळीवर वाह्यासेर श्रेष्ठ ठरलाय तर तात्त्विक चिंतनस्तरावर चेतव! चेतव आणि वाह्यासेर यांच्या बेरजेत, एकरूपतेतच नव्या दलित नायकाचे प्रतिबिंब पाहता येते. दलित कादंबरीविश्वातील नवा नायक कसा असेल, कसा असावा? 'माझं गाव कुठाय?' मधील नायक चेतव आणि वाह्यासेरमध्ये विभाजित झालाय. तो नव्या दलित कादंबरीत एकरूप होऊन अवतरला तरच दलित कादंबरी पुढच्या टप्प्यावर समर्थपणे नवे मूल्यभान घेऊन उभी राहील.

मानवी जीवनाचे आकलन व अवलोकन करून उपेक्षितांच्या समग्र प्रश्नांचे गांभीर्य पचवणारा हा कादंबरीकार, अत्यंत डोळसपणे निर्दोष उत्तरांच्या शोधात आहे. क्रांतीचा ध्येयवाद मांडताना स्वप्नाळूपणा, अहंकार अशा विविध अवगुणांपासून या लेखकाची प्रतिभा मुक्त राहिली. क्रांतीच्या जुन्या दिशा आणि क्रांतिप्रवाहातील सैद्धान्तिक जुनेपण मोडीत काढून नव्या गतीची अपरिहार्यता या लेखकाने नोंदलीय. क्रांतीच्या प्रवाहातील अनुयायांच्या चुका शोधण्याची गरज त्याला प्रामाणिकपणे जाणवली आहे. पण नेमकी चूक कुठे, या प्रश्नाचे निर्णायक उत्तर न देता दिशा धुंडाळण्याच्या प्रयत्नाला त्यांनी वाव दिला आहे.

लेखकाचे क्रांतिवादी चिंतन अत्यंत मौलिक आणि मूल्यात्मक असले तरी बुद्ध व डॉ. आंबेडकर या महापुरुषांच्या तत्त्वज्ञानाच्या चौकटी ओलांडण्याचे धाडस वा प्रयत्न इथे घडू शकला नाही. बुद्ध धम्म व आंबेडकरवाद या तत्त्वज्ञानात्मक प्रवाहांतील निर्माण झालेला स्वाभाविक जुनेपणा, कर्मठपणा सोडल्याशिवाय, नाकारल्याशिवाय नवी गती व नवी क्रांती संक्रांत कशी होणार? वास्तविक लेखकांचे आत्मपरीक्षणात्मक सामर्थ्य गौरवास्पद आहे. या संदर्भात पुढील नोंदी विशेष महत्त्वपूर्ण ठरतात.

१) असल्या नसल्या तथाकथित दलित सत्तेला रेशमासारखे नरम तलम फार आवडते. बहुधा तशाच बिछान्यात ती लोळत पडलेली. त्याच्या किंवा याच्या

बंदिस्तीत दूर व तळापासून बरीच वर. हाक तरी किती देणार? (पृ. क्र. १३०)

दलित नेत्यांनी सत्तेच्या रेशमी स्वार्थाला बळी पडून विविध शक्तिकेंद्राकडे गहाण टाकलेला आंबेडकरवाद व तळातल्या माणसांशी पुकारलेली बेइमानी, इथे डॉ. योगेंद्र मेश्राम अत्यंत संयमाने अधोरेखित करतात.

२) जनतेची दीक्षाभूमी व भिक्खूंचे विहारसुद्धा त्या राजकारण्यांच्या कब्जात गेल्याने ते निर्भेळ धार्मिक कार्याचे स्थान राहिलेले नव्हते. (पृ. क्र १८९)
धर्मकारणातील धर्मकल्पनांवरील पवित्रता राजकारणी प्रवृत्तीने डागाळून टाकण्याची ही वास्तवता आंबेडकरी चळवळीतील निर्णायक विकृती आहे. ही विकृती बुद्ध व डॉ. आंबेडकरांच्या जयघोषात पोसली जात आहे. हे चित्रण वस्तुनिष्ठ आहे. पण ते चिंताजनक व संतापजनकही तेवढेच आहे. सम्यक व समग्र क्रांतीच्या उद्दिष्टांप्रती प्रामाणिक असलेला हा कादंबरीकार, अत्यंत समर्थपणे डोळस आत्मपरीक्षकात्मक भूमिकेतून दलित प्रवाहांचे मूल्यमापन करून. निष्कर्षात्मक ही विधायक वैचारिकताच दलित साहित्य व दलित चळवळीला नवे वळण देत आहे.

३) आमगावचा जातीय वणवा परिसरातही पसरल्यानंतर गावोगावच्या जागृत दलितांनी जातीयवाद्यांच्या विरोधात प्रचंड मोर्चा काढला, तेव्हा स्वत:चे फसवे नेतृत्व मिरविण्याचा-लादण्याचा प्रयत्न करणाऱ्या लबाड धोकेबाज दलित नेत्यांना, सजग मोर्चेकऱ्यांनी हाकलून लावण्याचा प्रसंग, लेखकाने अत्यंत समर्थपणे चित्रित केलाय. दलित समाजातील बेइमान प्रवृत्ती, लबाड नेत्यांच्या हकालपट्टीच्या निमित्ताने इथे ठोकून काढण्याचा प्रयत्न दिसतो. चिंतनाची ही नोंदसुद्धा गौरवास्पद मानली पाहिजे. कारण विरोधी प्रवाहातील शत्रूंशी झगडताना आंबेडकरांच्या जयघोषात, स्वत:च्या क्षुद्र स्वार्थासाठी आंबेडकरी जनता व तत्त्वज्ञानाचा बळी देणाऱ्या नीच दलित नेत्यांची भूमिका ही अधिक घातक असते, याचे भान या लेखनात नोंदले गेले. क्रांतीचे ठरलेले विरोधक हे शत्रूच आहेत. पण आपल्याच गटात-प्रवाहात क्रांतीचे मारेकरी असल्याची वास्तव जाणीव कलावंताला होणे व ती प्रामाणिकपणे कलाविष्कारात प्रकट करणे, हे अत्यंत महत्त्वाचे असते. विशुद्ध चित्रणाची ही कठीण जबाबदारी डॉ. योगेंद्र मेश्राम यांनी समर्थपणे पेलली आहे.

कलाकृतीच्या श्रेष्ठत्वाची निर्णायक कसोटी

चिंतनमूल्याचे निर्दोषत्व हे कलाकृतीचे श्रेष्ठत्व सिद्ध करण्यासाठी निर्णायक तत्त्व आहे. अर्थात कलेच्या सौंदर्यात्मक नियमांच्या सहअस्तित्वाचा हा प्रश्न असतो. डॉ. योगेंद्र मेश्राम यांच्या सखोल चिंतनसामर्थ्याचा गौरव करताना त्यांची मर्यादाही सांगणे आवश्यक ठरावे. आंबेडकरकालीन आंबेडकरवाद प्रमाण मानून त्याचीही फारशी चिकित्सा न करता, डॉ. मेश्राम यांनी या चिंतनाच्या चौकटीत या कादंबरीचे कथानक उभे केले. डॉ. मेश्राम हे चेतवच असावेत किंवा नसले तरीही, चेतवची चिंतनशीलता आंबेडकरांच्या डोळस चिकित्सेतून सिद्ध होत नाही. आंबेडकरी चळवळीतील अवगुण, दोष चेतवच्या चिंतनशीलतेने बरोबर ओळखले; पण प्रमाण आणि वंदनीय मानलेला आंबेडकरवाद मात्र त्यांच्या डोळस चिकित्सक प्रतिभेतून सुटला आहे. म्हणून आमगावच्या संघर्षकथेनिमित्ताने एकूण समाजक्रांतीचा विचार सातत्याने जाणू शकलेला नाही किंवा अस्तित्वातील क्रांतीच्या तत्त्वज्ञानातील व चळवळीतील सुसंवादाच्या व विरोधाच्या जागा नोंदवून सामर्थ्याच्या बेरजेची गरज तो प्रतिपादन करू शकला नाही. कारण चेतव आणि पर्यायाने लेखकच आंबेडकरवादाच्या पलीकडे, जिवंतपणे प्रवाहित असलेल्या परिवर्तनामधील प्रवाहांना आकळू शकलेला नाही.

आंबेडकरवादाचा 'डॉग्मा'

याशिवाय जुना आंबेडकरवाद, आंबेडकरोत्तर काळातील नव्या प्रश्नांची उत्तरे सोडविताना 'डॉग्मा' बनल्यामुळे त्याच्यात ही गतिमानता हवीच, हा विचार लेखकाने केलेला नाही. आंबेडकरवादाला जन्मकाळात पडलेल्या मर्यादा, मग त्या परिस्थितिजन्य असो वा महापुरुषातील असो, ओलांडून नव-आंबेडकरवादापर्यंत आपली चिंतनसूत्रे भिडविण्याची गरज डॉ. मेश्राम यांनी जाणली नाही. या कादंबरीचे स्वरूप व तिची वैचारिक झेप लक्षात घेता, लेखकात ही क्षमता आहे. पण तरीही नव-आंबेडकरवादाचे भान व्यक्त होऊ शकले नाही. आंबेडकरवादाला शरण जाऊन आंबेडकरवादाच्या थांब्यापर्यंतच थांबलेल्या, संपूर्ण दलित साहित्याला ही मर्यादा पडली म्हणून तर दलित साहित्य 'आवर्तात' सापडल्याची सार्थ ओरड सुरू आहे.

आंबेडकरवादाचे डोळस परीक्षण, समीक्षण करून नव-आंबेडकरवादाच्या दिशा स्पष्ट करण्याचे ऐतिहासिक कार्य दलित चळवळीतील दलित व दलितेतर विचारवंतांनी केलेले नाही. त्यामुळे आंबेडकरावादाचे शब्दप्रामाण्य आंबेडकर चळवळीत रुतून ते विचारवंत जेथे थांबले तेथे कलावंतही थांबले. आंबेडकरवादाचाही

तुरुंग बनू शकतो आणि नव्या जाणिवा, नवी मूल्यरचना, नवी व्यूहरचना करून माणसाच्या नवनिर्मितीच्या विश्वात हा तुरुंगवास आंबेडकरी क्रांतिवादाच्या पायातील बेड्या ठरू शकतात, याचे भान अद्याप उपेक्षित आहे.

मेश्राम यांची ही चिंतनात्मक कादंबरी जुन्या आंबेडकरवादी संकल्पनेच्या खुंट्याभोवती फिरू लागल्याने भिन्न परंपरावादी दलदलीत रुतून बसली. क्रांतीचे चिंतन हे अनेक दिशांनी फुलणारे असावे, तसे ते असणे अपरिहार्य होते. गांधी, मार्क्स, विवेकानंद, फुले, लेनिन, माओत्से तुंग, रानडे, आगरकर या राष्ट्रीय व आंतरराष्ट्रीय क्रांतिवादी केंद्रांच्या तुलनात्मक चिंतनातून डॉ. मेश्राम यांचा (चेतवचा) आंबेडकरवाद तावून सुलाखून निघत नाही. एकट्या आंबेडकरवादाने भारतीय व जागतिक मानवाची समाजक्रांती होणार आहे, ही श्रद्धा अंधश्रद्धाच असणार! मग इतिहासाच्या अजेंड्यावरील सर्व क्रांतिपुरुषांचे समीक्षण, मूल्यमापनात्मक नोंद या कादंबरीत अपरिहार्य असताना झालेली नाही.

'लेखकाची अशी भूमिकाच नाही' हा युक्तिवाद इथे टिकणारा नाही. कारण या कादंबरीचे सामर्थ्यच तिच्या क्रांतिवादी चिंतनात आहे आणि ते चिंतन फक्त बुद्ध-आंबेडकरांच्या प्रभावानेच एकांगी ठरले आहे. क्रांती ही बुद्ध-आंबेडकरांच्यापेक्षाही श्रेष्ठ आहे हा निर्णय खुद्द लेखकाचा, चेतवचाही असणार! तेव्हा क्रांतीवरील स्वाभाविक हक्क सांगणाऱ्या, सिद्ध करणाऱ्या इतर प्रवाहांचे विधायक योगदान तरी इथे का उपेक्षिले जावे? या कादंबरीचे जे सामर्थ्य म्हणून आपण मान्य करू, त्या चिंतनाची ही प्रमुख मर्यादा आहे.

कादंबरीच्या अंगाने कथेच्या संदर्भात विचार करू जाता, दलित-सवर्ण संघर्ष उभा करताना, दलित-सवर्ण यांमधील जिव्हाळा आणि संवादही इथे आकारास येतो. अर्थात समाजवास्तवातील द्वंद्वात्मकता लेखकाने इथे बरोबर आकळलीय. जीवनवास्तवाचे दर्शन घडविताना 'महार मास्तर' ही ब्राह्मण शिक्षकाची सवर्णांनी केलेली टवाळी लेखकाने अधोरेलिखित केली. अर्थात लेखकाच्या मनात जातीय संघर्षाची केवळ स्थूल समीकरणेच नाहीत. जातजाणिवेवर मात करणाऱ्या सवर्णीय माणसाचे माणूसपण वंदनीय मानण्याची प्रगल्भता या लेखनात आहे. स्नेहा व चेतव कथेच्या शेवटी विवाहबद्ध होण्याची शक्यता लेखकाने इथे सूचित केलीय. निदान ते परस्परांच्या प्रेमात तरी निश्चित राहणार आहेत. नव्या मानवी समाजाची उभारणी करणारी ही पायाभूत नोंद आहे.

सवर्णांना गांधी पचविल्याशिवाय आंबेडकर आकळत नसतो!

पण स्नेहा व तिचे सुधारणावादी मास्तर वडील, हे आंबेडकरांच्या तुलनेत म. गांधीच्या अस्पृश्यता निर्मूलनाच्या कार्यामुळे व संस्कारामुळे परिवर्तनाच्या, प्रबोधनाच्या कार्यात रुजू झाले असणेच अधिक स्वाभाविक! ही समाजरचना अशी आहे की, दलित माणसाला गांधीपूर्वी आंबेडकर भेटतो-भिडतो व सवर्ण माणसाला आंबेडकरांपूर्वी गांधी भिडतो-आकळतो. अर्थात गांधी पचविल्यावरच आंबेडकर कळण्याची-आकळण्याची क्षमता सवर्ण मानसिकतेत निर्माण होऊ शकते.

गांधी व आंबेडकर आपसांत कितीही भांडोत, त्यांचे काम काही प्रमाणात अस्पृश्यता निवारण्याच्या संदर्भात निश्चितपणे पूरक ठरल्याची वास्तवता आहे. या कादंबरीतील उपरोक्त नोंदी त्याच्या निदर्शक आहेत.

इथे आणखी एका सत्याची नोंद आवश्यक आहे आणि ही नोंद डॉ. मेश्राम यांच्या खास लेखनवैशिष्ट्याचा गौरव करणारी आहे. मास्तर हे सवर्ण ब्राह्मण असले तरी त्यांना दलितत्व आकळले. त्याच संस्कारात स्नेहा वाढली. तिने जातिव्यवस्थेच्या विरुद्ध बंडखोरी पत्करून चेतवच्या सहवासात, समाजकार्यात रस घेतला. तिची ही बंडखोरी, तिच्या मनातील चेतववरील सुप्त प्रेमासाठी आहे की सामाजिक समतेच्या ध्यासामुळे आहे, या प्रश्नाचे उत्तर कोणतेही असो, तिची जाणीव प्रस्थापितांच्या विरोधी आकार घेते हे निश्चित! 'ब्राह्मण्यरहित ब्राह्मण आम्हाला जवळचा आहे' या आंबेडकरी सिद्धान्ताशी कादंबरीतील स्नेहा-चेतव आशयसूत्र संवादी आहे.

डॉ. योगेंद्र मेश्राम यांची आत्मपरीक्षणात्मक भूमिका

दलित साहित्यातील बराच मोठा भाग जातिव्यवस्थेच्या विरोधात बंडखोरी सिद्ध करताना, ब्राह्मण्याऐवजी ब्राह्मण जातीला शत्रू मानताना दिसतो. कोणतेही अवगुण किंवा दोष हे कोणत्याही जातीचे नसतात. तसेच कोणतेही गुण कोणत्याही एका जातीची मक्तेदारी नसते, हे वस्तुनिष्ठ सत्य लक्षात घेतले तर आंबडेकरी सिद्धान्ताचे श्रेष्ठत्व सिद्ध होताना, दलित साहित्यातील काही कलाविष्कार या सत्यापासून दुरावताना दिसतात. योगेंद्र मेश्राम मात्र इथे आंबेडकर सैद्धान्तिकतेशी प्रामाणिक राहून सत्याची उपेक्षित बाजूही दाखवू लागतात, तेव्हा संकुचित जाणिवेच्या चौकटीत बंदिस्त झालेल्या इतर लेखकांच्या आणि सवर्ण लेखकांच्या तुलनेत डॉ. मेश्राम अधिक प्रगल्भ आणि निर्दोष उंचीवर विराजमान होतात.

मेश्राम यांनी कादंबरीत ब्राह्मण मास्तर दलितांचा कैवारी दाखवला व पाटील मराठ्याविरुद्ध दलित संघर्ष उभा केला. हा मुद्दा डॉ. मेश्राम यांच्या निर्दोष चिंतनाचा, गौरवाचा भाग नसून वास्तवतेच्या विविध छटा या लेखकाने प्रस्थापित गैरसमजुतींना झुगारून देऊन अभिव्यक्त केल्या, हे सत्य महत्त्वाचे आहे. ब्राह्मण्य हे ब्राह्मण जातीच्या माणसातून गळून पडून किंवा त्यावर मात करून, एखादा ब्राह्मण दलितांच्या सुखदु:खांशी, परिवर्तनाशी एकरूप होऊ शकतो, या सत्याचे प्रत्यंतर मास्तर व स्नेहाच्या व्यक्तिचित्रणातून घडते. तर ब्राह्मण्यग्रस्त पाटील दलितोत्थानाच्या विरुद्ध कटकारस्थाने करून अन्याय, अत्याचार करतात, या वर्तमान वास्तवाचे प्रतिनिधित्व माधवराव पाटलांच्या रूपाने येथे होते. लबाड दलित पुढाऱ्यांमधील 'ब्राह्मण्य' डॉ. आंबेडकरांच्या संपूर्ण दलित जनतेशी गद्दारी करतात, या सत्याचे दर्शन, सभेच्या ठिकाणी ढोंगी दलित नेत्यांच्या संदर्भात घडते. तसेच सदानंद बागडे याने बुद्धाच्या नावाने केलेल्या फसवणुकीतून आणि शोषणातूनही याच सत्याचे दर्शन घडते. या सर्व नोंदी लेखकाच्या चिकित्सक भूमिकेचे फलित म्हणून झालेल्या आहेत. विशेषत: दलित चळवळ, दलित साहित्य आणि दलित मुक्तीचे चिंतन या तिन्ही पातळ्यांवर आत्मपरीक्षण करून आपल्या दोषांचे दिग्दर्शन करण्याचे काम आंबेडकरी प्रवाहातील विचारवंत, कलावंतांनी करणे आवश्यक आहे. या कादंबरीत दलित चळवळीची समीक्षा आत्मपरीक्षणात्मक भूमिकेतून विशेष सामर्थ्यानिशी केली आहे.

त्याचप्रमाणे निवेदनाच्या गतिमान प्रवाहात किंवा संवादांतून ''सूड म्हणजे क्रांती नव्हे'' अशी सुभाषितांचे सामर्थ्य पचवलेली वाक्ये येतात तेव्हा लेखकाच्या प्रगल्भतेची साक्ष पटते.

कलाकृतीमधील उणिवा

या कादंबरीमध्ये अनेक उणिवा आहेत. त्यांचा निर्देशही आवश्यक आहे. बापू कांबळेच्या प्रकरणापर्यंत ही कथा गतिमान आहे. नंतर मात्र कथेत विस्कळीतपणा शिरतो.

यापुढील नोंदी या संदर्भात पाहाव्यात.

१) रखमाने बापू कांबळेच्या मृत्यूनंतर दुसरा घरोबा केलेला नाही. किंवा बाहेर एखाद्या पुरुषाशी शरीरसंबधही ठेवलेला नाही. वास्तविक रखमाच्या पूर्वायुष्याचे लेखकप्रणीत वर्णन लक्षात घेता, तिची आक्रमक वासनांध स्त्रीप्रकृती आहे. बापू कांबळे हा तिच्या आयुष्यातील पहिला पुरुष नव्हता. मग बापू कांबळेच्या मृत्यूनंतर

तिसरा पुरुष तिच्या आयुष्यात येणे हा नियमाचा भाग नसला, तरी तसे घडणे तिच्या पूर्वायुष्याशी संवादी आणि स्वाभाविक ठरते! पण लेखक या ठिकाणी अबोल आहे. वाचकांच्या बाजूने तर्क करताना काही आधार या संदर्भात सापडतात. बापू कांबळेपासून रखमाला दोन मुले झाली. त्यामुळे कदाचित तिची वासना थंडावली असावी. पण जिची प्रकृती पहिल्या पतीच्या मिठीत पतिव्रता म्हणून राहाण्यासारखी नव्हती, ती दुसऱ्या पतीच्या (?) मृत्यूनंतर थंड राहणे अशक्य वाटते. एखाद्या स्त्रीची प्रकृती प्रचंड वासनाकुंडच असते. त्यामुळे अशी प्रकृती सामाजिक नीतिनियम धुडकावून अनेक वाटांनी स्वत:च्या उर्मी शमविण्याचा सतत प्रयत्न करते. या वासनांधतेची आक्रमकता दोन मुलांच्या जन्मांवर संपणे किंवा थंडावणे शक्य नसते. एक शक्यता आहे, स्वत:च्या मुलांच्या भवितव्याला जपण्याचा एक भाग म्हणून स्वत:च्याच वासनेला लगाम घालण्याची गरज एखाद्या स्त्रीला पटणे शक्य आहे. पण तिच्या मनात तरी या प्राकृतिक ऊर्मीच्या लाटांबाबत प्रचंड वादळ उठणे स्वाभाविक ठरते. या वादळाचा गुंता आणि रखमाच्या मनाचे अंतरंग या कादंबरीत बापू कांबळेच्या मृत्यूनंतर संधी असूनही लेखकाने चित्रित केले नाही.

२) यादव आणि राघव ही बापू आणि रखमाची मुले. त्यांच्या जन्मासंदर्भात दलित आणि सवर्ण अशा जाती असतानाही त्यांची मानसिक आंदोलने कादंबरीत पुरेशी उमटत नाहीत. त्यांना रखमाच्या सवर्ण समाजाने स्वीकारल्याचे दिसत नाही. त्यांच्या स्पंदनांची नोंद कथेत का होऊ नये? की त्यांच्या मनात जन्मसंदर्भाची वादळे उठली नाहीत? पण असे शक्य नसते.

चेतव हा बापू कांबळेचाच मुलगा; पण तो आईवडिलांच्या दोन्ही बाजूंनी दलित जन्मसंदर्भाने जन्मलेला. राघव व यादव ही सुद्धा बापू कांबळेचीच मुले; पण बापाचा दलित संदर्भ व आईचा सवर्ण संदर्भ त्यांच्या जन्मापासूनच चिकटलाय! आणखी एक बाब म्हणजे, सवर्ण नवरा सोडून व बदनाम होऊन नंतर बापू कांबळेची ठेवलेली बाई म्हणून यादव आणि राघवच्या आईचे 'रखमाचे' अस्तित्व इथे अर्थपूर्ण ठरते. रखमाचे व्यक्तिचित्र हे खऱ्या अर्थाने या कथेचे वैशिष्ट्य आहे. ते खुद्द लेखकालाच आव्हान आहे. हे आव्हान लेखकाने बापू कांबळेच्या मृत्यूपर्यंत समर्थपणे पेलले. नंतर या व्यक्तिरेखेची उपेक्षा झाली. चेतव, राघव आणि यादव या भावांच्या नात्यात जन्माच्या संदर्भामुळे असा विचित्र गुंता आहे. परंतु या तिन्ही भावांतील संघर्ष, जाणिवेच्या बदलाने होताना, या सत्याचे सूक्ष्म आकलन कलात्मकरीत्या मांडण्याची संधी डॉ. मेश्राम यांनी गमावली आहे.

सवर्ण रखमा दलित बापू कांबळेच्या घरात ताठपणाने शिरते. तिच्या या

प्रवासात तिच्या व्यक्तित्वाची स्वाभाविकता लेखकाने बरोबर अभिव्यक्त केलीय; पण आमगावची जातीय मानसिकता, रखमाचा हलकटपणा समजून घेण्याइतपत उदार आणि व्यवहारी असली तरी, दलिताच्या घरात घुसण्याची तिची कृती सहन करणारी नव्हतीच! भारतातील कुठल्याही खेड्यातील सवर्ण मानसिकता ही मागासच असल्याने, सवर्णाची बाई दलिताशी उघडपणे शरीरसंबंध ठेवण्याच्या प्रकाराला सहजासहजी खपवून घेत नाही. हे देशीय वास्तव दुर्लक्षून या कथेत रखमा व बापू कांबळेची अधिकृत पहिली बायको आणि इतर दलित स्त्री-पुरुषांच्या रखमाबाबतच्या मानस प्रतिक्रिया मात्र स्वाभाविक उमटल्यात. यादव हा आईकडून सवर्ण असला तरी तो शेवटी बापू कांबळेचा मुलगा होता व तरीही तो पाटलाकडे दिवाणजीगिरी करीत होता, हा लेखकाने पुरविलेला संदर्भ, वास्तवता गमावून नोंदला गेल्याचे दिसते. कारण बापू कांबळे आणि पाटलाचा सवर्ण गाव यांच्यात प्रचंड रणधुमाळी होऊन जातीय विष कायम रुजल्याच्या अवस्थेत, त्याच बापूचा मुलगा पाटलाच्या नोकरीत असावा हे पटणे अशक्य!

आमगावने गजरा प्रकरणात विस्फोट भोगलाय. दलित आणि सवर्ण यांच्या संघर्षात दोन्ही बाजूने प्रचंड गमावले गेलेय. व्यंकट, बापू कांबळे इ. च्या मृत्यूने आमगाव उद्ध्वस्त होऊन दोन्ही गटांत कायम विष पेरले गेल्याच्या पार्श्वभूमीवर, चेतव-स्नेहा प्रेमप्रकरण हळूहळू रंगात येते. आमगावने जे भोगले आहे त्याचा मागमूसही चेतवच्या मनात, शब्दांत उमटू नये? दोन्ही जात-गटांची शोकान्तिका भोगलेले गाव, चेतव-स्नेहाचे प्रकरण, भूतकाळ विसरून सहजासहजी कसे पचवून घेते? या संदर्भात वास्तवतेपासून दूर जाऊनच लेखकाने रोमँटिक भाग कथेत आणला आहे.

माणिकराव दामले व रावसाहेब ताम्हणे यांच्या निवडणुकीचे निमित्त करून दामले यांच्या प्रचारासाठी चेतव व त्यांचे सहकारी गावोगाव फिरतात. प्रत्येक नव्या गावी नवी कथा ऐकयला मिळते. बाबा पदमनजी यांनीही 'यमुनापर्यटन'या पहिल्या कादंबरीत यमुनेला गावोगाव फिरवून असंख्य विधवांच्या कथा तिच्या निमित्ताने वाचकांना ऐकविल्या. त्याचेच अनुकरण या कादंबरीत प्रत्ययाला येते. तक्रार एखाद्या कल्पनेच्या अनुकरणाबद्दल नाही. दलितांची वेदना आणि प्रश्न गावोगावी ऐकून त्यांवर चर्चा करणे स्वाभाविक असले तरी त्या प्रश्नांशी संबंधित प्रसंग-घटना फारशा घडताना दिसत नाहीत. त्यामुळे प्रत्येक गावाच्या प्रवासात फक्त चर्चाच ऐकू येते.

निवडणुकीचा विजय थंड कसा?

ज्या निवडणुकीच्या निमित्ताने चेतव, स्नेहा व त्यांच्या सहकाऱ्यांचा प्रवास चालू आहे, त्या निवडणुकीचे वातावरणच कथेत निर्माण झाले नाही. निवडणुकाची रणधुमाळी, चढता रंग, दोन गटांतील चढाओढ, शीत वा उघड संघर्ष, उल्हास यांचा कसलाही गंध कथेतून जाणवत नाही. याचा अर्थ निवडणुकीचे फक्त निमित्तच आहे. ही निवडणूक वाजत नाही, गाजतही नाही. त्यामुळे ती स्वाभाविकही वाटत नाही. पाटील पार्टी विरुद्ध दलित पार्टी अशा या संघर्षात, निवडणुकीत दलित पार्टीचा विजय होतो. तो विजय चुरशीचा असूनही एवढा थंड कसा? शिवाय पाटील पार्टीचा पराभव पचवण्याइतकी सवर्ण मानसिकता, वास्तव जीवनात एवढी शांत किंवा उदारमनस्क असते काय?

कादंबरीच्या प्रवाहातून बापू कांबळे वजा झाल्यानंतरची कथा मनाला भिडणारी अनुभूती फारशी देत नाही. कादंबरीचा फार मोठा भाग केवळ चर्चात्मक संवादांनी व्यापलाय. त्यातही चेतवचा संवाद म्हणजे बैठकीतील भाषणेच आहेत. चेतवचे दलित चळवळीबाबतचे आत्मपरीक्षणात्मक चिंतन अत्यंत सुंदर व सत्य असले, तरी दलित चळवळीच्या प्रत्ययकारी दर्शनाची इथे उपेक्षाच झाली. बापू कांबळेच्या प्रकरणानंतर संपूर्ण कादंबरीत विहिरीचे उद्घाटन ही एकच मुख्य घटना लक्ष वेधते. विहिरीच्या उद्घाटनानंतरची जातीय दंगल लेखकाने स्वाभाविकतेसह रंगवली आहे, हे मान्य! तसेच चेतववर हल्ला करण्याचे कारस्थानपण रचले जाते. त्या प्रक्रियेचे वर्णनही लेखकाने समर्थपणे केले. पण हल्ल्यानंतर उपचारासाठी नागपुरात थांबणारा चेतव प्रचंड थंड दाखवलाय. स्नेहा व चेतवच्या प्रेमासाठी नागपूरचा डॉक्टरी उपचाराचा काळ लेखकाने छान वापरला. पण उपचार किती दिवस चालणार? प्रकृती उत्तम झाल्यावरसुद्धा पेटलेल्या आमगावाला चेतव का जात नाही? स्नेहाशी क्रांतीच्या गप्पा मारण्यातच त्याचे सामाजिक क्रांतीचे कर्तृत्व वाया जाते. प्रत्यक्षात मात्र वाह्यासेरच पाटलांशी झुंज देतो. वाह्यासेर व पाटील यांच्या धूमधाम संघर्षाच्या प्रसंगी किंवा आगेमागे, चेतव आमगावापासून दूर का जातो? चेतवचे काही साथीदार शहरातून गावात येतात व पाटलास बडवतात असा एक प्रसंग कादंबरीत आहे. आमगावात दलितांच्या तुलनेत सवर्णांची संख्या अधिक आहे, ही वास्तवता लक्षात घेतली तर शहरातून आलेल्या मूठभर कार्यकर्त्यांकडून गावचा पाटील बडवून घेतो, ही घटना वास्तवाऐवजी कल्पनाविलासाचा भाग ठरते. या घटनेतून पाटलाची माणसं मारामारी करताना दिसत नाहीत. पाटलाकडे माणसेच नाहीत काय? की सवर्ण मानसिकतेने जातीय अहंकार सोडून देऊन दलितांचा न्याय्य

पक्ष समंजसपणे मान्य केलाय? दोन्ही प्रश्नांची उत्तरे नकारार्थीच असणार! तेव्हा दलित व पाटील यांचा संघर्ष फक्त एकपदरीच रंगवला गेलाय. दलित-सवर्ण संघर्ष कुठेही उद्‌भवला तर तो वणव्यासारखा सभोवतालच्या गावांतून पसरतो, हे नेहमीचे इतिहासवास्तव येथे प्रत्ययाला येत नाही. कथेची सोय करण्यासाठी असे घडले काय? ज्या निवडणुकीच्या पराभावातून पाटील चेतवला जाऊन दंगल उभी राहिली, त्या प्रक्रियेतील चेतवचा विजयी वीर माणिकराव दामले, दंगलीनंतर तरी आमगावला अपेक्षित होता. एवढी लाज बाळगण्याचा बेरकीपणा सध्याच्या पुढाऱ्यात असतो, याचा अभाव माणिकरावांमध्ये का?

शेतीच्या अर्थकारणाची वास्तवता दुर्लक्षित

वाह्यासेराने पाटलाचे धान्याचे गोदाम फोडल्याची नोंद त्याच्या पराक्रमात लेखकाने केलीय. ही कादंबरी १९८८ ला प्रसिद्ध झाल्याचे लक्षात घेता कुठल्याही खेडेगावात कोणत्याही पाटलाचे धान्यगोदाम या काळात सापडणे कठीण आहे. कारण खेड्यातला पाटील शेतकरी हा आवश्यक त्या धान्याची उपज करून बाकीची शेती ही व्यापारी पिकांसाठी (क्रॅश क्रॉप) वापरतो. ऊस बागायत, सूर्यफूल, द्राक्षे, कापूस अशा नगदी पिकांकडे संपूर्ण भारतातील शेतकऱ्यांचा वरचा व मध्यम स्तर वळल्याची वास्तवता, १९८८ सालीही लेखकाने लक्षात घेऊ नये? शिवाय वेळोवेळी सिलिंगच्या कायद्यामुळे व भावभावकीच्या वाटणीमुळे निदान मराठी माणसाची शेती तरी अनेक वेळा भागाकारात वाटली गेली. त्यामुळे गावपाटील जरी असला तरी उपरोक्त विविध कारणांमुळे गोदाम भरण्याएवढे धान्य त्याच्याकडे असणार नाही. शेतीव्यवसायातील नवे आर्थिक प्रवाह व जमिनीच्या वाटलेल्या तुकड्यांची वास्तवता, लेखकाने लक्षात घेतलेली दिसत नाही. मराठी माणसाच्या शेतीत असणारे पाण्याचे अत्यल्प प्रमाणाही लक्षात घ्यावे. आणि ज्या शेतमालकाकडे पाणी मुबलक आहे त्याची दृष्टी धान्याऐवजी कॅश क्रॉपवरच स्थिरावलीय ही वास्तवताही नजरेआड करून चालणार नाही.

निवडणूक प्रचारासाठी चेतव गावोगाव फिरतो तेव्हा एका गावातील एक बाई जमिनीच्या भांडणाचा वचपा काढण्यासाठी, साप उतरवण्याचे निमित्ताने, अंगात येण्याच्या बहाण्याने गोटफोडीच्या देवीला पित्याचा बळी देण्याचा आदेश देते. अंधश्रद्धाळू लोकसमूह या आदेशानुसार काठ्या घेऊन पुढे सरसावतो, तेव्हा चेतव त्यांना थांबवतो. या प्रसंगी चेतवने बुद्ध किंवा आंबेडकरांच्या वस्तुनिष्ठ

वैचारिक प्रबोधनाचा आधार न घेता, अंधश्रद्धेचाच चक्क आधार घेतलाय. अर्थात 'अंगात येणाऱ्या' बाईचा विरोध करण्यासाठी अंधश्रद्धेचेच दुसरे रूप स्वीकारून चेतव पित्याचे प्राण वाचवतो. परिणाम चांगला झाला तरी चेतवच्या या अंधश्रद्धात्मक कृतीचे समर्थन करणे कठीण आहे.

साप उरतवण्यासाठी अंगात येणारी बेरकी बाई औषध घेऊ नका असे सांगते. तसेच डॉक्टरांशी संगनमत करून लोकांना फसवते. हा कथाभाग वास्तव जीवनातील शोषणात्मक विकृतीचे दर्शन घडवतो. असंख्य कथा आणि त्यानिमित्ताने अनेक घटना, अंधश्रद्धा, शत्रुत्व, जातीय तणाव, व्यक्तिगत स्वार्थ, अहंकार, डावपेच, प्रेमप्रकरणे इ. मालमसाला या कादंबरीत वापरल्याने कथेचा मुख्य प्रवाह सैल पडतो. कादंबरीची कलात्मकता त्यामुळेच उणावते.

रचनेतील कच्चे दुवे

या कादंबरीच्या संविधानक रचनेतील काही कच्चे दुवे लक्षात येतात. निसर्गाच्या रम्य वातावरणात प्रेमी युगुलाचे प्रणय, शृंगाराची ऊर्मी अधिक बहरते. म्हणून गावापासून दूरच्या परिसरात प्रेमी जोडप्यांचे संवाद रंगविण्याची परंपरा मध्यमवर्गीय लेखकांनी सजवली, जोपासली. त्या सांकेतिक परंपरेत योगेंद्र मेश्राम यांना हायस्कूलची शिक्षिका धुणे धुण्यासाठी आज सहसा बाहेर जात नाही, या वास्तवतेचे भानही आले नाही; कारण त्यांना प्रेमप्रकरणासाठी ही घटना आवश्यक वाटली.

स्नेहा शिकून नोकरी करते. ती प्रौढ आहे. तरीही तिच्या लग्नाचा विचार घरची मंडळी का करीत नाहीत? आपण असे मानू शकू की, स्नेहाच्या मनात चेतवबद्दल प्रेम असल्याने ती दुसऱ्याशी लग्न करण्याचा विचार करू शकत नाही. पण तिच्या वडलांनी किंवा आईने स्नेहाच्या लग्नाचा विचार केल्याची नोंद कादंबरी देत नाही. अशी नोंद नसणे हे अवास्तव नव्हे का? कादंबरी स्नेहा-चेतव यांच्यावरच बेतलीय. त्यामुळे इतर गौण व्यक्तिरेखांच्या चित्रणात स्वाभाविक रंग भरण्याचे राहून गेले. चेतवच्याही लग्नाचा विचार व्यक्त केला जात नाही. जणू चेतव व स्नेहा यांना परस्परांच्या प्रेमासाठी मोकळे ठेवले गेले.

स्नेहा व चेतव यांच्या सहवासात, बालपणीच्या मैत्रीचे संदर्भ, संवादांत सहजपणे अवतरतात. या बालमैत्रीच्या कारणाने तारुण्यात हे दोघे प्रेमाला उत्सुक आहेत काय? की चेतवच्या सामाजिक क्रांतिकार्याच्या प्रभावाने स्नेहा-चेतव प्रकरण साकारते? स्नेहा म्हणून प्रेमाला उत्सुक आहे? उत्तरे गुंतागुंतीची असणारच!

एका प्रसंगी चेतव स्नेहाचा हात धरतो. ती कृती निर्लेप मनाची असू शकते का? विशेषत: चेतवचा हात हातात तसाच ठेवण्यात स्नेहाला रस वाटतो. स्नेहा चेतवशी लग्न करण्यास तयार आहे का? की केवळ एकांतात हातात हात देण्याइतपतच तिला चेतवचा सहवास मोहून टाकतो? काही वेळा तर तिनेच त्याचा हात धरल्याची नोंद आहे. तिचा प्रेमातला पुढाकार चेतवच्या तुलनेत अधिक असतो. चेतव स्नेहाच्या सोबत जंगलात जातो. जातीचा संघर्षवणवा प्रचंड पेटलेला असताना, या संघर्षपर्वात चेतवसारख्या चिंतनशील क्रांतिकारी नेत्याची गरज प्रत्यक्ष समाजजीवनाच्या जिवंत प्रवाहात अधिक असणार! पण डॉ. मेश्राम यांचा क्रांतिवादी नायक आपल्या प्रेयसीच्या सहवासात जंगलातच रमतो. बुद्धाचा प्रभाव व गुंफांचा शोध हे कारण आपण समजून घेतले, तरी स्नेहाचा सहवास, तिचा स्पर्श याच्यासाठी तर लेखकाची ही एकांतयोजना नसावी? कारण लेखकाने या प्रसंगाचे वर्णन करताना स्नेहाच्या शरीरसौंदर्यावरच भर देऊन लिहिले आहे की, 'ओलीतून उमटून दिसणाऱ्या गोऱ्या भराळ मांड्यापोट....या...' (पृ. क्र. २०८) लेखक गोऱ्या-भराळ मांड्या, पोटऱ्यांवरून वर सरकून 'अंगाछातीवर वस्त्र चिपकलेले' असे रसभरीत वर्णन करतो.

स्त्रीदेहाच्या वर्णनाची किमया फ़डके, खांडेकर, माडखोलकरांच्यापासून ते पु. शि. रेगे यांच्यासारख्या पांचट कवीपर्यंत अनेकांनी मराठी वाङ्‌मयात रुजवली. तो त्यांचा आवडीचा छंद आणि धंदा होता. त्यांच्या आयुष्यातील तोच ध्येयवाद होता. परिवर्तनवादी प्रवाहात नवनव्या अपेक्षा निर्माण व्हाव्यात असे वाङ्‌मयीन कर्तृत्व सिद्ध करणाऱ्या डॉ. योगेंद्र मेश्राम यांच्यासारखा समर्थ कादंबरीकार सूक्ष्म वर्णनात शोधणार की शरीराच्या विविध अवयवांच्या शैलीबाज वर्णनात शोधणार?

कादंबरीच्या पृष्ठ २०८ वर ओल्या अंगाच्या स्नेहाचे रसभरीत टंचपणाने वर्णन आहे, तर पृष्ठ २०९ वर लगेच चेतव आणि स्नेहा यांची मिठी दाखवलीय. कादंबरीची २०८ पाने यासाठीच होती तर! प्रेमवीर नायक क्रांतीचे फक्त वांझ चिंतन करतो. प्रणयाची मिठी मारण्यात मात्र त्याची प्रत्यक्ष कृतिशीलता दिसते. लेखकाला काय हवे होते? कादंबरीचा परिणाम कोणता होतो? प्रेम, प्रणय, चुंबन, आलिंगन, मिठी, भेटाभेटी, धिंगाणा, चावटपणा आणि शेवटी संभोग हा मालमसाला तर प्रत्येक मध्यमवर्गीय कलावंत निष्ठेने आपल्या कलाकृतीत वापरतो ना? त्यात पराक्रम कोणता? मध्यमवर्गीय जाणिवेच्या लेखकाला उपेक्षितांच्या क्रांतिवादाचे सोयरसुतक असणारच नाही. पण उपेक्षितांचा कैवार प्रत्येक स्पंदनातून अभिव्यक्त करणाऱ्या कलावंताला, हा वापरून गुळगुळीत झालेला चावटपणा,

क्रांतिवादी जाणिवेच्या ध्येयवादाच्या संदर्भात परवडू शकतो काय?

अर्थात क्रांतीचा नायक नपुंसक किंवा संन्यासीच असावा असा याचा अर्थ नव्हेच! क्रांतिवादी चिंतनाचा, रंजनाच्या सूत्रासाठी बळी जावा किंवा वापर व्हावा, हा प्रकार जीवनविन्मुख कलावादी भूमिकेला शोभणारा असू शकतो, जीवनवादी मूल्यात्मकता परिवर्तनवादाच्या ध्येयवादात अभिव्यक्त करणाऱ्या कलावंताला नव्हे!

ओलेत्या स्त्रीच्या पारदर्शक नग्न चित्रात लेखकाने किती रस घ्यावा? फडके छाप चित्रणशैलीला, डॉ. योगेंद्र मेश्राम यांनी बळी पडणे योग्य वाटत नाही. कारण फडक्यांचा संप्रदाय आणि पंथ डॉ. योगेंद्र मेश्राम यांच्या वैचारिक भूमिकेशी विसंवादी, विरोधी आहे. तरीही डॉ. मेश्राम यांना फडक्यांचा वारसा चालवायचा आहे काय?

लेखकाच्या या रंजनवादी सूत्रामुळे कादंबरीचा कलात्मक पोत विस्कटण्याची जाणीव होत राहते. वाह्यासेर निरक्षर-अडाणी असूनही तो गरिबांवरील अन्यायासाठी संघर्ष पुकारतो. कृती करतो. आणि चेतव मात्र सुशिक्षित व क्रांतिवादी असूनही अन्यायाच्या संघर्षापासून दूर राहून स्नेहाच्या प्रेमात कळत नकळत वाहात राहतो. या प्रवाहात तो काही अपवाद वगळता बराच तटस्थ आहे. पण स्नेहा-चेतव ही प्रेमकहाणीच या कादंबरीच्या केंद्रात मुख्य धारा म्हणून वाहताना जाणवते.

उच्चवर्णीय, वर्गीय स्त्रीच्या उपभोगाची इच्छा, कनिष्ठवर्णीय पुरुषात परंपरेतील दुराव्याच्या वास्तवामुळे सुप्तावस्थेत असते काय, या मानसशास्त्रीय प्रश्नाच्या दिशेनेही या कादंबरीच्या प्रेमकथेकडे पाहता येऊ शकेल. चेतव-स्नेहा यांच्या प्रेमकथेच्या निर्मितीकडेच या नव्या अभ्यासाचे श्रेय जाते. लेखकाच्या मनात असे एखादे मानसशास्त्रीय नवे प्रमेय असल्यामुळेच ही प्रेमकथा अधिक भर देऊन साकारली काय? तसे असेल तर हा समर्थनाचा एक मुद्दा समोर येईल. पण तरीही प्रेमकथेतील कृत्रिम दुव्यांनी, वर्णनांनी कादंबरीची कलात्मकता उणावली असल्याची नोंद अपरिहार्य आहे.

चेतवला बौद्ध संघ, भिक्षू यांचे आकर्षण जसे आहे तसे स्नेहाचेही! त्यात स्वाभाविकता जरूर मानावी! पण मारहाणीत लागलेल्या चेतवला बँडेज बांधावे लागते. तो शहरात बँडेज हाताला बांधून फिरू शकतो. तर आमगावच्या संघर्षभूमीत का येऊ शकत नाही? नागपूरच्या वास्तव्यात स्नेहाच्या सहवासात चेतव अनेक दिवस काढतो. म्हणजे चिंतनाच्या संदर्भात चेतव क्रांतिवादी असला तरी त्याची

कृती मात्र प्रत्यक्ष संघर्षापासून सतत दूर राहण्याचीच आहे. चेतवचे एकमेव कर्तव्य म्हणजे स्नेहाच्या प्रेमात राहणे आणि माणिकराव दामले या नेत्याची भेट घेणे! माणिकराव दामल्यांच्या भेटीचे झंझट अकारण या कादंबरीत जागा अडकवून उभे राहते. त्यामुळे चेतवची व्यक्तिरेखा कृतीच्या अटीत सिद्ध होत नाही. दलित समाजसेवक माणिकराव दामले, आमगावच्या संघर्षात शेवटपर्यंत डोकावूनही पाहू शकले नाहीत. त्या परिसरातून चेतवसारख्या प्रामाणिक क्रांतिवाद्याच्या प्रयत्नातून ते निवडले गेले तरीही त्यांनी आमगावच्या सवर्ण-दलित, श्रीमंत-गरीब संघर्षाची उपेक्षा करावी? राजकारणी नेते मंडळी बदमाश आहेत– असतात ही वास्तवता गृहीत धरून, माणिकराव दामलेसुद्धा त्याच पंथाचे मानले तर, अशा लबाड नेत्यासाठी चेतवने प्रचार करून लोकशाहीची विटंबना का करावी? हा प्रश्न निर्माण होतो. त्यामुळे चेतव, माणिकराव दामले यांच्या व्यक्तिरेखा व कथानकातील स्वाभाविकता चित्रित करताना, लेखकाने सूक्ष्म रीतीने आकलन अवलोकन केलेले दिसत नाही.

असेच कच्चे रंग अनेक ठिकाणी दिसतात. सूक्ष्म दृष्टीने पाहिल्यावरच ह्या उणिवा दिसतात. स्नेहा शिक्षिका आहे. पण या कादंबरीत तिची शाळा, विद्यार्थी, शिक्षक यांचा एखादाही संदर्भ अर्थपूर्ण रूप घेऊन येऊ नये? शाळा सोडून ही शिक्षिका नागपुरात आणि जंगलात आपल्या प्रियकरासाठी फिरत राहिली तरी शाळेच्या प्रमुखांची काही तक्रार नसावी? खुद्द स्नेहाला व चेतवलाही विद्यार्थ्यांच्या हिताची जाणीव का झाली नाही? दोघेही समाजसुधारक व समाजचिंतक असताना असे का घडावे? व्यक्तिमनातील विचारभावना यांच्या कल्लोळात विद्यार्थी कसा नसावा?

चेतवच्या ध्येयवादाबद्दल आणि स्वत:च्या मनातील त्याच्यावरील प्रेमाबद्दल उलट सुलट विचार स्नेहाच्या मनात येत राहतात. ती आत्मपरीक्षणही करते आणि चेतवचे परीक्षणही करते. ही संपूर्ण प्रक्रियाच डॉ. मेश्राम यांनी सुंदर रीतीने, सूक्ष्म कंगोऱ्यांसह पकडली आहे. पण मग बाकीच्या वास्तव संदर्भाचे काय? स्नेहा आमगावचा वृत्तान्त चेतवला नागपूरच्या भेटीत सांगते, हा भाग लेखनदृष्ट्या नीट जमलेला नाही. स्नेहा वृत्तान्त सांगताना मधूनच चेतव होस्टेलकडे का जातो, या प्रश्नाचे उत्तर इथे मिळत नाही. दुसऱ्या वेळी तो असाच जातो, तेव्हा स्नेहाने त्याच्या खोलीत आंघोळ करावी म्हणून! आंघोळ करण्याची इच्छा स्नेहाची की लेखकाची? हिंदी सिनेमातील सुंदर नट्यांना पुन:पुन्हा आंघोळीला बसविण्याचा चावट उद्योग, निर्माते-दिग्दर्शक करतात. ही नट्यांची आंघोळ कलाबाह्य प्राप्ती असते. त्याची आठवण स्नेहाच्या स्नानाच्या वेळी होतेच. हा या

कादंबरीचा गौरव नव्हेच! मोकळ्या केसांची स्नेहा खोलीच्या एकांतात अधिक सुंदर दिसावी यात नवल काय? लेखकाचा हा प्रयत्न कशाचे द्योतक आहे?

दंगल, वणवा सोडून चेतव-स्नेहा रात्रंदिवस एकत्र राहतात. या सहवासात क्रांतीच्या संबंधाने चेतव अत्यंत सुंदर विवेचन करतो; पण मुख्य प्रश्नाशी व कृतीशी या विवेचनाचा संबंध जुळत नाही. चर्चा क्रांतीची आणि कृती मात्र प्रेमाची! अर्थात फडके अधिक क्रांती अशी दोन्ही सूत्रे एकत्र राबविण्याचा हा प्रकार वाटतो.

कथानकात मोर्चा, दंगल, घोषणा, गाणे, कविता, प्रेम, क्रांती वगैरे असंख्य गोष्टींचा भरणा आहे. या सर्वांच्या अस्तित्वाबद्दल तक्रार नसून त्यांचे सहअस्तित्व कलात्मकरीत्या अर्थपूर्ण अनुभूतीचा प्रत्यय देत नाही, ही खरी तक्रार आहे. जंगलात गेल्यावर वाघ चेतवच्या अंगावर झेप घेण्यासाठी पवित्रा घेतो, पण झडप घालत नाही. फक्त पाहतो. चावत नाही. का? बुद्धाचा प्रभाव की प्रेमाचा? वाघाचा हा प्रसंग अत्यंत उत्कंठा वाढवणारा आणि रोमहर्षक असून सुंदर चित्रित केलाय. गुंफा, विहार, उजेड या गूढ वर्णनामुळे वाचकाची उत्कंठा कळसास पोचते. पण वाघाने चेतवची शिकार का केली नाही? चेतवने जंगलात जावे कशासाठी? लेखकाच्या इच्छेसाठीच, कथेच्या सोयीने चेतव जंगलात वाघाच्या टप्प्यात गेला ना? पुन:पुन्हा मृत्यू येतो आणि चेतव त्यातून वाचतो. अर्थात हे सर्व योगायोग आहेत. 'मुक्तामाला' आणि 'मंजुघोषा' या कादंबरीप्रवाहातील पूर्वार्धात नोंदवल्या गेलेल्या स्वप्नरंजनप्रधान कादंबरीतील योगायोगांची संख्या प्रचंड आहे. इथे योगायोगांची संख्या कमी आहे, एवढाच फरक कादंबरीच्या यशाचे द्योतक कसा ठरावा?

चेतवला मारल्याचे गजराच्या लोकांना कसे कळले? ते लोक त्याच वेळी जंगलातच व त्याच ठिकाणी कसे हजर असावेत? गोळी लागून बेशुद्ध पडलेला चेतव बौद्ध भिक्षू आल्यावर त्यांच्यापुढे उभा कसा राहतो? बुद्ध आणि बौद्ध तत्त्वज्ञान आणि परंपरा धार्मिक व्यवस्थेत आज जरी तुलनेने सर्वश्रेष्ठ शास्त्रीय मानवतावादी असल्याचे सत्य प्रमाण मानले तरी, केवळ श्रद्धेपोटी वस्तुनिष्ठता शबलीत करणे समर्थनीय मानावे काय?

आणखी काही प्रश्न नोंदवणे आवश्यक. पोलीस गोळीबार होऊनही जमावाने पोलीस मारून टाकला? पण कोणत्या जमावाने? अर्थबोध नीटसा होत नाही.

स्नेहा आणि चेतव यांच्या संबंधात आडकाठी कोणती ठरली? चेतव एवढा थंड कसा आणि का? तेव्हा या कादंबरीत प्रेमही अपूर्ण राहिले आणि क्रांतीही अपुरी

राहिली. चेतव आणि स्नेहाच्या प्रेमाची, लग्नाची शक्यता कल्पनेने गृहीत धरण्याइतपत जागा या कथानकाने शिल्लक ठेवली हे खरेच! पण लेखकाच्या हेतूला या कादंबरीचे स्वरूप न्याय देते काय, हा प्रश्न शिल्लक राहतो. कलाकृती निर्मितिप्रक्रियेत कलात्मकदृष्ट्या काही उणिवा राहू शकतात. कलाकृतीच्या कक्षेत थोडीफार दोषी मांडणी झाली, तरी गाण्यात अभिव्यक्त झालेल्या समर्थ चिंतन आणि चित्रण यांच्या प्रभावाचे मूल्य श्रेष्ठ मानावे लागते. दलित कादंबरीच्या प्रवाहात डोळस चिंतनाची व कलात्मक सामर्थ्याची कादंबरी अभावाने सापडते. म्हणूनच डॉ. योगेंद्र मेश्राम यांच्या कादंबरीचे दलित साहित्यविश्वातील योगदान निर्णायक महत्त्वाचे वाटते. डॉ. मेश्राम हे बऱ्यापैकी विचारवंत कलावंत असल्याचा प्रत्यय ही कादंबरी देते. दलित चळवळीच्या विचारवंतांना नवे व आत्मपरीक्षणाचे सामर्थ्य पचवलेले मार्गदर्शन करण्याची क्षमता या लेखकात दिसून येते. त्यांचे वाङ्मयीन कर्तृत्व नव्या अपेक्षांना जन्म देण्याइतपत निश्चित समर्थ आहे. त्यांची चिंतनशीलता दलित वाङ्मयाचे आवर्त भेदून, नव्या व्यामिश्रेने नवी आव्हाने पेलून सकस कलाकृतीला यापुढेही जन्म देईल, हा आशावाद नोंदवायला ही कादंबरी भाग पडते.

'माझं गाव कुठाय?' चे लेखक डॉ. योगेंद्र मेश्राम यांचा पत्ररूप खुलासा

भाग –१

वर्धा : ५ एप्रिल ९५

प्रिय डॉ. श्रीपाल सबनीस
सस्नेह जयभीम वंदना

तुमच्या २०-२च्या मुद्देसूद पत्रातून भावनिक/ मानसिक आणि बौद्धिक दोन्ही स्तरांवरील मनाचे व बुद्धीचे स्पष्ट नेटकेपण लक्षात आले. त्यातील थोडे फटकारून केलेल्या सूचनाही कळल्या. भावनिक मैत्री आणि वैचारिक भूमिका यांचे वेगवेगळेपण (अगदी काटेकोरपणे का?) जपणे व जोपासणे (मैत्रीसंबधीची मात्र कुटुंबातसुद्धा लवचिकता पाळून)– मलासुद्धा आवडते. पटते. कारण विचारांप्रमाणेच भावनांचं स्थान जीवनात मोठंच आहे. असते.

'माझं गाव कुठाय? या कादंबरीचंही असंच आहे. ती वैचारिक कादंबरी असली तरी भावनिकही आहे. त्या भावनांचे गुंतागुंतीचे तेवढेच सूक्ष्म पापुद्रे समीक्षक

कसे उलगडून दाखवतो हे 'कलाकृतीत' – विचारवंतांच्या सूक्ष्मतेपेक्षा अधिक महत्त्वाचे असते. माझे मित्र श्रीपाद भा. जोशी यांच्या "प्रेम, टरफले आणि सैगल" या नाट्यकलाकृतीचा तुम्ही अत्यंत प्रांजलपणे, त्यातील सूक्ष्मतर भावस्पंदनांच्या तारा छेडीत जो अगदी औचित्यपूर्ण उत्तुंग आस्वाद घेतला व मांडला, तो विचाराने, डोक्याने नसून हृदयाने घेतला आहे, मनापासून समरस होऊन, तसं इथे झालेलं नाही. 'माझं गाव कुठाय?'चं मूल्यांकन तुम्ही हृदय लावण्याऐवजी डोकं लावून केलं आहे. त्यामुळेच ते भावनेच्या मृद्गंधित ओलाव्यापेक्षा विचाराच्या तार्किक कर्कशतेने कोरडल्यासारखेच अधिक झाले आहे, असे मला वाटते. तरीसुद्धा या कादंबरीवरील तुमच्या समीक्षेने लेखक या नात्याने मला बरेच काही शिकविले, हे वैचारिक मतभेद असूनही मी मान्य करतो. तरी ती अजून प्रकाशित व्हायला जायचीच आहे हेही बरे. त्यामुळे लेखक व समीक्षक यांच्यामधील मतभेदांचे किंवा समज-गैरसमजांचे निराकरण व्हायला, एकमेकाला समजून घ्यायला वेळ मिळतो आहे.

येथे प्रत्यक्ष लेखक, जो कलाकृतीच्या निर्मितीमागची जन्मकळा जाणतो, तिच्या जन्मसंदर्भाचे तपशील व बारकावे त्यालाच अधिक ठाऊक असतात. तो जे काही म्हणतो, ते त्याच्या दृष्टीतून पहिले सत्य असते. तरी त्याच्या आजूबाजूला उणिवांच्या रूपाने नकळत राहून गेलेल्या काही कच्च्या जागाही असतात. नेमक्या त्या जागा दाखवून लेखकाला दिशा द्यायचे काम समीक्षक करतो. त्याच वेळी त्या कलाकृतीचे महत्त्व व उपयोगिता समजापुढे मांडण्याची अत्यंत महत्त्वाची भूमिकाही तो निभवतो. त्याला ती साहित्यकृतीच कारण ठरते. म्हणून पहिल्यांदा कलाकृती आणि मागाहून समीक्षा येते. तेव्हा कलाकृतीच्या प्रकृतीप्रमाणे समीक्षेनं तिला पारखून, जोखून व जपून बोलले पाहिजे. तिच्या नैसर्गिक कलाप्रमाणे बदललंही पाहिजे. प्रस्थापित समीक्षेला बदलण्याचं, परिवर्तनाचं आव्हान येथे पहिल्यांदा दलित साहित्यानंच दिलेलं आहे.

अर्थात समीक्षक, जे सत्य कधी कधी लेखकाला दिसत नाही, ते दाखवतो. उदा. 'माझं गाव कुठाय?' मधील स्नेहा-चेतवच्या प्रेमाचं मूल्य कादंबरीची मुख्य धारा असलेल्या समाजक्रांतीच्या व्यापक मूल्यभानाशी जोडले गेल्याचा मुद्दा.

कादंबरीची नायिका स्नेहा नसून दु:खाचा व क्रांतिकार्याचा अनुभव प्रत्यक्ष जगणारी छळित उपेक्षित गजराच कशी ठरते याचे विश्लेषण; तसेच या कादंबरीमधील नायक चेतव आणि वाह्यासेरमध्ये कसा विभाजित होतो यासंबधीचे विवेचन आणि दोहोंच्याही रूपानं एकच सामर्थ्यवान 'पूर्ण नायक' अवतरला (असता) तर पुढच्या टप्प्यावर कादंबरीचे सामर्थ्य वाढण्याची सूचना देणारा मुद्दा इत्यादी, असे अनेक

न्याय्य समीक्षेचे हे संशोधनपर मुद्दे नवा दृष्टिकोन देणारे, हे खरेच आहे.

तुमच्या अशा विवेचन व विश्लेषणाची शैली व शक्ती जोरदार, प्रखर, वेधक, सूक्ष्म आणि X-Ray प्रमाणे तळस्पर्शी आहे, यात शंका नाही. त्या शैलीशक्तीने मला प्रभावित केले; पण विवेचन व विश्लेषणांतर्गत येणाऱ्या अन्य बऱ्याच काही विधानांशी/मुद्यांशी मी अजिबात सहमत नाही. उदाहरणार्थ–

बाबा पदमजी यांच्या 'यमुनापर्यटन' चे अनुकरण करून नायक - नायिकेला गावोगाव फिरायला लावणे; किंवा 'मुक्तामाला', 'मंजुघोष' या स्वप्नरंजनप्रधान कादंबऱ्यांप्रमाणे 'योगायोग' उभे करणे.....या तिन्ही कादंबऱ्यांची नावे विद्यार्थी अवस्थेत (१९६५-७० दरम्यान) कधीतरी ऐकली होती. दुर्योगाने त्या मला कधीच वाचायला मिळाल्या नाहीत. त्याची नावेही माझ्या स्मरणात नव्हती. आणखी ही विधाने-

चेतव बँडेज बांधून शहरात फिरू शकतो. तर आमगावच्या संघर्षभूमीत का येऊ शकत नाही? वाघाने चेतवची शिकार कशी केली नाही? (तो चावत नाही का?) चेतवने जंगलात जावेच कशासाठी? (या प्रश्नाने कादंबरीचा अत्यंत सूचक व सुयोजित असलेला हेतूच पार धुवून काढला.) गजरा व तिची माणसे यांना चेतवला (पाटलाने) मारल्याचे कसे कळले? (गावात सहकारी व पाटलाची गूढ हालचाल आधीच समजल्यावरून त्यांचा वाह्यासेराच्या त्या लोकांनी पिच्छा केला नसता तरच नवल.) बौद्ध भिक्षूसह ते सर्व लोक त्याचवेळी व त्याच ठिकाणी कसे हजर झाले? (स्पष्ट आहे.) हे योगायोग / लेखकाच्या कथानकाच्या सोयीसाठी .....वगैरे ही चुकीची, संभ्रमित विधाने. स्नेहाच्या लग्नाचा आईवडिलांनी विचार का करू नये? (पाहा, पृ.१०० तिसरा परि.)

चेतव-स्नेहाच्या 'प्रेमप्रकरण' व लग्नासंबंधाने (अनावश्यक) अनेकदा विचारणा, शंका, आरोप, 'चर्चा क्रांतीची व कृती प्रेमाची!', 'चेतव इतका थंड कसा?', 'त्यांचे प्रेमही अपूर्ण राहिले आणि क्रांतीही अपूर्ण राहिली'....

अशी कितीतरी विधाने....शंका...अटीतटीचे प्रश्न वाचून मला शेवटी घामच फुटला. आश्चर्य वाटले. लेखक म्हणून आपल्या कृतीवरील आक्षेपखंडण वा समर्थन नव्हे, पण एका भरातून आलेल्या अप्रयोजक / अवास्तव विधानांचा सविस्तर खुलासा करणे आवश्यक झाले आहे. येथे तो शेवटला धरून तीनचार पानी खुलासा स्वत:च तुमच्याकडे (तीनचार दिवसाने) पाठवितो आहे. येथे सविनय नम्रपणे एवढेच की, कृपया कादंबरीची एकूण पार्श्वभूमी, उद्दिष्ट, संदर्भ वगैरे लक्षात घेऊन शेवटचे संपूर्ण प्रकरण तुम्ही पुन:पुन्हा वाचून समजून घेतल्यास वर नोंदलेली विधाने

वस्तुनिष्ठ नाहीत, हे लक्षात येईल.

काही वेळेला समीक्षक कलाकृतीमधील जे सत्यशोधन करतो ते नवे, धक्का देणारे असते. किंवा त्याच्या ठराविक वैचारिक भूमिकेतून आलेले म्हणून ते गृहीतकही असते. ते लेखकनिष्ठ निर्मितीच्या वस्तुस्थितीमधील सत्यापेक्षा अनपेक्षितपणे वेगळे म्हणून कधी कधी असत्य वा अर्धसत्य तरी असू शकते. आणि कळत-नकळत तेच 'सत्य' समीक्षात्मक विश्लेषणातही बसविले जाते. दुसऱ्या शब्दात लादले जाते. त्यावेळी कलाकृतीवर अन्यायच होतो असे दिसेल. उदा. "समाजक्रांतीचा सातत्याने विचार करणारा चेतव आंबेडकरी केंद्रासह इतर क्रांतिवादी प्रवाहांचे सामर्थ्य जाणू शकलेला नाही. जुना आंबेडकरवाद आंबेडकरोत्तर काळातील नव्या प्रश्नांची उत्तरे सोडवताना 'डॉग्मा' बनल्यामुळे.....आंबेडकरवादाचे 'शब्दप्रामाण्य' आंबेडकरी चळवळीत रुजून ते वेदप्रामाण्यच झाले. परिणामतः वैचारिक कुजलेपणाची दुर्गंधी या क्रांतिवादी प्रवाहातही पसरली....मेश्राम यांची ही चिंतनात्मक कादंबरी जुन्या आंबेडकरवादी संकल्पनेच्या खुंट्याभोवतीच फिरू लागल्यामुळे एका भिन्न परंपरावादाच्या दलदलीत रुतून बसते." हस्तलिखित पृ. क्र. १६ व १७); किंवा

मग इतिहासाच्या अजेंड्यावरील सर्व क्रांतिसूत्रांची–क्रांतिपुरुषांची समीक्षक मूल्यमापनात्मक नोंद या कादंबरीत अपरिहार्य (?) असतानाही झालेली नाही.....क्रांतीवरील स्वाभाविक हक्क सांगणाऱ्या, सिद्ध करणाऱ्या इतर प्रवाहांचे विधायक योगदान तरी इथे का उपेक्षिले जावे?"(पान -१८)

वरील अवतरणांचा (आणखी बऱ्याच अन्य) विचार केला तर–

१) इथे माननीय 'डॉ. सबनीस हे एखाद्या भारदस्त वैचारिक / संशोधनपर ग्रंथाची समीक्षा करताहेत, की ललित साहित्यकृतीची?' असा प्रश्न पडतो. तो मलाच नाही, कुणालाही पडल्याशिवाय राहणार नाही. सबनीस हे या दोहोंच्या स्वरूप-मर्यादा जाणत नाहीत काय?

२) या तार्किक विधानांचा आणि कलाकृतीचा अर्थाअर्थी संबंधच येऊ नये. 'माझं गाव कुठाय?' या कादंबरीलाही ती लागू होत नाहीत. इथे ती विधाने चेतवच्या क्रांतीसंबंधीच्या चिंतनात्मक विचारात जबरदस्तीने / बुद्ध्या घुसवलेली- म्हणजे लादलेलीच वाटतात.

३) या कादंबरीच्या मागे आंबेडकरवादी क्रांती-तत्त्वज्ञान जरूर उभे असेल. त्याचा उच्चार कथाप्रवाहात करण्याची लेखकाला गरज नसते. समीक्षक अकारण कलाकृतीला वादावादात गोवतो, ठप्पा मारतो आणि स्वतःच

संकुचित होतो. पहिल्यांदा हे कथानक सर्वच दीन-दलित-उपेक्षित-शोषितांच्या क्रांतीची प्रेरणा देणारी जीवनकहाणी आहे. शोषण व दु:खमुक्तीची ती प्रेरणा (बुद्ध-विचारासह) 'आंबेडकर' असेल तर 'आंबेडकरवाद' हाच आजचा क्रांतिविचार, युगविचार म्हणून आपोआप सिद्ध होतो.

४) सामाजिक 'क्रांती' वरील चेतवच्या चिंतनाचाही विचार केला, तरी त्याच्याच अगोदर वास्तविक गौरव करणारे डॉ. सबनीस नंतर विरोध करतात, ते आपल्या आवडत्या 'नव-आंबेडकरवादी' (सर्वच उदारवादी प्रवाह मिळून बनलेल्या) तत्त्वांचा / विचारांचा पुरस्कार करण्यासाठीच. इथे अगोदरच्या आपल्याच वस्तुनिष्ठ / तर्कशुद्ध मूल्यमापनातील सुलट विचाराला असा अगदी उलटून विरोध करण्यातून प्रचंड विसंगती निर्माण होते आहे, याचे त्यांनी भान ठेवणे आवश्यक होते.

५) आता रागावू नये. डॉक्टरसाहेब, आणखी तुम्ही वरील विधानांत वापरलेले (अधोरेखित केलेले) शब्द प्रतिवादाला पुरेशी जाग देतात. (दुखावतात सुद्धा) कुणाला ते शब्द तुमच्याच पुढारलेल्या प्रतिगामित्वाचेच निर्देशक वाटले, तर? हे सगळं अस्थानी झालं आहे.

खरोखर तुम्ही आता रागवणार, दुखावले जाणार तर नाही ना?

मी अगोदर म्हटल्याप्रमाणे भावनिक अंगाने कौटुंबिक लवचिकता पाळावी-जपावी लागते. पण इथे तर वैचारिक / बौद्धिक क्षेत्रातसुद्धा भावनिक लवचिकता जपणे - पाळणे आवश्यक असते, नाही का? तसा वयाने मी मोठा; पण या क्षेत्रातला तुमचा अधिकार निश्चितच मोठा आहे. निर्विवादपणे. तरी लेखस्वरूप पत्र खाजगीतले, मैत्रीचे आहे. प्रसिद्ध होणारे नाही. चिंता नसावी. तुमचा हा समीक्षालेख मात्र (असाच असा नको, नको ना?) मागेपुढे प्रसिद्धीला जाणारच आहे. तेथे प्रश्न माझाही आहे. तेवढी काळजी तुमच्यासाठीच घेता आली तर पाहावी!

तुम्ही केलेल्या या समीक्षेचे स्पष्टपणे दोन भाग पडतात. त्यातील तुमच्या भूमिका व दृष्टिकोनाप्रमाणे पहिल्या भागात एकूण कादंबरीचे व लेखकाचे गुणदोषांच्या वजाबाकी-बेरजेत सामर्थ्यश्रेय मोजणे-ठरविणे, स्थान सांगणे, दुसऱ्या भागात तसेच करीत दोषदिग्दर्शन करणे. दोन्ही भाग वस्तुनिष्ठ निकषांवर आधारित असायला हवे होते.

'भूमिकेला काही प्रमाणात अज्ञानातून विरोधा'च्या स्पष्टीकरणासंबंधी तुम्हीच म्हटल्याप्रमाणे 'वस्तुनिष्ठ मुद्यांवरच प्रामाणिक विरोध मी मतभेद म्हणून समजून घेऊ

शकतो. पण वैचारिक भूमिकेचे मूल्य समजून न घेता तेथे जातीय संदर्भ म्हणून चिकटवण्याचे प्रयत्न काही तथाकथित विद्धान जेव्हा करतात'' (मुलाखत : सा. जत्रा, २६-३-९५, पान ७) हे तुमचेच महत्त्वाचे वक्तव्य इथेही लागू करून पाहावे, तपासावे. मला वाटते, मुद्दे-भूमिका वस्तुनिष्ठ असल्यावर तेथे मतभेदांनाही जागा मिळू नये? तरीही वस्तुनिष्ठ भूमिकेला विरोध हा अप्रामाणिक म्हणून तो अज्ञानातूनच होत असणार! हे खरे असल्यास, येथे पहिल्या भागात तुम्ही कथानकाला वस्तुनिष्ठ भूमिकेतून जर न्याय दिला असेल, तर दुसऱ्या भागात पहिल्यातील तुमच्याच न्याय्य मूल्यांना तुम्हीच नाकारलेले आहे. विरोध केला आहे. (वर उदाहरणे आलीच आहेत.) ही केवढी विसंगती!

याचा अर्थ कलाकृती, कादंबरी निर्दोष-उणिवारहित आहे / असते असा नाही. (तुमचे ओरि. हस्तलिखित मी परत पाठवीत आहे. पुन्हा शांतपणे तपासून पाहावे.) पण त्यातील दोष दिसू लागल्यावर, दोषच दोष पाहण्याच्या भरात आधीची गुणमूल्ये, जमा, सर्व वजा होऊन जावी असे झाले आहे. त्यामुळे वाचकांवर कादंबरीचा अधिक कोणता प्रभाव / परिणाम पडेल, याचा विचार व्हायला पाहिजे होता. शिवाय मीच 'तिचा' लेखक असल्याने ज्या मुद्यांना घेऊन तुम्ही झोडपले आहे, ते मुद्दे, ललित लेखनातील कलात्मक बारकावे, संदर्भ-गुंतागुंत नीट समजून न घेण्यातून आले आहेत. हे मीच अधिक जाणतो. (खुलासा पाहावा.) येथे व्यक्तिपरत्वे आकलन भिन्न / वेगळ्या दृष्टिकोनाचाच प्रश्न नाही, तर तुमची वैचारिक वस्तुनिष्ठ भूमिका इथे अपुरी कशी पडली हा माझ्यापुढे प्रश्न आहे. हे असो.

शब्द, भाषा ही नेहमी लवचीक. जितकी अधिक लवचीक असेल तेवढीच अधिक शक्ती लेखनाला प्राप्त होत असते. तुमचे लेखन एकटाकी असल्याचे दिसते. एकटाकी -अचूक लेखन गौरवास्पद असतेच. पण चुकीचे झाले तर? शक्यता असते. म्हणून संस्काराची, पुनर्लेखनाचीही तेवढीच आवश्यकता असते, असे मार्गदर्शकाकडून मी शिकलो. गोर्की / टॉलस्टायसारख्या महान लेखकांनी एकच कलाकृती सात वेळा / २१ वेळा लिहिल्याचे कोणीतरी सांगितले. याचा अचंबाच वाटतो. मुख्य चिंतन-संस्कारांना महत्त्व. लवचिकता, चिंतन व संस्कार हे विचाराला (भूमिकेलाही) पक्के, सुदृढ व समृद्ध करीत जातात, हे खरे.

हे खूप लांबले. कुठे भरकटलेही असावे. कारण हेही शेवटी एकटाकीच! दुसऱ्या सांगे–

अधिक-उण्याबद्दल क्षमा करावी. चिरंजीवास अनेक शुभेच्छा! मोठ्यांना

प्रणाम. कळावे,

आपला,
योगेंद्र मेश्राम
६-४-९५

(व्यक्तिगत पुढच्या वेळी!)

इथे एवढेच की मी गरीब, उपेक्षित आणि किंचित लेखक. आजवर अकरा वैचारिक / ललित पुस्तके (प्रसिद्ध) लिहूनही साहित्यिक क्षेत्रात उपेक्षित. प्रसिद्धीसाठीचे 'राजकारण' जमत-झेपत नाही. तुमची झेप पाहिली की आश्चर्य होऊ नये इतकी मोठी. तिच्यापुढे खरेच भल्याभल्यांना थंड व्हावे लागले. जशी झेप चेतवची, 'की वाघही' कादंबरीत त्याच्यापुढे नमतो. 'जग' मात्र त्याला सहजासहजी ओळखत नाही, इतकेच.

माझं गाव कुठाय? वरील डॉ. सबनीसांच्या मूल्यांकनातील काही प्रश्नांबाबत खुलासा

(भाग २)

प्रश्न :

१) मारहाणीत लागलेल्या चेतवला बॅण्डेज बांधावे लागते. तो शहरात बॅण्डेज हाताला बांधून फिरू शकतो, तर आमगावच्या संघर्षभूमीत का येऊ शकत नाही?

२) जंगलात गेल्यावर वाघ चेतवच्या अंगावर झेप घेण्यासाठी पवित्रा घेतो. पण झडप घेत नाही. हा बुद्धविचाराचा प्रभाव की प्रेमाचा? वाघाने चेतवची शिकार का केली नाही?

३) चेतवने जंगलात जावेच कशासाठी? लेखकाच्या इच्छेसाठी.....कथेच्या सोयीने .....हे सर्व योगायोग आहेत.

४) चेतवला मारल्याचे गजराच्या लोकांना कसे कळले? ते लोक त्याच वेळी जंगलातच व त्याच ठिकाणी कसे हजर असावेत?

५) बुद्ध आणि बौद्ध तत्त्वज्ञान आणि परंपरा धार्मिक व्यवस्थेत आजतरी तुलनेने सर्वश्रेष्ठ मानवतावादी असल्याचे सत्य प्रमाण मानले, तरी केवळ श्रद्धेपोटी वस्तुनिष्ठता शबलित करणे, समर्थनीय मानावे काय?

माझं गाव कुठाय? : मूल्यगर्भ चिंतनाची बौद्ध प्रभावातील कादंबरी! / ७५

६) ‘चर्चा क्रांतीची आणि कृती मात्र प्रेमाची?’ .... ‘या कादंबरीत प्रेमही अपूर्ण राहिले आणि क्रांतीही अपूर्ण राहिली’. इत्यादी.

खुलासा :

वरील प्रश्नांतर्गत आलेले काही प्रसंग वा घटना लेखकाने कथानकाच्या आपल्या सोयीसाठी उभ्या केल्या, काही ठिकाणी योगयोग साधण्यासाठी काही गोष्टी जुळवून आणल्या, असे वरवर वाचणाऱ्याला वाटते. पण खऱ्या रसिक, चाणाक्ष वाचकाला शेवटच्या प्रतीकात्मक प्रसंग-वर्णनातून दर्शविलेली सूचकता व कलात्मकता जेव्हा प्रत्ययाला येते, तेव्हाच कादंबरीची खरी मूल्यात्मकताही कळून येते. अर्थात काही उणिवा / दोष गृहीत धरूनही सूक्ष्म निरीक्षण, परीक्षण केल्यावर त्यांतले काही दोष आपोआप गळून पडतात.

ज्या पातळीवरून व ज्याकरिता आमगावला संघर्ष झाला, त्या नुसत्या मारामारी-हिंसाचारी संघर्षाच्या पलीकडे जाऊन चेतवने, घडलेल्या हिंसाचाराचा परिणाम म्हणून नव्याने चिंतन व विचार करणे या त्याच्यात झालेल्या मानसिक परिवर्तनाचा विचारच येथे महत्त्वाचा ठरतो. त्याला नुसता विध्वंस व जीवहत्या नकोशी वाटते. म्हणून तो आमगावला पुन्हा झपाटून दंगलीत उडी घ्यायला जात नाही. त्याचे जाणे अविचाराचे ठरले असते. कदाचित आणखी पेटले असते. तसे होऊ नये, यासाठी त्याने मग सामाजिक क्रांतीच्या अधिक व्यापक काय करावे? बुद्ध विचाराच्या व्यापक विधायक पातळीवर तो नंतर विचार करतो. त्यातून विश्वदर्शी अशा नव्या ध्येयदिशा दिसू लागतात. ही बदलत गेलेली मानसिकता चेतवमध्ये नवे बळ निर्माण करते. या मानसिक शक्तीमुळेच तो क्रूर वाघालाही शेवटी ‘मित्र’ बनवू शकतो. जंगली हिंस्र पशूपेक्षाही माणूस हा अधिक दुष्ट, क्रूर, माणूसघाती कसा असतो, (हे दाखविण्याकरिताच शेवटी तो अभयारण्यातील वाघाचा प्रसंग उभा केलेलाय) हे त्याच ठिकाणी नागपूरपासून चेतवचा पाठलाग करीत आलेल्या माधोराव पाटलांच्या हिंसक कृतीवरून सिद्ध होते. तो चेतववर तेथे गोळ्या घालून त्याला ठार मारण्याचा प्रयत्न करतो, पण तो असफल होतो.

माधोराव पाटील व साथीदार चेतवचा पाठलाग करीत त्या जंगलमाळात राहणाऱ्या आदिवासींच्या गावी आल्याचा सुगावा वाह्यासेराच्या मंडळीला व गजराला आधीच लागलेला असतो. ते लोकसुद्धा त्यांचा कट्टर दुष्मन असलेल्या पाटलाच्या पाळतीवर असतात. आपल्या धनुष्यबाणादी हत्यारांसह बंदूकधारी पाटलाच्या पिच्छा करीत गजरासह ते त्या गुंफेमागच्या जंगलात येत असतात आणि ऐन निर्वाणीच्या

वेळी आपल्या विषारी धनुष्यबाणांनी ते लोक माधोराव पाटील व साथीदारांना मारून, चेतवला वाचवितात. हे योगायोगाने घडत नाही, हे लक्षात यावे.

लेखकाने 'खंडाऱ्याच्या जंगलाचाच' परिसर शेवटी का निवडला, चित्रित केला? तर ही लेखकाकडून एकाएकी झालेली निवड नाही. येथे लेखकीय 'सोय' नसून उलट कथानकाची सहज साधली गेलेली समृद्धीच ठरावी. त्यामागे पुन्हा एक सूचक पार्श्वभूमी आहे, ती आहे बौद्ध संस्कृतीची. ज्या स्थळाला 'पाच पांडवांची गुंफा' असे नाव मिळाले होते, ते स्थळ बौद्ध संस्कृतीचा एक ऐतिहासिक अवशेष स्वरूपात असलेला मूळ ठेवा कसा होता, हे शोधण्याचा नायकाचा (लेखकाचा) अपरोक्ष हेतू ती 'पांडव-गुंफा' पाहायला जाण्यामागे होता. पूर्वी जी शेंदराची कुरघोळी करून बुद्धाचा 'जगन्नाथ' किंवा 'पांडुरंग' केला गेल्याचे अलीकडच्या उत्खनन-संशोधनातून उघडीस आले आहे, त्या करामतीचे नकली कवच फाडण्याचाही उद्देश त्यामागे आहे. शिवाय या कादंबरीला लाभलेल्या विशुद्ध मानवीय बुद्ध तत्त्वज्ञानाच्या, आंबेडकरी सभा, सांस्कृतिक चळवळीच्या क्रांतिप्रवण पार्श्वभूमीशी हे ठिकाण सुसंगतच ठरते. शेवटी बौद्ध भिक्षू व बुद्धिवादी तत्त्वाच्याच संदर्भात सुद्धा केवळ श्रद्धेपोटी कथानकाची वस्तुनिष्ठता शबलित झाली आहे, असे वाटत नाही. कारण कादंबरीची पार्श्वभूमी पारंपरिक 'बौद्धधर्मा' ची नसून बुद्धिप्रामाण्यवादी आंबेडकरी बुद्धविचारांचीच असल्याने चेतवची श्रद्धाही पूर्ण डोळस आहे.

'चेतवने त्या जंगलात जावेच कशासाठी?' या प्रश्नाचे दुसरे उत्तर कथानकाच्या पूर्वार्धातच सुचविलेले आहे. विद्यार्थी अवस्थेत चेतवच्या बालपणी सावत्र आईकडून छळित अशा चेतवची वाताहत होते. त्या प्रसंगी बालक चेतव-स्नेहाच्या संवादातून 'खंडाऱ्याच्या जंगलाचा' उल्लेख येतो. त्याच जंगलात बहुधा ढाण्या वाघाची शिकार करायला जाणाऱ्या पण अपयश आलेल्या गावच्या माधोराव पाटलाचाही उल्लेख येतो. अशा त्या 'खंडाऱ्याच्या जंगलाचे' व गुंफेचे कधीतरी पाहायला.....आकर्षण चेतवच्या मनात लहानपणापासूनच असते. त्या प्रसंगातली सूचकता....त्याच जंगलात.....भयचकित करणाऱ्या कथानकाचा शेवट, यांची कलात्मक सुसंगती....सहज साधलेली आहे, हे सगळे लक्षात घेतल्यावर कादंबरीचा तिथेच शेवट हा किती व कसा औचित्यपूर्ण आहे, हे सांगायचे नसते?

एकूण ही सगळी प्रत्ययकारी, जिवंत वातावरणनिर्मिती, सहज स्वाभाविकच चित्रण असले, तरी ते हेतूविरहित मात्र नाही. पण त्यामागील लेखकाचा मूळ हेतू पुरतेपणी समजून न घेता 'कादंबरीत चेतव-स्नेहाचे प्रेमही अपूर्ण राहिले आणि

क्रांतीही अपूर्ण राहिली' असे विधान करणे वस्तुस्थितीला धरून नाही. हा अपसमज एकदंर कथानक नीट खोलवर समजून न घेण्यामुळे होऊ शकतो.

'प्रेम' हा या कादंबरीचा विषयच नसल्याने प्रेमाच्या परिपूर्ततेचा प्रश्नच इथे येऊ नये! चेतव-स्नेहाचे कथित प्रेम कथानकातून येते हे खरे; पण ते स्वाभाविक असल्याने त्यांच्या प्रेमाचे 'प्रकरण' करणे-समजणे हा गैरसमज होईल. त्या दोघांचे प्रेम हे तरुणपणीच जवळ आल्याने एकाएकी उद्‌भवले, असे नसून बालपणापासूनच या प्रेमाचे अंकुर त्यांच्यात उमलेले होते. आता त्यांच्याच तरुणसुलभ प्रेमभावानांचे लेखकाने केलेले आविष्करण म्हणूनच अत्यंत स्वाभाविक आहे. ते प्रेम स्वैर नसून संयमित आहे. म्हणून ते 'प्रकरण' ठरत नाही किंवा त्यांची 'कहाणी' ही होत नाही. कारण 'प्रेमकहाणी' सांगणे हा या कादंबरीचा विषयच नव्हे! आता एखाद्या निसर्गरम्य स्थळी नैसर्गिकरीत्याच चेतव-स्नेहातल्या प्रेमभावनांचा मुक्त आविष्कार घडला, घडवीत गेला (पृ. २०८ त २०९), म्हणून काही त्याने कादंबरीचा मुख्य प्रवाह बाधित, खंडित होतो किंवा तिचा मूळ हेतू वाया जातो, असे होत नाही. चेतव शेवटच्या आपल्या क्रांतीत्त्वाबद्दल पूर्ण जागृत, पूर्ण सावध आहे. तेव्हा ''चर्चा क्रांतीची आणि कृती मात्र प्रेमाची!'' असे कसे म्हणता येईल? हे त्यांचे 'प्रेमप्रकरण' करणेच झाले. 'प्रकरण' घडवून आणण्याइतका चेतव अविचारी आहे काय?

एरवीही चेतव स्नेहाला प्रतिसाद तेवढा देतो, तो कधीच या प्रेमाचे 'भांडवल' करत नाही. त्यावर फारसा बोलतही नाही. तो 'समाजक्रांती' वर मात्र सारखा बोलतो, भाष्य करतो. चिंतन करतो. तो निष्क्रिय वा थंड सुद्धा कसा ठरावा? समाजासाठी काही करण्यासाठीच तो सारखा तळमळतो आहे. येथे चेतवच्या मनातील 'क्रांती' साकार व्हावयाचीच आहे. म्हणून क्रांती अपूर्ण राहिली आहे, हे खरे. खरे म्हणजे, ही क्रांतीची अपूर्णता समाजवास्तवताच आहे. आंबेडकरकालीन आंबेडकरी चळवळीने जी सामाजिक सांस्कृतिक क्रांती घडवून परिवर्तनाची प्रक्रिया या समाजमनात रुजू केली, त्या क्रांतीची मुळे नंतरच्यांनी योग्य खतपाणी घालून समाजतळापर्यंत रुजविण्या-वाढविण्याऐवजी काही स्वार्थी धुरीणांनीच त्या मुळांना उचकटून विस्कटून टाकण्याचे काम केले. त्यामुळे बुद्ध-फुले-आंबेडकर प्रणीत सर्वंकष क्रांतीचा आवाज येथे चौफेर निनादतानाच भंगला, थांबला. ती क्रांती आज आपल्या मूळ ध्येयाप्रत पोचवायचीच राहून गेली आहे.

त्यात बुद्ध-आंबेडकरी क्रांतीच्या मूळ ध्येयाने चेतलेला चेतव कादंबरीतून दिशाहीन समाजाची हरवलेली वाट पुन्हा शोधतो आहे. त्याला चांगली जाणीव

आहे, की आमूलाग्र क्रांती आजची एकटी नेतृत्वहीन आंबेडकरी दलित शक्ती घडवून आणण्यास अपुरी ठरते आहे. आजच्या सामाजिक चळवळीची ध्येयदिशाच भरकटली, खुंटली गेल्यामुळे क्रांतीला पोषक असे वातावरणच नाही असे चेतवचे अनुभव-अवलोकन असल्यामुळे पुन्हा सर्वंकष क्रांतीसाठी अनुकूल वातावरण निर्माण व्हावे, म्हणून तो दलित, पददलित, इतर, आदिवासी, गोंडगोबारी वगैरे बहुजनांच्या संघटनशक्तीला एकवटण्याचा प्रयत्न करतो. चेतव पांडवगुंफेच्या निमित्ताने वाह्यासेराच्या शूर, बंडखोर आदिवासी लोकांकडे जंगलात जातो, तो यासाठीच, त्या लोकांच्या दिशाहीन पण प्रचंड शक्तीचा ओघ क्रांतीच्या दिशेने वळविण्याचा इरादा घेऊनच. (चेतव-स्नेहाचा संवाद पाहा.) चेतवची इथे क्रांतीची पायाभरणीच चाललेली दिसते. प्रत्यक्ष क्रांती अजून लांब आहे.

शेवटी क्रांती होणे म्हणजे काय? चेतवने अनुभवल्याप्रमाणे नुसती मारामारी, कापाकापी करणे याला क्रांती म्हणणे त्याला मान्य नाही. दुष्ट जुलमांचा नि अन्याय्य-अत्याचारी प्रवृत्तीचा प्रतिकार व्हायलाच हवा. कादंबरीच्या मध्यात व शेवटच्या प्रसंगी लेखकाने असा समर्थ प्रतिकार योजकतापूर्ण प्रसंगचित्रणांद्वारे दाखविलेला आहेच. वाह्यासेराने / चेतवने दिलेला प्रतिकार, विहिरीच्या पाणीप्रकरणी दलितांनी केलेला प्रतिकार. ते ते चित्रण हेतूबद्ध म्हणून प्रभावी, परिणामकारी उतरलेले आहे. पण पहिल्या पिढीच्या-आमगावच्या जाती-वैमनस्य व शत्रुत्वातून उद्भवले, तसे मारामारी डोकेफोडीचे हेतूरहित संघर्ष-चित्रण करून कादंबरी भडक करण्यात लेखकाला स्वारस्य नाही. तो भडक भडिमार नायक चेतवच्या मूळ विचारवंत पिंडालाच भावणारा नाही. त्याचे आपले क्रांतीचे स्वप्न असे आहे, की जिचे परिणाम माणसाच्या सृजनशीलतेला सतत आव्हान देऊन जागविणारे, उत्स्फूर्त करणारे ठरावेत. क्रांतीचे परिणाम-पडसाद हे विध्वंसकतेऐवजी विधायक, समाजविघातक असण्याऐवजी नवसमाज-निर्माणक असावेत. परिणामत: एकूण समाजजीवन हे समता-स्वातंत्र्य-बंधुभावनिष्ठ आणि न्यायनिष्ठ तत्त्वावर उभे राहावे.

अशा मानवतावादी सामाजिक क्रांतीचा हा कितीतरी लांबचा पल्ला असतो. कादंबरीतून झालेली म्हणून क्रांती एका झटक्यात, एका कथानकातून साकारल्याचे अथवा ती पूर्णत्वास गेल्याचे चित्रण करणे म्हणजे कांतिमान सुदृढ लांब पावलांची ऐतिहासिक वास्तवता विसरून जाणे, तिचा सुखस्वरूप तेजस्वी चेहराच खराब करणे होय. तसे या कादंबरीत घडल्याचे दाखविले असते, तर ही कादंबरीही खोटी आणि तिच्यातली क्रांतीही वांझ, खोटी किंवा 'नाटक' ठरले असते. या

कादंबरीमधून दाखविललेली क्रांती अपरिहार्यपणे अपूर्ण राहिली म्हणूनच तिला पूर्णत्वास न्यावयाचे विचार-चिंतन इथे महत्त्वाचे ठरते. (हे विचार-चिंतन भावल्यामुळेच डॉ. सबनीसांनी त्याचा व लेखकाच्या आत्मपरीक्षणात्मक सामाजिक भूमिकेचा यथोचित भरपूर गौरव केला आहे.)

क्रांती होण्याआधी क्रांतीच्या पायाभरणीचा विचारच मूलभूत महत्त्वाचा असतो. तो विचार सर्वगामी सर्वदूरच्या मनामनात पसरावा लागतो तेव्हाच आमूलाग्र क्रांतीचे पडघम चोहोकडे वाजू लागतात. त्या क्रांतीलाच अर्थ व मूल्य प्राप्त होत असते. या दृष्टिकोनामुळेही या कादंबरीचा पिंड वैचारिक चिंतनात्मक स्वरूपाचा राहिला आहे.

थोडक्यात, सर्वत्र क्रांती घडवून आणण्यासाठीच भक्कम पायावर तयारी करण्याचा चेतवचा हा सगळा प्रयत्न चाललेला असतो. आपल्या विचार-चिंतनातून डोळ्यांपुढील क्रांतीच्या दिशाही तो मुक्रर करत जातो. त्यातून समाजमनात डोळस दृष्टी अशी क्रांती-जाणीव निर्माण करण्याचा या नायकाचा प्रयत्न असतो. आणि या जाणिवा निर्माण करतानाच क्रांतिप्रेरणा जागवून माणुसकीच्या अपेक्षेतून माणसाचा शोध घेणे आणि अमाणुसकीला आव्हान देणे, हाच लेखकाचाही हेतू असतो. कादंबरीचे उद्दिष्टही तेच.

हे उद्दिष्ट पोटात घेऊन 'माझं गाव कुठाय?' च्या कथानकाची वाटचाल इथे एवढ्यावरच थांबते, म्हणून त्यातील 'क्रांती' अपूर्ण राहिल्याचे जाणवणे साहजिकही आहे. पण एवढीच या कादंबरीची मर्यादा अथवा आवाका आहे. ती मोठ्या, विशाल आवाक्यांची आंतरराष्ट्रीय सामाजिक क्रांतीचे व्यापक संदर्भ घेऊन येणारी वगैरे कलाकृती नाही; ती सदोषही आहे (असतेच), हे लेखकाला मान्यच आहे. कदाचित पुढच्या दुसऱ्या टप्प्यावर कादंबरीचा हा मर्यादित आवाका वाढू शकला असता. तिच्यामधील क्रांतीच्या आशयाला पूर्णत्वाचे व्यापक परिमाणही कदाचित लाभले असते. तसे अद्याप होऊ शकले नाही, ही लेखकाच्या निर्मितिक्षमतेची मर्यादा समजावी.

(समीक्षा-लेखाच्या फक्त शेवटला धरून त्यात अर्थमूल्य घेऊन न येणाऱ्या काही थोड्या चुका / उणिवा किंवा त्यातील दोषदिग्दर्शन काहीसे अप्रयोजक अवास्तव, अस्थानी झाले असल्यामुळेच त्यासंबंधीचा खुलासा म्हणून केलेली ही चर्चा एवढी पुरे.)

-*-*-*-

. ५.

शरणकुमार लिंबाळे यांची 'सांस्कृतिक सूड' घेणारी 'राणीमाशी'

शरणकुमार लिंबाळे या नव्या दमाच्या लेखकाची 'राणीमाशी' ही साहित्यकृती, आत्मकथा की कादंबरी या प्रश्नाच्या वादात समीक्षकांना अडकवणारी कावेबाज खेळी आहे. महाराष्ट्र टाईम्सने या पुस्तकावर टीका केली. माझ्या सूचनेनुसार शरणने 'राणीमाशी' भेट पाठवून परिक्षण लिहिण्याची विनंती केली. मी त्याचा प्रत्यक्षात गुरू नसताना, गुरुपरंपरेतील माझे अस्तित्व अर्थपूर्ण मानून, शरणने आदरपूर्वक 'राणीमाशीची' सप्रेम भेट पाठवली. शरणची आत्मीयता मला भावली. पण 'राणीमाशी'त विकृतीचे चक्क समर्थन आहे. शरणचा हा पराक्रमच दलित साहित्यातील परिवर्तनवादी चळवळींना परवडणार नाही.

राणीमाशीचा नायक शरण लिंबाळे हा विवाहित असूनही स्वाती नावाच्या परक्या विवाहित स्त्रीच्या प्रेमात पडला आहे. स्वातीची स्त्री-प्रकृती एका पुरुषावर समाधान मानणारी नाहीच! तरीही शरणचे प्रेम चालूच आहे. या प्रेमाला तो 'शुद्ध मैत्री' म्हणतो. 'स्वातीचे पाय माझ्या ओठाइतके मुलायम आहेत. ते कधी तरी चावले पाहिजेत.' हे शरणचे स्वप्न. पाय मुलायम असले तरी चावताना धूळ तोंडात जाणारच. पण एवढा विवेक कुठे आहे?

स्वातीनं लिंबाळेबद्दल ऑफिसच्या लोकांसमोर तक्रार केल्यावर शरण म्हणतो, 'गेली तीन वर्षे कार्यालयात तुमचा किस घेतला, चिमटे घेतले, त्यावेळी तक्रार का केली नाही?' (पृ. १९९). सरकारी कार्यालयात सतत तीन वर्षेपर्यंत 'किस' घेण्याचा हा स्वाती आणि लिंबाळे यांचा पराक्रम, कोणत्या 'शुद्ध मैत्रीचा' पुरावा आहे? या नायकाने स्वातीला ताई-आई मानून 'किस' घेतले काय? अनैतिक रोमान्सला 'शुद्ध' ठरविणे अयोग्यच आहे.

स्वातीच्या गालावर उगवलेल्या तारुण्यपीटिकेचा 'नकळत चिमटा' घेण्यात कोणती शुद्ध मैत्री उरते? 'तुझ्या स्वप्नात मी देहाविना किती दिवस राहू?' हा

प्रश्न नायकाने विचारला असला तरीही स्वप्नात शरीराचेच अस्तित्व अवतरते आणि अशा स्वप्नाच्या मुळाशी फ्राईडच्या सिद्धान्तानुसार कामभावना हेच प्रबल सत्य असते, याची जाण निदान सूज्ञ वाचकांस होणारच! परक्या, विवाहित स्त्रीच्या संदर्भातील नायकाच्या कामभावना, कशा, कोणी आणि का शुद्ध मानायच्या?

प्रामाणिक निवेदनातील या मूलभूत गफलती नैतिक-अनैतिक द्वंद्वाच्या दडपणातून निर्माण झाल्यात. हा नायक स्वत:ला धाडसी समजत असला तरी तो अशा ठिकाणी भित्रा आहे. त्याचे लैंगिक संबधाचे ज्ञान तरी कमी आहे किंवा या संबंधात तो काही प्रमाणात अप्रमाणिक तरी आहे.

या नायकाला स्वाती 'रोज हवीहवीशी वाटतेय', 'अधिक सुंदर दिसतेय', 'तिच्याकडे तासन्‌तास बघत बसावं वाटतं.' तसं झाल्यास हा पठ्ठ्या जगातली सर्व दु:खं विसरून जायला तयार आहे. 'राणीमाशी'तल्या दोन वेगवेगळ्या विवाहित स्त्री-पुरुषांच्या शुद्ध मैत्रीसंबंधाचा हा शुद्ध पराक्रम!

दिनेश कांबळेसारख्या दलित चळवळीतल्या प्रामाणिक मित्राच्या शुद्ध मैत्रीचा स्वाभाविक परिणाम म्हणून, वस्त्यावस्त्यांमधून काळीज फाटलेली माणसं हा नायक पाहतो.

शरण समर्थपणे लिहितो, 'झोपड्याझोपड्यात' सूर्य कासावीस झालेले, घामाने डबडबलेल्या देहावर गदगदलेले विश्व, चितेगत चिंतेनं जळणारे संसार (पृष्ठ क्र ३, स्वातीसारख्या चवचाल स्त्रीला, स्वत:च्या 'डोळ्यांपुढे सतत बसवून' (पृ. ३४), या जगातील गरीब-दलितांची आणि सर्वांची सर्व दु:खे विसरायला तयार असेल, तर शरणच्या शोकत्मिकतेला कोणी आणि कशासाठी पोटात घ्यावे?

'स्वाती'पेक्षाही सुंदर नजरा इथं खाक झालेल्या, ही कुरूप वास्तवता, 'शरण' मधलाच अस्सल दलित लेखक, मानवतेच्या प्रचंड गहिवरातून नोंदवतो (पृ. ३४). या 'खाक' झालेल्या मानवी जगताचे नाते शरणने स्वातीच्या नादाने तोडले आहे. नैतिक मूल्यांच्या संदर्भातील तक्रारीपेक्षाही, ही अधिक गंभीर तक्रार आहे. शरणची भूमिका पूर्वी व्यक्तिवादी नव्हती. म्हणून 'अक्करमाशी'तला शरण आणि 'राणीमाशी'तला शरण यांच्यातील हा संघर्ष आहे. मी 'अक्करमाशी'तल्या शरणाचा पक्षपाती आहे. तोच शरण अस्सलही आहे आणि चांगला दलित लेखक सुद्धा!

मानवी जगातील विषमतेचा बळी ठरलेल्या निष्पाप जीवांच्या समग्र मुक्तीचे स्वप्न उराशी बाळगणारा मूळचा शरण, 'राणीमाशी'त मात्र अत्यंत फालतू पुचाट स्वप्नं रंगवतो. शरण लिहितो– 'आता एक मायावी स्वाती निर्माण झाली पाहिजे....तिच्याशिवाय जगणं मुश्किल आहे...माझ्यासाठी तिने मधाळ ओठ देऊन

जावेत' (पृष्ठ क्रमांक ३५). साडेतीन टक्क्यांची 'छिनाल' संस्कृती जोपासणाऱ्या फडके प्रवृत्तीच्या ब्राह्मणग्रस्त व्यक्तिवादी लेखकांच्या साहित्यात आणि 'राणीमाशी'त, मूल्यात्मक फरक कुठे उरलाय ते वरील पुरावा लक्षात घेऊन शांतपणे सांगता येईल का?

स्वातीचा शरण हा शरणकुमार लिंबाळेच आहे. याचे अनेक पुरावे भक्कमपणे याच कृतीत आहेत. त्यामुळे स्वातीचा शरण आणि लेखक शरण वेगळे आहेत, ही पळवाट कुणी शोधलीच तर ती तद्दन फसवणूक आहे. प्रश्न सत्य जाणून घेण्याचा आहे. दलित लेखकाला चुंबन, आलिंगनाचे वावडे असावे असे नव्हेच! पण शुद्ध प्रेमाच्या पुरात वाहताना, जगाच्या दुःखाचाही विसर पडावा, एवढे फडके-खांडेकरी शिष्यत्व, दलित लेखक म्हणविणाऱ्यांना परवडणारे आहे का, हा चिंतनाचा आणि चिंतेचाही प्रश्न ठरतो! व्यभिचारी प्रवृत्तीला कुरवाळणारे साहित्य श्रेष्ठ आणि प्रतिष्ठित मानले गेले तर, सवर्णांच्या, भांडवलदारांच्या अत्याचारांना बळी पडलेल्या दलित, आदिवासी, गरीब, श्रमिक स्त्रियांच्या व्यभिचारालाही गौरवास्पद मानण्याची पाळी आपल्या पदरी येईल. म्हणून व्यभिचार कुणाचाही असो, तो निंद्यच मानावा लागेल. स्वाती–शरण त्याला अपवाद ठरू नयेत! स्वातीमय झालेला शरण 'राणीमाशी'त लिहितो, 'तुलाही मन आहे. नाही तरी कलावंताला अंगवस्त्रं हवीच असतात' हे विधान, अंगवस्त्रे बाळगणे अयोग्य-अनैतिक नव्हे, या तत्त्वज्ञानाची मांडणी करते. 'अक्करमाशी'त स्वतःच्या आईची 'अंगवस्त्र' म्हणून वेदना मांडणाऱ्या शरणचा पराभव करणारा 'राणीमाशी' तला हा शरण, दिशाहीन झालाय, हे म्हणण्याशिवाय राहवत नाही. हा केवळ समीक्षणात्मक कोरडा लेखन-प्रपंच नाहीच! क्रांतिकारी चळवळीच्या सर्व प्रवाहांनी ज्याच्या उमलत्या प्रतिभेकडून सार्थ अपेक्षा बाळगल्या, त्या क्रांतिनिष्ठ डोळस प्रेमातूनच्या कटु सत्याची नोंद करणे आवश्यक आहे. चुकीच्या दिशेने वाहवत जाणारा एक सच्चा माणूस, लेखक, परत मूळच्या परिवर्तवादी प्रवाहात आणला गेला, तर ही कटु समीक्षाही सफल झाल्याचे समाधान होईल.

पतीचा विश्वासघात करून प्रियकर आणि मित्रांना बदलणारी स्वाती कुठे आणि समग्र मानवजातीचे दुःख दूर करून सर्व जीवांना सुख देणारी क्रांती कुठे? क्रांती आणि स्वाती समान कसे ठरावेत? (पृष्ठ ५२ पाहा.) त्यांना समान मूल्यात्मकता प्रदान करणारा शरण, भ्रांती जगतोय काय? शरणने भ्रांत होणे, होय, ही स्वातीमय भ्रांती शरणला, दलित साहित्यप्रवाहाला व चळवळीला परवडणारी आहे का? आजही स्वातीचा प्रभाव शरणच्या मनावर शिल्लक असेल तर?

ललित कलाकृती जन्माला घालणाऱ्या लेखकाची भूमिका, वैचारिकदृष्ट्या वस्तुनिष्ठ नसेल तर अनेक घोटाळे होऊन बसतात. दलित लेखनातील विद्रोहाचे मूल्य कोणताही सूज्ञ अभ्यासक नाकारणार नाही. परंतु अत्याचाराचा विरोध करताना असंस्कृत-अनैतिकतेचे समर्थन, सैद्धान्तिक पातळीवर व कलात्मक पातळीवर करणे, मानवमुक्तीच्या कैवारासाठी सिद्ध होणाऱ्या व्यापक व मूलभूत विद्रोहाला मंजूर होऊ शकत नाही. 'राणीमाशी'मधील पुढील नोंद पाहा, 'त्यांनी जबरदस्तीने नागवल्या आमच्या कैक पिढ्या. आज एखादी सवर्ण स्त्री स्वखुषीत आमच्याकडे चोरवाटेने येत असेल तर तिचं आम्ही देवतेसारखं स्वागत करू, तिची पूजा करू. हा व्यभिचार आम्हास मान्य आहे. हा आमच्या सांस्कृतिक सूडाचा अविभाज्य भाग आहे.' (पृ. १०८). 'राणीमाशी' मधील सवर्ण स्वाती चोरवाटेने शरणकडे आली आणि 'देवते' सारखं तिचं स्वागत झालं तरी ती खरोखरीच देवतेसारखी वागली का? ती देवता नव्हतीच! शरणच्या शब्दात सांगायचे तर ती 'चारित्र्यहीन आहे. ती फसवी आहे.' (पृ. ११५)

व्यभिचारिणी ही सवर्ण असो वा अवर्ण असो, तिचे स्वागत देवतेसारखे करणे मूर्खपणाचे असते. स्वातीच्या संदर्भात हे सत्य गवसले असताना 'सांस्कृतिक सूड' घेणारी प्रवृत्ती समर्थनीय मानता येते का? शिवाय 'सांस्कृतिक सूड' म्हणून चोरवाटेने येणाऱ्या स्त्रीचं, 'देवता' म्हणून स्वागत करण्याचा सिद्धान्त मान्य केला तर, सवर्ण आणि अवर्ण या दोन्ही विभागांतून चोरवाटेने जाणाऱ्या सर्वच स्त्रियांच्या बाबतीत 'या' व्यभिचाराचे समर्थन करण्याची जबाबदारी येऊन पडते. अशा विकृतीतून क्रांतीची अपेक्षा करता येईल का? शिवाय जुन्या अत्याचाराचा बदला घेताना नवे निरागस-निष्पाप बळी, सूडाच्या आहुतीसाठी वापरणे मानवतावादाचा खून नव्हे का? शरणचा बुद्धवाद व बुद्धिवाद कुठे आहे? एकूण काय की, शरणने केलेला अपेक्षाभंग दलित साहित्याला परवडणारा नाही!

-*—*—*-

. ६ .

विंदा करंदीकरांच्या कवितेतील साम्यवादी जाणिवांचे स्वरूप

सौंदर्याचे माध्यम हाताळणाऱ्या कलाविश्वाची इतिकर्तव्यता, मानवाच्या सर्व स्तरांवरील सर्व प्रकारच्या कल्याणातच असावी. म्हणून कलावंतांचे स्वातंत्र्य आणि कलेची स्वायत्तता यांना, मानवजातीच्या व वेदनामुक्त अवस्थेच्या सिद्ध प्रक्रियेतच खरीखुरी अर्थपूर्णता आणि मूल्यात्मकता प्राप्त होते. कलेची आणि जीवनाची ही नाळ लक्षात घेता, कोणत्याही कलावंताच्या समाजनिष्ठ जाणिवांची उत्कट कलाकृती, सर्वाधिक महत्त्वपूर्ण मानण्यास जागा आहे. कविवर्य विंदा करंदीकरांची समाजनिष्ठ इहवादी कविता, या संदर्भात स्वत:चे वेगळेपण सिद्ध करून उभी राहणारी आहे. मराठी कवितेच्या प्रवाहात या कवितेने स्वत:चे वेगळे मूल्य सिद्ध केलेय.

करंदीकरांच्या कवितेला 'लाल' रंगात बुडवून समीक्षकांनी मार्क्सवादासह कवी करंदीकरांच्या बद्दलही स्वत:चे अज्ञानच प्रगट केले आहे. जगातले सर्व महापुरुष, महात्मे, कलावंत, शास्त्रज्ञ, तत्त्वज्ञ यांच्याएवढाच मार्क्सचा मानवतावाद सुद्धा 'असली' आहे. हा मानवतावादी प्रभाव कवीवर न पडता तरच नवल झाले असते. कवी केवळ कोवळ्या मनाचा संवेदनशील माणूस असणे हे पुरेसे नाही. संवेदनशीलतेसह वस्तुनिष्ठ चिंतनशीलताही पचविलेला कवी असणे अधिक गरजेचे आहे. याच संदर्भात करंदीकरांचे कवी म्हणून मोठेपण प्रत्ययाला येते. त्यांच्या कवितेत विज्ञानाची पूजा आहे. यंत्र संस्कृतीला आवाहन आहे. मर्ढेकरांनी यंत्रसंस्कृतीत माणूस 'मुंगी' झाला, 'उंदीर' झाला याबद्दल चिंता व विफलता व्यक्त केली. त्यामुळे तांत्रिक ज्ञान, विज्ञान आणि यंत्रसंस्कृती यांबद्दलची घृणा, भीती आणि परिणामत: निराशाच पसरली. समाजाच्या अभ्युदयाच्या मार्गात ही बाधा ठरली. या पार्श्वभूमीवर मर्ढेकरांचा प्रभाव गुंडाळून ठेवून, विंदांनी यंत्राला सार्थ आवाहन करून त्याचा गौरव केला.

सृष्टी घडवीत व कोटीकोटी जनांना सुखवीत, अणूच्या बेड्या तोडीत

यंत्राने यावे आणि 'मानवतेला ज्ञानातून मुक्तीचा नजराणा' द्यावा, हा आशावाद करंदीकर जेव्हा कवितेत मांडतात, तेव्हा अध्यात्मवादी मुक्तीच्या विरोधात इहवादी मुक्तीचा इथे संघर्ष पुकारला जातो.

संस्कृतीची फेरतपासणी

अध्यात्मवादी 'मुक्ती'पेक्षा 'ज्ञानातून' मुक्ती हीच भौतिक जीवनाला सरस न्याय देणारी भूमिका ठरते. या मुद्द्यावर सर्व चैतन्यवादी कवितेची परंपरा करंदीकरांनी मोडीत काढून, निखळ इहवादी जाणिवांचा आविष्कार केला आहे.

ये यंत्रा! ये यंत्रा
संहारित नव दानव
निर्मित ये नवमानव

हे कवीचे आवाहन, नव्या समाजनिर्मितीच्या ध्यासातून उभे आहे. नवमूल्यावर आधारित क्रांतिपाठ उद्घोषित यंत्राने जरूर यावे ही कवीची भूमिका, संतकाव्याच्या निवृत्तिपरतेची आणि मर्ढेकरी पंथाच्या विफलतावादाची निरर्थकता सिद्ध करणारी आहे.

समाजातील विषमतेने हा कवी अस्वस्थ होतो. "दुबळ्या झोपड्यातील बरगड्यांच्या बराकीत सडते शौर्य," हे समाजशास्त्रीय विश्लेषणातून निष्पन्न झालेले सत्य, मार्क्सच्या ऐतिहासिक भौतिकवादाचे फलित आहे.

कुजतात कुजतात रसरशित बीजे,
आणि वाढतात अळंबे, शेवाळे,
संस्कृतीच्या गटारात

अशा विकृत संस्कृतीची फेरतपासणी कवीला करायची आहे. कवीला दिसते–
काळ्या कुलुपातून कुजते धान्य,
आणि तळमळतात अगंतूक अर्भके
काळाच्या क्यूत

आणि जाणवते–
वार खाणाऱ्या जनावराप्रमाणे
गिरण्याच खातात गाडलेले कापड!

आणि वाटतात उघड्यांना नागड्यांना
कोळशाचा धूर कर्णाच्या ऐटीने

इथे फक्त शोषणाचा हिशेब आहे. श्रमिक आणि कारखानदार यांचे शोषित व शोषिक संबंध इथे सूक्ष्मपणे जाणवतात.

'ओसाड राजवाडे करतात रवंथ सरंजामी सत्तेचे,' हे एक सत्य; आणि ''मातीशी झुंजणाऱ्या विश्राम शेलारला नाचणीची अंबीलही मिळाली नाही म्हणून तो भुकेने तडफडून मेला.'' हे सुद्धा सत्यच!

असंख्य ज्ञात-अज्ञात बळींचे प्रतिनिधित्व करणारी ही वेदना, इथे काळजाला भिडते. आणि माणसाने निर्मिलेली सर्व विकासगंगा कुणाच्या तिजोरीत कुलूपबंद झाली, या प्रश्नाच्या उत्तरात प्रज्ञा गुंतून पडते.

खेड्यापाड्यांत पसरलेला महारोग, गरिबाच्या छातीत घुसलेला राजयक्ष्मा आजही प्रश्नचिन्ह बनून उभे आहेत.

विश्वक्रांतीच्या काव्यात्म संदर्भाची कविता

बुद्धीची अमर्याद शक्ती पोटाच्या दास्यत्वात अडकली आहे, म्हणनूच 'प्रतिभा बनते रखेली' असा दाहक अनुभव कवी व्यक्त करतो.

फ्रान्सच्या खुराड्यात 'पहाटेचा कोंबडा' आरवला, 'रशियाच्या क्षितिजावर तांबडं फुटलं आणि चीनवर उधळला गुलाल' याचा परिणाम म्हणून सूर्यपक्षी सात सप्तकातून गाऊ लागले. परंतु रात्रीचा काळाकुट्ट अंधार संपला नाही. वेदनांची रात्र अशी चिवट! म्हणून रात्रीलाच आग लावावी असेही या कवीला वाटले पण सर्वच काही अंधारात लोटलं नाहीच. सर्व संपलेले नाही.

सांडलेल्या दुधाची उरलेली
खरवडही लागते खमंग

हा आशावाद जिवंत आहे. तो जगण्याची, अंधाराशी झगडण्याची प्रेरणा देतो. कवी म्हणतो–

अजूनही अजूनही उरत्ये जाणीव
जीवनप्रवाहाच्या संभाव्य विकासाची!

विकासाची संभाव्यता जीवन जगण्यातूनच प्रत्यक्ष अनुभूतीचा भाग बनू शकते. हा आशावाद मर्ढेकरी विफलतेला गुंडाळून उभा राहातो. या चिंतनसूत्रावरच कवीची पुढील इहवादी कविता झोके घेताना दिसते.

करंदीकरांची थोरवी या चिंतनात दिसते.

मानवी जीवनात विसंवाद, कुरूपता, क्रौर्य आहे. मर्ढेकरांनी या न संपणाऱ्या कुरूप वास्तवतेचा वेध घेतला आणि माणूस यातून कधी सुखी होणारच नाही, असा निराशापूर्ण निष्कर्ष काढला. परंतु विंदांनी मात्र माणसातला सार्थ आशावाद जागवला. विंदा म्हणतात—

अजूनही कोणी निळ्या डफावर
विजेची थाप हाणून उद्गारतो:
"तू जगशील, तुम्ही जगाल,"

'आकाशाकडे बोट करणारे कोवळे बीजांकुर,' मृत्यू अटळ असला तरी जगण्यात असलेली अर्थपूर्णता आवर्जून सांगतात. त्यामुळेच या कवितेची मूल्यात्मकता उंचीवर प्रस्थापित होते. जगण्याच्या जाणिवेने थरथरणारे अवघे चराचर, हिरव्या गवताची टोकदार पाती, जगण्यातला आनंद सांगतात, त्यांनाही प्रतिकूलता असतेच ना!

जनतेच्या पोटात आग व डोळ्यांत शंकराचा राग आहे. जनतेच्या धमन्यांत लाल लाल रक्त आहे. जनतेच्या हृदयात अन्यायाची कळ आणि बाहूंमध्ये सागराचे बळ आहे. जनतेचे हे सामर्थ्य वर्णन करताना विंदांची कविता बेभान होते.

इहवादनिष्ठ आतताई अभंग

विंदा करंदीकरांचे आतताई अभंग, विशुद्ध इहवाद सांगणारे आहेत. 'आत्मतत्त्वाची ओढ' व्यक्त करणाऱ्या काही कवितांची समीक्षा करताना, मंगेश पाडगावकरांनी, 'संहिता' या विंदांच्या निवडक कवितासंग्रहाच्या प्रस्तावनेत, इहवादी भूमिकेबाबत बेफिकिरी नोंदली आहे.

अज्ञाताचा शोध घेण्याची किमया इहवादी भूमिकेला पूर्णतया अमान्य असण्याचे कारणच नाही. कोणताही अस्सल कलावंत भौतिकवादी जाणिवांचा वेध घेताना, अज्ञात असणाऱ्या विश्वालाही धडका मारतोच. अपरिहार्य प्रश्नांचे चिंतन करणारी प्रतिमा, ही केवळ चैतन्यवादीच राहते असे नव्हे! तेव्हा असा शोध किंवा

चिंतन विंदांनी काही कवितेत जरूर केले असले तरी, त्यांची एकूण भूमिका ही निखळ इहवादीच राहिली आहे. म्हणून त्यांना 'अतींद्रिय अनुभव' आणि 'आत्मतत्त्वाचा साक्षात्कार', या आध्यात्मिक वर्तुळात बंदिस्त करण्याचा मंगेश पाडगावकरांचा प्रयत्न योग्य वाटत नाही. (उक्त) तर्काला, बुद्धीला जरूर मर्यादा आहेत. पण म्हणून 'साक्षात्कार' या भानगडीला कवटाळण्याचा भोंगळपणा विंदा करतात, असे समजणे स्वत:च्या मानसिक परंपरावादाची सोय लावण्याचा प्रकार असून, तो पाडगावकरांनी इथे केला आहे.

'पांथस्त पक्षी'सारख्या कवितेचा दाखला देऊन मंगेश पाडगावकर म्हणतात, ''या कवितेत आत्म्याला स्वत:च्या रूपाचा साक्षात्कार होतो. हा आत्मसाक्षात्कार हेच शेवटचे तीर्थ आहे, असे करंदीकर सुचवितात.'' ('संहिता' या कवितासंग्रहाची प्रस्तावना, पृ. ११) एक-दोन कवितांच्या संदर्भातील विंदांची जाणीव कदाचित पाडगावकर म्हणतात तशी असूही शकेल. पण 'विज्ञान आणि अध्यात्म यांत करंदीकरांनी विरोध कल्पिलेला नाही,' हा पाडगावकरांचा अभिप्राय एकूणच अध्यात्मवाद कुरवाळण्याच्या प्रयत्नातून नोंदला आहे. विंदांच्या मनात काही पदर परंपरावादाचे राहू शकतात. त्यांतून साक्षात्कार, 'आध्यात्मिक ओढ' वगैरेची जाणीव व्यक्त करणाऱ्या काही कविता जन्मल्या असाव्यात. पण 'ती जनता अमर आहे', 'यंत्रावतार', 'माझ्या मना बन दगड' इत्यादी कवितांचा वेध घेताना जाणवते की, विंदांची चिंतन म्हणून असणारी भूमिका, अध्यात्मवादी नसून सरळ सरळ ही भौतिकवादी आहे. विंदांमध्ये हे दुभंगलेपण असेलही कदाचित! विंदा करंदीकरांची इहवादी जाणीव स्पष्टपणे त्यांच्या 'आतताई' अभंगांतून व्यक्त झाली आहे. संतांनी आध्यात्मिक मुक्तीचा उपदेश करण्यासाठी अभंगरचना केली. विंदांनी समाजाच्या भौतिक समृद्धीसाठी, दु:खमुक्तीसाठी अभंगरचना स्वीकारली. पण हे अभंग 'आतताई अभंग' आहेत. 'आतताई' हे विशेषण कवीने मुद्दाम दिलेय. कारण आध्यात्मिक दृष्टिकोनातून असे अभंग 'आतताई' असणार!

''सद्‌गुरुवाचोनी सापडेना सोय'' असा टाहो संतांनी पुकारला आणि ते ऐकून शेकडो वर्षे भोळी जनता, भोंदू लबाड गुरूंच्या मागे धावत सुटली. ही वास्तवता गंभीर आहे. पण विंदांनी मात्र प्रारंभीच सांगितले–

सद्‌गुरु वाचोनी । सापडेल सोय!

उलट कवी म्हणतो–

सद्गुरुनी द्यावे । दासा एक दान ।
माझे दासपण । नष्ट होवो।।

सद्गुरूच्या आध्यात्मिक बंधनात माणसाचे सामर्थ्य हरवून बसलेले शिष्य आणि शिष्या कोणती मुक्ती मिळविणार आहेत? म्हणूनच 'दासपण' हेच कवीने निषेधार्ह मानले. स्वातंत्र्यातच सत्य शिल्लक असते. म्हणून 'दासपण' हेच कवीने निषेधार्ह मानले. दासपण नष्ट करण्याचे दान देणारा सद्गुरू विंदांनी समर्थनीय मानला. हाच भौतिकवादी विचार आहे.

सद्गुरू वाचोनी । सापडेल सोय।
तेव्हा जन्म होय । धन्य धन्य ।।

ही विंदांची बंडखोरी संतवाङ्मयातील भक्तिमार्गाच्या विरोधीच नाही का?

सद्गुरूच्या बंधनात स्वत्व हरवून स्वत:चे सामर्थ्य दुर्लक्षित केलेल्या माणसाला मुक्ती मिळणे अशक्य असते. म्हणून सद्गुरूशिवायच सोय सापडेल, अशी विद्रोही जाणीव विंदांची कविता पेरताना दिसते. सद्गुरूशिवायच माणसाचा जन्म 'धन्य धन्य' होणार असल्याचा निर्वाळा, हा कवी देतो. तेव्हा त्याच्या बुद्धिप्रामाण्यवादी भूमिकेची उंची मनात सहज ठसून जाते.

विंदांचा अभंग पूर्णत: जीवनाच्या भौतिकतेची चिरफाड करून उत्तर शोधणारा आहे. स्वातंत्र्याला 'स्वार्थाचा क्षय' झाला आणि संस्कृतीला नफ्याचा उदर होऊन प्रमाणाचे पोर गर्भात कुजते आहे, ही दाहक वास्तवता हा कवी सहजपणे मांडतो.

जगाचे पोशिंदे । भुकेने भाजती।
आणखी माजती । मधलेच ।।

'मानवाचे सारे माकडाच्या हाती' गेल्यामुळे करुणा अवतरली असल्याचे कवी सांगतो. माणूस माकड होता कामा नये, तो माणूसच राहावा, हेच या कवीचे सूत्र आहे.

क्रांतीचा उद्घोष

'नागड्यांना न्यान मिळेचिना' ही खंत व्यक्त करताना 'कुलूपेच खाती अन्नधान्य' ही कारणमीमांसाही कवीने नोंदली आहे. ही शास्त्रीय जाण, मार्क्सवादाच्या संस्कारानेच कविप्रतिमेच्या आकलनातून अवतरली आहे.

हा कवी माणसांचा कैवारी आहे. तो दैवाची चिंता करीत नाही. विंदा म्हणतात–

मानवाचे आता । मानवा मिळू दे ।।
ना तरी जळू दे । विश्वगोल ।।

माणसाचे जे काही असेल ते माणसांनाच मिळाले पाहिजे. अन्यथा विश्वाचा गोल जळाला तरी चालेल, ही माणसांच्या भौतिक सुखाची जाणीव मूल्यात्मक आहे. मानवाची चिंता वाहणारी करुणाबुद्धी बुद्ध, गांधी, मार्क्समध्ये आढळते तशीच विंदांसारख्या अस्सल कवीच्या कवितेतही आढळते. क्रांतीचा उद्घोष करणारे मराठी कवी दुर्मीळ आहेत.

विंदा त्यांच्या अभंगांतून क्रांतीची घोषणा करताना म्हणतात–

नागड्यांनो उठा । उगवा रे सूड।
देहाचीच चूड । पेटवोनी ।।

संतांचा आध्यात्मिक अभंग आणि विंदांचा क्रांतिनिष्ठ अभंग यांतील संघर्ष महत्त्वाचा आहे. नागड्यांना उठवून सूड घेण्याचा संदेश देणारा हा कवी, सरळ सरळ क्रांतिवाद पेरताना दिसतो. ही क्रांती अर्थात भौतिक क्रांती आहे. अध्यात्मवाद ही भ्रांती असल्याची जाण पूर्णांशाने या कवीला आली असेलच असे नसले तरीही, क्रांतीचा झेंडा कवितेच्या खांद्यावर मिरवण्यात या कवीला कुठलाही कमीपणा वाटलेला नाही. नाहीतर चुंबन-आलिंगनात बुडालेली मराठी कविता, शृंगाराच्या झेंड्याला सलामी देतदेत थकून मरून गेली. त्यांना नागड्यांची दुःखवेदना भावलीच नाही. प्रेम, शृंगार आणि संभोग सगळीच माणसं करतात. सृष्टीवरील प्रत्येक नर आणि मादी सोईप्रमाणे संभोग करतातच! त्यात पराक्रम कोणता? दुःखाच्या खाईत पिचणाऱ्या लाखो निरपराधांच्या मुक्तीसाठी, क्रांतीच्या वणव्यात झोकून देण्याचा पराक्रम करणारे दुर्मीळ असतात. म्हणूनच क्रांतिकार्याला

प्रेरणा देणारी क्रांतिनिष्ठ कविता ही महत्त्वाची ठरते. लिंगवादाने पछाडलेली मराठी कविता, विंदा करंदीकरांच्या कवितेने पराभूत केली आणि क्रांतीचा विजय कोरला.

कोणी दिली भूक? कोणी दिले रोग?
दारिद्र्याचे भोग । दिले कोणी?

हे प्रश्न वरवर आध्यात्मिक वाटले तरीही ते चक्क भौतिक प्रश्न आहेत. कारण 'दारिद्र्याचे भोग' हे पूर्वजन्मीच्या पापाचे फळ असल्याचे कर्मविपाकाचा सिद्धान्त सांगतो. ही आध्यात्मिक कारणमीमांसा कवीला मान्य नसून दारिद्र्य हे माणसाच्या शोषणाचे फलित आहे, या निष्कर्षाप्रत विंदा जरूर आलेत. भूक निसर्गाचा भाग आहे. पण रोग आणि दारिद्र्य हे आर्थिक विषमतेचेच फलित आहे. 'आत्म्याचे गुह्य' हे ब्रह्माला त्यांच्या वंशा जावे तेव्हाच ते कळेल, असा उपरोधही विंदा नोंदवतात.

जन्माला उत्तर मृत्यू आहे. हे उत्तर देण्यापलीकडे 'विश्वंभर' दुसरे काहीही करू शकत नाही, असा निर्णय विंदांनी दिला आहे.

विश्वंभराचा हा पराक्रम एका ओळीत उपरोधाने मोडीत काढून विंदांनी संपूर्ण आस्तिक परंपराच अर्थहीन ठरविली. कारण जन्मल्यानंतर मृत्यू अटळ आहे, हे सत्य विश्वंभराने सांगण्याची गरज नाही. जन्ममृत्यूच्या प्रवासात हा विश्वंभर कोणत्याही वेदनेला उत्तर देऊ शकत नाही. म्हणून तो असला काय आणि नसला काय!

या आतताई अभंगांतून करंदीकरांनी स्वत:च्या सामर्थ्याचा, माणसाच्या शक्तीचा आधार घेऊन मागणी केली आहे.

रक्त रक्तातील । कोसळोत भिंती ।
मानवाचे अंती । एक गोत्र ॥

प्रस्थापितांना सुरुंग लावणारा विचार आणि माणसाचे गोत्र एकच असल्याचे सूत्र विंदा जेव्हा कवितेत नोंदवतात, तेव्हा विचारवंत कवी म्हणून त्यांची आकाशाला गवसणी घालणारी उंची समीक्षकांनाही पेलवणे कठीण होऊन बसते.

-*-*-*-

.७.

जीवनानुभूतींच्या अस्सल रंगगंधाची श्रीपाद जोशींची कविता

सळाळ आणि सळाळनंतर

आत्मनिवड आणि सामाजिक बांधिलकीच्या मराठी कवितांचा साचा रूढ झालेल्या काळात, दोन्ही चौकटी ओलांडून सर्वच जीवन-जाणिवांचा थेट संबंध कवितेशी जुळवून अस्सल अनुभूतीची कविता देण्याचे प्रयत्न स्वागतार्ह मानले पाहिजेत. कारण भिन्न प्रवाहातही कवितेची कोंडीच झाली असेल तर त्याच त्याच भोवऱ्यात मराठी रसिकतेने का अडकावे? अभिरुचीची गुलामी शुद्ध वाङ्मयीन विकासाला अंतिमत: घातक ठरते. म्हणूनच साचेबंद जाणीव व विचारांची कविता, एका मर्यादेनंतर स्वत:सह सांस्कृतिक उत्थानाचीही कोंडी करीत असल्याने, नव्या वाटांनी सुसाटपणे अभिव्यक्त होणाऱ्या नव्या संवेदनेची नवी कविता, वाङ्मयीन व्यवहारासह एकूणच सांस्कृतिक पर्यावरणाला नवे चैतन्य प्रदान करते.

विभागलेली कविता व रसिकता

मध्यमवर्गीय कविता, दलित कविता, ग्रामीण कविता, आध्यात्मिक कविता, निसर्ग कविता, प्रेम कविता, साम्यवादी कविता या सर्व प्रवाहात व प्रकाराने मराठी कविता व रसिक वजाबाकीत विभागले. त्यामुळे सांस्कृतिक जीवनात स्वतंत्र चुली व बेटे निर्माण झालीत. त्यानुसार कवी, रसिक यांचे गट-तट व मठही निर्माण झाले. त्यामुळे आपापल्या संकुचित गट-मठ व प्रवाहाच्या अस्मिता उदयाला येऊन त्यात अहंकार वाढला. इतर प्रकार व प्रवाहातील संवादी सामर्थ्याचे भान, विरोध किंवा उपेक्षा या अज्ञानी जाणीवेत बुडाल्यामुळे सांस्कृतिक प्रगल्भता व जीवनाच्या एकूण एकात्म व द्वंद्वात्मक प्रवृत्तींचा व प्रकृतीचा अत्यावश्यक संस्कार कलावंत व रसिकाच्या कक्षेतून सटकून बाजूला पडला. संस्कृतीच्या आधुनिक प्रवाहात ही घटना अध:पतनाची मानली पाहिजे. प्रत्येक प्रवाह व गटाचे प्रतिनिधित्व

करणारी जीवन जाणीव व त्यावर आधारित कविता-कला त्या कक्षेत महत्वाची भूमिका पार पाडत असते. पण गट हा मठ होतो तेव्हा मठाधिपती व त्याच्या समर्थकांच्या विकृत परंपरा रुजतात. आणि त्याचे विरोधकही अटळपणे उभे ठाकतात. त्यामुळे प्रत्येक प्रकार व प्रवाहातील जीवन-जगण्याचे मूल्य लक्षात घेऊन त्याचे सामर्थ्य स्वीकारण्याऐवजी विकृतीचे दर्शन व प्रदर्शनच संस्कृतीच्या व्यवहारात रुजते; कारण सामर्थ्य व मर्यादा यांचा वस्तुनिष्ठ निकष लावून प्रत्येक प्रवाह व कलाकृती तपासण्याचे भान, समर्थक व विरोधक दोघांनाही राहत नाही. म्हणूनच एकूणच कला व संस्कृतीचा व्यवहार अपसिद्धान्त व विकृत प्रमेयानी क्षुद्र ठरण्याइतपत गोंधळला आहे.

मर्ढेकरांशी संवाद आणि संघर्ष

या पार्श्वभूमीवर श्रीपाद भालचंद्र जोशी यांचा कवितासंग्रह प्रसिद्ध झालाय. त्यामुळे वर्तमान वाङ्मयीन व वैचारिक आव्हानांच्या संदर्भातच त्याचे मूल्यमापन करणे भाग आहे. वर्तमान वास्तवाचा अजेंडा समोर ठेवून जरी ही कविता आस्वादली तरी, आधुनिक माणसाचा जीवन गुंता या कवितेने आत्मसात केल्याची साक्ष पटतेच! आशावादाची सर्व प्रमेये पराभूत ठरवून काळ्या अंधारात हेलकावणाऱ्या एकूण मानवी समाजाचा उदास चेहरा, या कवितेने अंगभूत सामर्थ्यानिशी जसाच्या तसा टिपला आहे. अर्थात विसाव्या शतकाच्या कोंडीत सापडलेल्या वैफल्यग्रस्त सामान्य माणसाची अगतिकता कवीच्याही अनुभूतीचा स्वाभाविक-भाग आहे म्हणून तर 'सूर्यास्ताच्या पाण्याचा थेंब', 'अंधाराच्या क्षितिजाचा कोंभ' आणि 'पानगळीचं पान' झाल्याची प्रामाणिक जाणीव अपरिहार्यपणे हा कवी अभिव्यक्त करतो. स्वत: मुक्तसूर्य असल्याचा साक्षात्कार स्वत:शीच घडवूनही स्वत:च्याच प्रकाशमय कोषात गुंतून पडल्याची गुलामी ही कविता आपल्या अंगावर गोंदवून ठेवते. धुळीच्या कणाकणांनी बांधलेल्या शृंखलेत संपूर्ण माणूसच जखडून गेल्याची सार्वत्रिक वास्तवता हा कवी स्वत:वर आरोपीत करून मांडतो.

शरीराच्या कातडी तंबूत फडफडणारा, हा सुकलेल्या डहाळीवरचा पंख तुटलेला पक्षी, आधुनिक यंत्रसंस्कृतीत सर्व आघाड्यांवरील उद्ध्वस्त झालेल्या विश्वमाणसाचे प्रतिनिधित्व करतो. वेदनेचा सर्वव्यापी अर्थ भोगताना, सोसताना वेदना गोंजारणे एवढेच हाती उरते. 'वेट अनटिल डार्क' हा आशावाद संशयास्पद असला तरीही त्याच धाग्याला चिकटून स्वत:चे अस्तित्व टिकवण्याचा प्रयत्न चालू आहे. घनघोर निराशा सोसूनही माणसं चिवटपणे जगतात.

जगल्यासारखे काहीच नसताना माणसं जगत राहातात. असे का? या सनातन प्रश्नांच्या उत्तरात मर्ढेकरांची कविता मराठीला वेगळे अर्थवैभव व परिमाण देऊन गेली. त्याच कवितेला संवादी ठरणारे काही सूर श्रीपाद जोशींची कवितेने स्वाभाविक व स्वत:च्या रंगात आळवले आहेत. अर्थातच मर्ढेकरोत्तर मराठी कविता विद्रोह, क्रांती या दिशेने पुढे सरकताना, मानवतेच्या एकूण शोकात्म स्वरूपाचा वेध घेऊन तिचा आंतरिक कल्लोळ शब्दात पकडण्याचे ऐतिहासिक कार्य मोजक्या कवींनी केले. सर्वच मूल्यांचा पराक्रम संशयास्पद ठरवून कुंठित झालेला माणूस, त्याच्या सामर्थ्याच्या पराभवासह आणि अटळ ठरलेल्या शोकात्म अर्थासह मराठी कवितेत अभिव्यक्त करणे स्वाभाविक व आवश्यकही होते. अरुण कोल्हटकर, ग्रेस इ. कवींनी वेगळ्या वाटा शोधल्या. श्रीपाद जोशींच्या कवितेनेही मर्ढेकरांशी भिडून संवाद काव्यात्म केला. पण इतर कवितांमध्ये मर्ढेकरी निराशेच्या विरोधी सरळ संघर्षही दिसतो. मर्ढेकरोत्तर भारतीय समाजजीवनाचे विकसित झालेले गुंतागुंतीचे शोकात्म व अगतिक वास्तव, मराठी कवितेत येणे आवश्यक होतेच. त्याचा एक पदर श्रीपाद जोशींच्या कवितेने पकडला आणि व्यामिश्र, निरर्थक व उदास मानवी जीवनाचे अंतरंग शब्दात विणून मर्ढेकरी कवितेशी पूल सांधून, विद्रोही आशावादी कवितेशीही समांतर काव्यप्रवास अधोरेखित केला.

दुर्मीळ वाटेचा प्रवासी

एकाच प्रवाहात कवितेचा रतीब घालणारे भाराभर कवी साठोत्तरी मराठी वाङ्मयीन व्यवहारात आपापला ठसा उमटून गेले, तरी जीवनाच्या सर्वच प्रवाहातील अपरिहार्य असलेल्या जीवन अनुभूतींना स्वच्छपणाने शब्दात झेलणाऱ्या कवीची नोंद कोण्या एका प्रवासात करता येत नसते. सर्वच वाङ्मयीन व जीवनाच्या प्रवाहातील जीवन-वास्तवाचे व मूल्यात्मकतेचे सामर्थ्य वंदनीय मानून त्यांना आपल्या मनाचे व शब्दांचे अंगण बहाल करणारे सांस्कृतिक औदार्य, अत्यंत मोजक्या कलावंतांनी सिद्ध केलेय.

क्रांतीवादी प्रवाहांशी अभंग नाते

"आता शेतातही उगवतील बंदुका आणि कणसा कणसातून आग पेटेल" असा बुलंद क्रांतिवाद शब्दातून पेरणारी श्रीपाद जोशींची कविता निराशेची जीवन-जाणीव पचवूनही दुर्दम्य आशावादाचे गीत गाताना दिसते. त्यामुळे क्रांतीचा उद्घोष करणाऱ्या दलित व साम्यवादी कवितेशी या कवितेची सोयरिक सहज जमून जाते.

रक्तरंजित साम्राज्यवाद्यांचे स्वप्न राखेत मिसळले जाऊन आभाळ आणि माती आमचेच असल्याची समर्थ अनुभूती, अंतिम विजयाच्या विश्वासाने ही कविता अंगावर मिरवते. एकूण राष्ट्रीय-आंतरराष्ट्रीय मानवी जीवनाचा वेध व समीक्षा, अनुभूतीच्या विविध पातळीवरून अभिव्यक्त करताना, या कवीला क्रांतीची अपरिहार्यता प्रकर्षाने पटली आहे. अत्यंत उदास व प्रतिकूल वातावरणाची सक्ती सोसूनही श्रीपाद जोशींची कविता क्रांतीची मशाल आपल्या शब्दाशब्दात पेटवते. रक्ताच्या जखमा रक्तानेच पुसाव्या लागतात. तेव्हा कुठे मातीवर नांगर फिरतो. नाहीतर सूर्य न पेटल्याचा पश्चात्ताप भोगताना अंधार नाकातोंडात शिरून तिरड्यांची यात्रा स्मशानाकडे चालल्याची प्रचिती घेणे सक्तीची होते. रणशिंग फुटले म्हणून योद्धे रडत नसतात हा क्रांतीचा उपदेश ही कविता प्रचाराचा आरोप धुडकावूनही सहजपणे करून जाते. ठिणग्या आता जाळात रूपांतरित झाल्याचा दिलासा या कवितेचे शब्द आत्मविश्वासाने देतात. जन्माच्या पहिल्या श्वासांना मरणाची शिक्षा बहाल करणाऱ्या साम्राज्यवादी भक्तांचे राजमुकुटही याच मातीने लोळवल्याचा इतिहास क्रांतीच्या समर्थनार्थ हा कवी सुचवतो आणि मैदान सोडून चाललेल्या पावलांना आव्हान देणाऱ्या शस्त्राधारे लढण्याचा सल्ला देतो. क्रांतीचा सूर्य उद्या नव्हे आजच उगवलेला कवीस हवा आहे. साम्राज्यवादाच्या पोटात सामावणारी सर्व प्रकारची विषमता कवीच्या दृष्टीने निंदनीय आहे. म्हणूनच स्वातंत्र्य व समतेच्या सर्व आधुनिक, वैचारिक व कलात्मक प्रवाहाचा आशय पचवणाऱ्या या कवितेचे वाङ्मयीन सांस्कृतिक मूल्य, दलित, ग्रामीण, स्त्रीमुक्ती, साम्यवादी इ. क्रांतिवादी युगमंत्रांशी पूर्णत: सुसंवादी राहून स्वत:चे वेगळेपणही सिद्ध करणारे आहे.

याचा दुसरा अर्थ असा की, क्रांतीची आवश्यकता व समर्थकता फक्त स्त्री, दलित, कम्युनिस्ट व ग्रामीण या संकल्पना-प्रमाण मानणाऱ्या प्रवाहांचा अग्रहक्क नसून, लौकिक अर्थाने ब्राह्मण, सवर्ण आणि निसर्गत: पुरुष असणाऱ्या प्रवाहातून सुद्धा क्रांतीची पूजा व क्रांतीचा उद्‌घोष तितक्याच सच्चेपणाने रुजवला जातो आहे, हे वास्तव निराळे आहे. आत्मनिष्ठ व समाजनिष्ठ जाणिवेचा व्यामिश्र असा सुंदर आविष्कार सिद्ध करणारी श्रीपाद जोशींची बहुपेडी व बहुपदरी कविता, एकाच काव्य प्रवासात सुर्वे-ढसाळांचा क्रांतिवाद दलित-कम्युनिस्ट नसतानाही विकसित करते आणि मर्ढेकरी विफलतावादाचे सनातन मूल्यही समजूतदारपणे समजून घेते.

प्रीती व निसर्गाचे एकात्म रूप

रूढ अर्थाने प्रेमकविता लिहिताना रुळलेल्या चौकटी या कवीने मोडीत काढून

प्रीती आणि क्रांती, प्रेम आणि नियती, प्रेम आणि निसर्ग, प्रेमातील अपरिहार्य निराशा, प्रीतीचे तृप्त रंग, अशा विविध छटा सूक्ष्म संदर्भासह प्रामाणिक व जीवनसन्मुख आकलनातून काव्यबद्ध केल्यात. केतकीचे रान फुलावे तसे मोहरून प्रेयसीने यावे आणि उत्सव साजरा करावा, अशी या कवीची स्वाभाविक उर्मी प्रगट होते पण या अभिव्यक्तीत पाठशिवणीचा जीवघेणा खेळ संपण्याचा संदर्भ, प्रीतीच्या सुखाच्या पूर्ववेदनेची वास्तवता दर्शविते. सखीच्या काचोळीच्या गाठीला प्रियकराच्या पावलांची वाट ठेचाळली म्हणून समाधिस्त प्रवाहांचे झरे झाल्याचे समाधान ही कविता गोंजारते. निसर्ग प्रतिमांची सुंदर उधळण करून कवीचे शब्द प्रेम या मूल्याचा व अवस्थेचा काव्यात्म आविष्कार करतात. तेव्हा पु. शि. रेगे व ग्रेस यांच्या काव्य प्रवासाला दाद देऊन श्रीपाद जोशींची कविता बालकवींच्या निसर्ग कवितेलाही आशयसूत्राशी जुळवून घेते. 'गंभीर मातीला डोहाळे सूर्याचे', 'पायावर आता उन्ह आले' किंवा 'फळातून आवाज येतो फांदीतून सूर', 'झाडाला न्हाण येते नदीला पूर' या काव्यात्म साक्षी अर्थपूर्ण ठरतात.

दार्शनिक सात्विकतेची रंग उधळण

आणखी एका वेगळ्या संदर्भात या कवितेचे सामर्थ्य प्रकर्षाने नोंदवावे लागते. कोणत्याही एकाच वादाची (इझम) बांधीलकी मानून कविता पाडण्याचा धंदा तेजीत असणाऱ्या साठोत्तरी काळात, श्रीपाद जोशींच्या कवितेने एका तत्त्वप्रणालीच्या दावणीला स्वत: बांधून घेण्याचे नाकारले, पण तरीही या कवितेत चिंतनाचे बळ प्रचंड प्रमाणात उसळी मारून सिद्ध झालेय.

१) केळीच्या बनात ओळखा पाहू अनौरस केळफुले?
२) चोचींना कसे कळावेत जमिनीचे डंख?
३) फक्त जमिनीतच पाय फसतात कारण पाण्याला भेगा आणि आभाळाला काळे जाळ नसतात.
४) ज्यांना आपले वाटते त्यांनी हात वर करावे, ज्यांना वाटत नाही त्यांनी काय करावे?

अशा काही खुणा या कवितेच्या आंतरिक प्रमेयांचे बळ सांगू लागतात तेव्हा या कवीचे वादातीत चिंतन आणि विशुद्ध दार्शनिकतेचे मूलभूत स्रोत, रसिक वाचकांना प्रभावित केल्यावाचून राहात नाहीत. माणसाचे अध:पतन ही माणसाची मर्यादा की मातीची मर्यादा? जमिनीतच मातीचे पाय फसतात हे चिंतनसूत्र कोणत्या इझमच्या तुरुंगातून पुढे आले? उंबरठ्यावर काळा दिवस उगवला असला

तरी, हा कवी फुलांच्या माळा जपतो आहे. का? कुणासाठी?

माणसाच्या मनात व शरीरात प्रचंड द्वंद्व आहे. मीच माझे शस्त्र व मीच माझी ढाल असताना युद्धवेणा झाकण्यासाठी मीच माझी शाल असल्याची अनुभूती हा अस्सल कवी घेतो. जीवनाची सखोल सूक्ष्म वास्तवता कोणत्या सैद्धान्तिक मांडणीत पकडावी? दार्शनिकतेचे विशुद्ध सामर्थ्य विविधांगी चिंतन-सूत्रांच्या पखरणीतून व मूलभूत प्रश्नांच्या मांडणीतून ही कविता जेव्हा मांडू लागते, तेव्हा मराठीतील एक अस्सल 'फिलॉसफिकल पोएट्री' म्हणून या कवितेचा गौरव अटळ ठरतो.

टपाप् टपाप् आला ग पाऊस
देहात हौस फिटेचना

यासारखी लयबद्ध गेय कविता, रचनेचा वेगळा प्रयोग म्हणून स्वीकारताना शारीरिक सत्य आणि निसर्ग यांचा अनुबंध अर्थपूर्ण ठरतो. अत्यंत आशयघन कविता लिहिणारा कवी, साधी सरळ कविताही जन्मास घालतो तेव्हा, त्याच्या कौशल्याचे आश्चर्य वाटते- म्हणजे 'डोक्यावरचा तुरा एकमेकाच्या पाठीत खुपसलेला सुरा', या प्रकारचे उत्तर शोधण्याचे कठिण काम ही कविता वाचकावर सोपवते म्हणूनच या कवितेचा वाचक केवळ वाचनाने थांबत नाही, तो अस्वस्थ होऊन सनातन प्रश्नांच्या उत्तराच्या शोधात अटळपणाने मार्गी लागतो.

काही मर्यादा

कवी व कवितेचे सामर्थ्य जसे भावते तसे त्याच्या मर्यादाही जाणवतात. 'राजपुत्र येत आहेत' सारखी कविता उपरोधाने भरली असली तरी त्याच त्याच तपशीलाने तिचे काव्य मारले आहे. 'भुललेली', 'हा कावळा कुठला', 'आंधळ्याची गोष्ट', 'खोलात तसे काहीच नाही' इ. कविता अपूर्ण किंवा फसलेल्या किंवा सामान्य या दोषाने प्रभावित आहेत. पण ९६ कवितांच्यामध्ये काही कविता सामान्य असणे, हेच तर कवीच्या माणूसपणाचे लक्षण आहे. तरीही विसाव्या शतकाच्या शेवटच्या पर्वात श्रीपाद जोशींच्या कवितेने सर्व प्रवाहातील जाणिवांचे सामर्थ्य पचवून स्वत:च्या कवितेचा स्वतंत्र ठसा उमटवण्याचा सांस्कृतिक पराक्रम केलाय, या सत्याची नोंद करावीच लागेल.

-*-*-*-

.८.

अपरिहार्य प्रश्नांच्या काळोखात रमलेली अनुराधा पाटलांची कविता

अपरिहार्य असलेल्या मृत्यूच्या जाणिवेची काव्यात्म अनुभूती अनुराधा पाटील यांच्या 'वाळूच्या पात्रात मांडलेला खेळ' या काव्यसंग्रहातील पहिल्याच 'आई' कवितेतून आविष्कृत झालीय.

'आई' आणि 'मृत्यू' हे दोन्ही विषय तटस्थपणे अनुभवता येत नसतात. त्यातही आईचाच मृत्यू अंगणात उभा असताना, आईच्या मानसिकतेत परकायाप्रवेश करून तिची मुलगी - कवयित्री जेव्हा तिच्या भावविश्वाला कवटाळते, तेव्हा सूक्ष्मातिसूक्ष्म आणि अत्यंत दुर्मीळ अशा ताणतणावांची गुंफण काव्यातून पाझरते.

विशेष म्हणजे आईच्या मरणाची चाहूल खुद्द आईलाही लागलेली आहे, म्हणून तर ती पुरेशी आवराआवर करते. पण तिला हवी आहे, तिनं मागे ठेवलेलं जग, जसच्या तसं जपण्याची खात्री!

अनुराधा पाटील लिहितात,

वाटतंय तिला
आसपास असावीत
तिची मुलं बाळं
असावेत जवळचे-दूरचे
आपले आणि परके

मृत्यूची छाया अनुभवणाऱ्या मातेच्या मानसिकतेचे अंतस्थ अंतरंग शब्दात पकडणे सोपे नाहीच! मरणाच्या दारात असलेल्या आईला मुलंबाळं जवळ असावीत असं वाटणं स्वाभाविक! पण 'आपले आणि परके'सुद्धा जवळ असावेत असं वाटण्याच्या अनुभूतीचं वेगळेपण, असामान्यच म्हणावं लागेल! शेवटच्या प्रवासाला

जातेवेळी कदाचित 'परके'सुद्धा 'आपले' असावेत!

बायाबापड्यांनी कोरड्या डोळ्यांना पदर लावून खोट्या गहिवरानं सांगावं, इलाज नसलेलं अटळ मृत्यूचं सत्य! मुलानं मांडी देऊन ओठावर गंगाजळाचे चार थेंब सोडावेत आणि जगणं 'सफळ' नसलं तरी 'कृतार्थ' असावं, इतरांच्या तुलनेत! मृत्यूला सामोरे जाणाऱ्या आईच्या मनातील हे तरंग, अत्यंत ताकदीने कवयित्रीने पेललेत. खरे तर, मरणाऱ्या आईच्या चिरविरहाच्या कल्पनेने कोणतीही मुलगी दुःखाने उद्‌ध्वस्तच झाली असती. पण अनुराधा पाटील यांनी साक्षात आईच्या मृत्यूचे आगमन समर्थपणे आकळलेय.

जगण्याची चिवट लालसा किती उत्कट आणि दुर्दम्य असते, याची साक्ष देताना कवयित्री अनुराधा पाटील लिहितात–

पैलतीराच्या पायरीवर
एक पाय ठेवलाय तरी
असा उठत नाहीय तिचा
इथल्या किनाऱ्यावरून
दुसरा पाय.

अर्थात आईच्या जगण्याची जिद्द, वैयक्तिक जीवनाशी संबंधित नसून तिचे म्हणून जे जग आहे, त्या नात्यातील भावविश्वाशी संबंधित आहे. आईचे अनुबंध तिच्या गोतावळ्यात समावलेत. म्हणूनच मृत्यूपूर्वी तिला आपल्या मुलांनी कुणाला 'आई' म्हणावे? हा गहन प्रश्न सोडवायचा आहे. तिच्यावाचून मुलांच्या जगण्याची होणारी परवड तिला जाणवतेय. सर्व निरवानिरव केली तरी, काही तरी राहून गेल्याचं वाटणं संपतच नाहीये आणि कवयित्रीला मात्र आईच्या डोळ्यात मृत्यूची खोल दरी दिसत आहे. आईच्या जीवाचा मरणसोहळा अनुभवणे आणि तो शब्दांच्या लयीत काव्यात्म करणे, ही अवघड किमया मराठी कवितेच्या प्रवाहात अभावानेच दिसतेय. म्हणून तर अनुराधा पाटलांच्या या कवितेचे मूल्य एकूण मृत्यूला कवटाळणाऱ्या काव्यमालिकेत निर्विवाद श्रेष्ठ आहे. कारण इथे केवळ मृत्यूची एकपदरी अनुभूती नसून, मातृत्व आणि मृत्यू यांच्या अपरिहार्य अनुबंधाच्या व्यामिश्र अनुभूतीचे कलात्मक अविष्करण आहे.

अनुराधा पाटील यांना स्वतःच्या आस्तित्वाचे जीवनसंदर्भ महत्त्वाचे वाटतात. ईश्वराच्या इच्छेशिवाय जरी झाडाचं पान हालत नसलं, तरी 'मातीखाली ओल

टिकवणारी दुःखाची पाळंमुळं आणि मनाच्या तळाशी वाढणारी कविता, ही आपली स्वत:चीच असण्याची आत्मानुभूती, या कवयित्रीच्या अंतरंगाची साक्ष आहे. पडझड झालेल्या घराच्या काळोख्या कोपऱ्यातील एकाकी जळणारा दिवा आणि बाहेरच्या ओसाड जगास आपलं म्हणणारं मन, हे ईश्वराच्या इच्छेवर अवलंबून नसण्याचा, या कवितेचा स्वर आत्मरंगात न्हाऊन येतो. कवयित्री स्वत:च स्वत:ला बजावून तिच्या जीवनाचे सत्य सांगू पाहतेय!

ती म्हणते-

परक्या वाटा तुडविणारी
भूमीहीन चेहऱ्याची माणसं
जागोजाग तडे गेलेल्या
जमिनीसारखं हे आयुष्य
अखेर तुझं आहे

या फाटक्या आयुष्यावर ईश्वराच्या इच्छेचे नियंत्रण नसण्याचा सूचक विद्रोह इथे व्यक्त होतोय.

विरक्तीच्या धाग्यात गुरफटत चाललेले एकाकी दिवस आणि काळ्या रात्रीसारख्या विस्तारत जाणाऱ्या यातना, या 'तुझ्याच' असण्याची वास्तवता स्वत: कवयित्रीच स्वत:ला सांगते. या आत्मसंवादात नाट्य आहेच. पण एकाकी दिवस आणि यातनांचा अपरिहार्य अनुबंध, कवयित्रीला स्वीकारावा लागण्यातील अटळता, मन अस्वस्थ करणारी आहे. ही सक्तीची अवस्था केवळ कवयित्रीची नसून, तिच्या अर्पणपत्रिकेतील काव्यात वावरणाऱ्या समस्त बायकांचीच आहे, म्हणून या कवितेच्या आशयसूत्राचे आवाहन वैयक्तिक न राहता समस्त स्त्रीत्वाला कवेत घेते.

अनुराधा पाटलांची काव्यात्म अनुभूती, वेदनेच्या दाहकतेने होरपळून निघालीय. त्यामुळेच ऐलपैल 'चालताना कोरडी होत जाणारी माती' आणि 'तुटलेले सगळेच बंध' त्यांच्या कवितेत दुःखाचे उमाळे सोसत अवतरतात. जीवनाचं अस्तित्व 'नुसतंच असणं' असून, ते भिरूड लागलेल्या झाडासारखं असल्याचे कवयित्री सांगतेय. उरलेल्या दिवसांचा हात सोडून देऊन, कवयित्री 'अनासक्त' झालीय. सगळ्याच नात्यांकडे पाठ फिरवून ती एकाकीपणाच्या भोवऱ्यात खेचली गेलीय.

जीवन उन्मळून पाडणाऱ्या वेदना स्फोटाचा परिणाम भोगताना, ही काव्यात्म नायिका, 'वाळूच्या पात्रात मांडलेला खेळ' आवरता घेण्याची प्रार्थना करते.

अनुराधा पाटलांच्या कविता काळोख आणि दुःखासह नियतीप्रधान अपरिहार्य प्रश्नांच्या चिंतनाचा कलात्मक अविष्कार करतात. जीवनातील सनातन व सक्तीच्या वेदनेची गडद छाया या कवितेच्या शब्दाशब्दात दिसते. 'तुला टाळता येवोत' कवितेतील नायिका इतरांच्यासह स्वतःच्याही सावलीला टाळण्याचा संकल्प करते. आभाळात पसरलेल्या ढगातून बरसणाऱ्या चार थेंबांचीही अपेक्षा नसावी, असे तिचे म्हणणे आहे.

कुठलाच आवाज कानावर नसावा. यापुढचे टोक म्हणजे, स्नेह व संवाद मानवी जीवनात निर्णायक महत्त्वाचे असले तरी, ही नायिका त्यांचे सर्व दोर कापले जावेत अशी अपेक्षा व्यक्त करते.

फाटो पायाखालची भुई
होत्याचं नव्हतं करत
नसो असोशी
विस्कटलेलं जग
पुन्हा रचत जाण्याची.

ही निराशेची आणि जीवघेण्या नकाराची मालिका इथे संपत नाही.

मोलाच्या जगण्याला 'बिनमोल' करीत, न संपणाऱ्या काळोखाच्या भुयारात चालता यावे, अशी या कवयित्रीची मनोकामना आहे.

कवितेचा एवढाच तुकडा प्रमाण मानला तर अनुराधा पाटलांची कविता, अंधार पचवणारी निराशावादी कविता असल्याचा शिक्का मारला जाईल, पण हे खरे नव्हेच!

अंधार, काळोख, दुःख, वेदना या मानवी जीवनात अपरिहार्यच आहेत. त्यांचे अस्तित्व सनातन आहे. त्यातून मुक्तता नाही, पण जीवनाचे एवढेच सत्य नाही, म्हणूनच या कवितेच्या शेवटी अनुराधा पाटील 'विनाशानंतर उगवणाऱ्या पहिल्या किरणांचा चेहरा असावा' असा आशावाद पेरून जातात. कारण कवितेची पुढच्या जन्माची वाट मागच्याबरोबर उजळत जावी, हा या कवयित्रीचा ध्यास आहे.

कविता हे साहित्य-संस्कृतीचे अल्पाक्षरी संचित असल्याने, सर्वांच्या सर्व विनाशानंतरही कवितेचा चेहरा मात्र उगवणाऱ्या पहिल्या किरणाने उजळला जावा आणि संस्कृतीची पुढील वाटचाल प्रकाशमान व्हावी, असा उदात्त आशावाद ही कविता सहज पेरून जाते.

मानवी जीवन मर्त्य आहेच. पण संस्कृतीचे सातत्य ज्या ज्या संचितांद्वारे कायम राहते, त्यात कविता महत्त्वाची ठरते! म्हणूनच कवितेचा चेहरा उजळून संस्कृतीच्या शुद्धीकरणाची व विकासाची वाट प्रकाशमान करण्याचे स्वप्न ही कवयित्री आपल्या कवितेच्या अंगाअंगावर गोंदवून ठेवते.

अनुराधा पाटलांच्या कवितेतील अपरिहार्य प्रश्न अत्यंत गुंतागुंतीची अनुभूती घेऊन काव्यात्म पातळीवर अभिव्यक्त होतात. कवयित्रीच्या अनुभवाचा स्तर लौकिक व अलौकिक सीमारेषांचे द्वंद्व पार करून प्रगट होतो. लौकिक जीवनात नेमके या कवयित्रीला काय हवे आहे? या प्रश्नाचे उत्तरच ही कविता देत नाहीये!

'अनंताच्या प्रवासाला'ही कविता, तत्त्वज्ञानात्मक सूत्राचे सूतोवाच करीत असली, तरी तिचे समर्पण अंतिमत: तिच्यातील अनुभवविश्वालाच होताना दिसते. अनंताच्या प्रवासाला निघताना कवयित्रीने दिव्याची सोबत स्वीकारलीय! आणि आठवणींचा शेवटचा तंतू तोडून तिचा हा अनंताचा प्रवास चालू आहे. गंगेच्या पाण्याखालचा 'थंडगार अंधार' जन्माला वेढून आहे. अंधाराची ही अपरिहार्य सक्ती केवळ कवयित्रीच्याच जीवनप्रवासाचे अंग आहे की संपूर्ण मानवासाठीच ही अटळता अधोरेखित झालीय? त्यामुळे मुक्तीचा काठावरचा कोलाहल किती अर्थपूर्ण ठरतो? मानवी जीवाच्या अनंताच्या प्रवासाची ही सुप्त ओढ, एका सखोल जीवनजाणिवेची साक्ष आहे.

अनुराधा पाटील सृष्टीचक्रातील जन्म-मृत्यूच्या सोहळ्यात सहज रमून जातात. म्हणूनच त्यांना 'वाळलेली फांदी' आणि तिलाच मातीत रोवून पान फुटण्याची वाट पाहता पाहता सरत आलेली गोष्टही भावते.

'सुगम संगीताचं दळण' ही कविता अनेक संदर्भात अनेक अर्थांनी मनाचा कब्जा घेणारी सुंदर उत्कट कलाकृती आहे.

कमरेवर हात ठेवून उभ्या असलेल्या विठ्ठलाने सुगम संगीताचे दळण ऐकून वैताग घालवण्यासाठी युगायुगाचा शीण झटकला आणि कमरेवरचे हात खाली घेऊन आळोखे पिळोखे दिले. मिश्कीलपणे त्याने गाभाऱ्यात शिरणारी जनता न्याहाळली. एकनाथ-तुकारामाला बाजूला सारून हा विठोबा शेजारच्या रुक्मिणीकडे पाहतो आणि नामदेवाच्या पायरीवर उभं राहून तो रानारानात जाणारी शीळ वाजवतो. अशी नाट्यपूर्ण काव्यात्म अनुभूती अनुराधा पाटलानी प्रगट केलीय.

युगायुगांपासून भक्तांच्या गराड्यात सापडलेला विठोबा, रुक्मिणीकडे पाहू शकला नाही. त्याला आपल्या पत्नीकडेही पाहता येऊ नये, एवढी भक्तांची गर्दी सतत समोर आहे. शिवाय सुगम संगीताचं तेच तेच दळणही! संतांच्या भक्तीचे बंधन

आणि भक्तांच्या गर्दीचे कोंडाळे, या चौकटीत बंदिस्त झालेला विठोबा, स्वत:साठी किंवा आपलीच पत्नी असलेल्या रुक्मिणीसाठी एक क्षणही लक्ष देऊ शकत नसेल, तर देवालाही अशा मुक्त श्वासांची गरज असावीच ना?

अनुराधा पाटलांनी या कवितेत मोक्ष, मुक्ती आणि भक्तीच्या मूल्यांवर मात करणारी, स्त्री-पुरुष प्रीती अधोरेखित केल्याचे जाणवते. खुद्द विठोबाच देवत्वाचे वर्तुळ भेदून गाभाऱ्यातून मुक्त होतो आणि नामदेवाच्या पायरीवर उभं राहून शीळ वाजवतो. विठोबाने वाजवलेली ही शीळ, त्याच्या स्वच्छंदाच्या ध्यासाची, मुक्ततेची साक्ष आहे. शिवाय त्याने त्यापूर्वीच शेजारच्या रुक्मिणीकडे पाहण्याची काव्यात्म नोंद अर्थपूर्ण आहे. युगायुगांपासून शेजारीच असलेल्या पत्नीकडे तोंड वळवून पाहण्याची विठोबाला सोयच नव्हती. संत व भक्त यांचा मेळा सातत्याने गाभाऱ्यात समोर असायचा! त्यांच्याच चिंता वाहण्यात युगे संपली, पण सुगम संगीताचे दळण आणि भोवतालचा भक्तमेळा यातून क्षणभर तरी सुटका नको का? देव असला म्हणून काय झाले? त्यालाही बायको आहेच ना? शिवाय रुक्मिणीच्या मनाचा कोंडमारा विठ्ठलाशिवाय कोण समजून घेणार? लाखो भाविकांच्या श्रद्धांचे अधिष्ठान असणारा विठोबा पत्नीच्या, रुक्मिणीच्या पतिधर्माचे कर्तव्य म्हणून एक कटाक्षही टाकण्यास उसंत शोधू नये?

या कवितेत विठोबाचे देवत्वाचे वलय संपुष्टात आणून, त्याचे मानवीकरण करण्यात आलेय. अर्थात त्यात महान नाट्य आणि सामान्य स्त्री-पुरुषांच्या इहलौकिक नात्याचा गोडवा पेरलाय. एरवी अंधार आणि मृत्यूच्या सावलीत रमणाऱ्या कवयित्री अनुराधा पाटील, या कवितेत मात्र चक्क लौकिक पातळीवरील मुक्त विठोबाची स्वच्छंदी शीळ अधोरेखित करताहेत. अर्थात ही शीळ गावच्या वेशीत बंद होत नाही. ती रानारानात जाते. सृष्टीच्या सर्जनाचे आणि मानवी पातळीवरील मुक्त स्वच्छंद श्वासाचे सनातन नाते इथे काव्यात्म झालेय.

देवत्व हे पूजनीय जरूर आहे; पण मानवीकरणाच्या संदर्भात स्त्री-पुरुष नात्याच्या संदर्भात मुक्त प्रीती हीच खरी भक्ती असल्याची अनुभूती या कवयित्रीला अभिव्यक्त करावयाची आहे काय? इहवादी आशयसूत्राच्या अभिव्यक्तीसाठी विठोबाचे देवत्व इथे अत्यंत खुबीने काव्यात्म झाल्याने, ही कविता उत्कट, नाट्यपूर्ण आणि कलात्मक श्रेष्ठत्वाचा प्रत्यय देते.

निसर्ग घटकांवर मानवीकरणाचा मुलामा चढवून अनुराधा पाटील एक सुंदर काव्यात्म चित्रण करताना त्यांची कविता माणूस आणि निसर्ग यांच्या अनुबंधावर वेगळाच प्रकाश टाकते.

'झाडं' ही त्यांची अशीच वैशिष्ट्यपूर्ण कविता आहे. वादळ थांबल्यावर सर्वदूर पसरलेल्या शांततेत वाऱ्याच्या झपाट्यानं उन्मळून पडलेली झाडं कुठल्या न्यायालयात तक्रार करतील? असा प्रश्न कवयित्रीनेच विचारला आहे. अशा उद्ध्वस्त झालेल्या झाडांसाठी कोण मदत फेरी काढील? आणि त्या झाडांची मुळं आता कुणाच्या खांद्यावर डोकं ठेवतील? हे सारेच प्रश्न झाडांच्या संदर्भात उभे केल्याने झाडांचेच मानवीकरण कवयित्रीने केल्याचे जाणवते.

खोलवर मुळे पसरून वर्षानुवर्षे उभी असणारी झाडे वादळवाऱ्यात उन्मळून पडतात तेव्हा त्यांचे सांत्वन कुणी व कसे करावे? ओल शोषत बसणारा भूतकाळ विसरून ती वर्तमान जगतील आणि मानवाप्रमाणेच भेदरलेल्या समूहात सामील होतील.

नियतीच्या फटकाऱ्याने उद्ध्वस्त झालेली माणसं, भेदरून समूहात जिद्दीनं जगण्यासाठी सामील होतात. अदृश्य शक्तीचा खेळ अटळच! वादळं का येतात? झाडे का उन्मळून पडतात? त्यांनी आता कुणाकडे फिर्याद करावी? त्यांना कुणी आधार द्यावा? त्यांचे वर्तमान कसे असेल? या सर्वच प्रश्नांची उत्तरे, कवयित्रीसह कुणाकडेही नाहीत. फक्त चिवटपणे, जिद्दीने समूहात सामील होऊन भेदरलेल्या अवस्थेतच वाट्याला आलेले जीवन जगत राहाणे, एवढेच झाडांच्या आणि माणसांच्याही हाती असल्याचे सत्य ही कविता अधोरेखित करते.

मानवी जीवनाची व निसर्गाची साधी सरळ सूत्रव्यवस्था अनुराधा पाटलांच्या चिंतनात मुळी नसतेच! त्यांना सृष्टीच्या अनामिक व अनंताच्या प्रश्नांनी वेढले आहे. म्हणूनच ही चिंतनयात्रा वरवरचे वास्तव शोधत नाही. जीवन व निसर्गाच्या तळाशी बुडी मारूनच अत्यंत अपरिहार्य अशा प्रश्नांच्या गाभ्याला ही कविता भिडते. ही कविता गूढ म्हणता येत नाही. पण मानवी प्रतिभा व प्रज्ञेच्या टप्प्यात न येणाऱ्या वास्तवाचा शोध घेताना या कवयित्रीच्या अनुभूतीचा कस लागतो. उत्तरे सापडण्याचा प्रश्न येथे गौण ठरतो. पण अनुत्तरित प्रश्नांच्या व्यामिश्रतेला भिडण्याचे सामर्थ्य, शिखरावर दिसू लागते. प्रतिभेची खोली आणि उंची यांचे द्वंद्व, मानवी जीवन व निसर्गाच्या गुंतागुंतीच्या अनुभूतीतून अभिव्यक्त होताना ही कविता उत्कटतेचा अनुभव देते.

अनुराधा पाटलांच्या मनाला वेढून राहिलेली उदासीनता, कोणत्या कारणामुळे येतेय? कोणत्या गोष्टीची पूर्तता झाल्याने ही निराशा संपुष्टात येईल? या कवयित्रीला नेमके काय हवे आहे? या प्रश्नांची उत्तरे शोधूनही सापडत नाहीत. सामान्य स्त्रीचे जीवन जगताना त्यांच्या वाट्याला आलेला असामान्य भोगवटा, हाच त्यांच्या

अंधारयात्रेचे अधिष्ठान आहे. त्यांची वेदना भळभळून वाहत नाही. पण व्यथेची काळी किनार त्यांच्या जीवनासह काव्यानुभूतीलाही घट्ट आवळून बसलीय.

दुसरी बाब म्हणजे केवळ स्त्रीची, बाईचीच व्यथा त्यांना भोगण्याची सक्ती झाल्याचे जाणवते का? अर्थातच त्या स्त्री असल्याने 'बाईपणाची' म्हणून जी दु:खयात्रा असते, ती त्यांच्या जीवनाचा भाग आहेच! पण अनुराधा पाटलांचे दु:खविषयक चिंतन आणि त्यांची काव्यात्म अनुभूती केवळ तेवढ्याच वर्तुळात बंदिस्त होत नाही, तर एकूण मानवी जीवनाच्याच सनातन आवर्ताचा आणि सक्तीच्या, अटळ असलेल्या अंधाराचा ठाव घेताना, ही कविता सृष्टीचक्राच्या अनामिक गाभ्यालाच भिडते. या जागेवरूनच तत्त्वज्ञानाचा प्रांत सुरू होतो आणि अध्यात्माची प्रमेये याच बिंदूवर उभी राहू लागतात.

मराठी कवितेत या नेमक्या व अतिसंवेदनशील अनुभूतीचा स्वीकार करताना, अगदीच दुर्मीळ उदाहरणे समोर येतात. केशवसुतांच्या 'झपूर्झा'ची इथे आठवण होतेच. पण बालकवींच्या मनाला व्यापून राहणारी 'उदासीनता'ही इथे स्मरते! मर्ढेकरांच्या कवितेमधील 'दगडी भिवई' आणि अनामिक भीती, नियतीच्या प्राबल्यासह इथे साक्षीदार होते. केशवसुत, बालकवी, मर्ढेकर अशा मराठीच्या नामवंत मानदंडांच्या कवितेचा नियतीप्रधान अपरिहार्य प्रश्न व व्यथांचा वारसा, वर्तमान अजेंड्यावर अनुराधा पाटलांच्या कवितेत एकात्म होऊन अवतरला आहे. म्हणूनच या कवितेचे मूल्यमापन रुळलेल्या निकषांवर करता येणे कठीण आहे. तिची उंची व थोरवी लौकिक-अलौकिक द्वंद्वाच्या पार जाऊनच नोंदवावी लागते.

अंधारप्रतिमांचे वेड सिद्ध करणारी अनुराधा पाटलांची प्रतिभा नायिकेच्या मनातील 'मावळणाऱ्या सूर्याची' अनुभूती व्यक्त करते.

सूर्यफुलांच्या साथीनं चालतानाही जीव थकून जातोच! सौंदर्याची आणि आनंदाची साथसंगत असतानाही, 'थकणे' अटळच असावे? आणि त्यानंतर मनातला सूर्यही मावळावा? कारणे असोत नसोत पण 'मावळण्याची' अपरिहार्यता भोगावीच लागते. म्हणूनच जगणं हरवल्याची दाहक अनुभूती इथे उत्कट बनलीय!

अनुराधा पाटील यांच्या कवितेतील सौंदर्यस्थळांच्या आणि अनुभूतींच्या वैशिष्ट्यपूर्ण आविष्करणाच्या पुढील साक्षी महत्त्वाच्या ठरतात.

१. पेरावं ते उगवते हे खरं
पण न पेरलेलंही
उगवतं कधी कधी

आणि आतली मुळं
ओढून घेत
कोरडवाहू होत जातात अक्षरं **(माझी अक्षरं भिजतात)**

२) सुसह्य कर
जाळं घेऊन उडून जाण्याआधी
होणारी पाखराची तगमग **(वर्षं उलटतात)**

३) तिला हवे आहेत
चाकोरीबाहेरचे चकोर क्षण
चतकोर आयुष्यातले **(तिला हवीय)**

४) पण इतिहासाच्या जीर्ण पानावर
मात्र नोंदला जातो
चेहरा नसलेल्या लोकांचा बेनाम प्रवाहाचा
नुसताच तपशील - कडेकपारीत हरवून जाणारा **(किती वर्षात)**

५) शुभ्र निखळ पापाच्या
रेषा उमटतात अधूनमधून
काळोखाच्या पापुद्र्यावर
कवडीमोल पुण्याकडं **(मी वजा करीत जातेय स्वत:ला)**

अनुराधा पाटील यांची कविता जीवन-मरणाच्या आणि सुख-दु:खाच्या चिंतनात्मक अनुभूतीने बहरली आहे. गोफ गुंफताना ही कविता उत्कटतेचा प्रत्यय देते. अनुभवांची गुंतागुंत अभिव्यक्त करताना मानवी मनाच्या अंतरंगाची समग्रता या कवितेने समर्थपणे पेलल्याचे दिसते. माणसाची सनातन अस्वस्थता आणि अपरिहार्य अशांतता यांचे आव्हान अनुराधा पाटील यांच्या कवितेने नव-सर्जनाच्या सामर्थ्यावर सहज पेलले आहे.

निराशा आणि अंधाराचे साम्राज्य या कवितेत सिद्ध असले तरी जगण्याची जिद्द आणि अपरिहार्य वास्तवाला सामोरे जाण्याचे विवेकी शहाणपण, या कवितेत स्वाभाविकपणे अवतरले आहे. विशेष म्हणजे या कवितेला कोणत्याही दार्शनिक

सिद्धान्तामध्ये कैद करता येत नाही. दु:खासोबतच सुखाच्या क्षणांना शब्दांच्या चिमटीत पकडून ठेवणारी ही कविता, जीवनाची संघर्षात्मक लढाई न हारता, परिपक्व जीवननिष्ठेतून जगण्याची उर्मी देते. मातृत्व आणि स्त्रीत्व या दोन्ही संकल्पना आणि वास्तवता, अनुराधा पाटील यांच्या कवितेने अर्थपूर्ण करताना, प्राकृतिकता आणि संस्कृती यांचे अनुबंध काव्यात्म केलेत. स्त्रीच्या व्यथा-वेदना आणि तिच्या मुक्तीचे अवकाशही याच कवितेने शब्दांकित केले. प्राकृतिक व सांस्कृतिक द्वंद्वात्मक अनुभूती संवेदनांच्या उत्कट मांडणीत सिद्ध करणारी अनुराधा पाटलांची कविता वर्तमान काव्यपरंपरेत दुर्मीळ आहे. म्हणून ती श्रेष्ठही आहे.

-*-*-*-

.९.

फ. मु. शिंदे यांची काव्यात्म 'सृष्टी'

सिनेमाची द्वयअर्थी गाणी लिहिणारे गीतकार फ. मु., चावट वात्रटिका लिहिणारे फ. मु., सामाजिक आशयाच्या कविता लिहिणारे फ. मु., विनोदी साहित्य लिहिणारे फ. मु., आईचा महिमा शब्दात अमर करणारे फ. मु., अशी अनेक रूपे फ. मुं.च्या व्यक्तिमत्त्वातून आकारास आलीत. 'सृष्टी' हा त्यांचा कविता संग्रह तत्त्वचिंतन करणाऱ्या अस्सल तत्त्वज्ञ कवीची साक्ष देणारी चौकटीबाहेरची कलाकृती आहे.

या संग्रहातील प्रत्येक कवितेच्या शेवटी 'तिनं सांगितलं' या ओळीनी निष्कर्षात्मक सूत्र अभिव्यक्त केलं जातं. अर्थातच संस्कृतीचं हे सारांश रूपातील सांगणं मोलाचं ठरतं!

या कवितांचं आणखी एक वैशिष्ट्य म्हणजे कवितेच्या प्रारंभीचा एकच शब्द, त्या कवितेचे शीर्षक आहे. रुळलेली, आशयनिष्ठ शीर्षकाचं कुंकू कवितेच्या कपाळी लावण्याची पूर्वपरंपरा, या संग्रहात मोडीत काढून नवा प्रयोग केला आहे.

पण प्रयोगशीलतेपेक्षा कवीचं सामर्थ्य दिसतं ते त्याच्या जीवन चिंतनाच्या अभिव्यक्तीमध्ये! मानवी जीवनाच्या व्यामिश्र गुंत्यातून आशयाचं एखादं सूत्र कवी अलगद टिपतो आणि त्याला सुंदर काव्यशिल्पाची जोड मिळते.

स्वत:चं थडगं बांधून माणसं त्यात मजेत जगतात आणि हंगामाच्या दिवसात आतून जिवंत निघतात. बाजारभावाला बांधून अवेळी फळं पिकवली जातात. आतल्या आत जीव गुदमरत असताना चैतन्याला कोंब येत नाही. आत्म्याचे सगळे स्वर थडग्यांचे बटिक झालेत. महात्म्याचे दिवस नीतीशून्य आहेत. या सर्व विपरीत विसंवादी जीवन संदर्भावर संस्कृतीचे भाष्य असे की, जे जे रास्त ते परास्त आणि अधर्म नित्याचेच बिनधास्त!

जीवनाच्या अंतरंगातील कुरूप वास्तवतेचे भयाण दर्शन फ. मु. घडवतात.

महात्मे, चैतन्य, धर्म या सर्वांचे सामर्थ्य संशयास्पद ठरवणारी अपरिहार्य कुरूपता जीवनावर आक्रमक झालीय.

निसर्गाच्या दैनंदिन व्यवहारातील क्रौर्याच्या सावलीत चिवटपणे जीवनरक्षणासाठी चाललेल्या धडपडीची सम्यक अनुभूती फ. मु. अचूक व अर्थपूर्ण शब्दात मांडतात. कुणाचातरी डोळा फांदीवर असल्याचे कळूनही त्याच फांदीवर पाखरं घरटी बांधतात. त्याशिवाय त्यांना दुसरा पर्यायही नसतो. सापाच्या टप्प्यातच पक्षी अंडी टाकतात आणि मांजराच्या मक्तेदारीत अश्राप पिल्लांचे रक्षण करतात. पण साप पक्षांचं घर शाकारतो गळून पडलेल्या मोरपिसानं! संतांची लंगोटी फडकते आणि बडव्यांचं पंढरपूर विठ्ठलाच्या पाठी! या पार्श्वभूमीवर भजनानं टाळाला फसवलं आणि देव-भक्तांनी काळाला फसवलं! या सत्याची अभिव्यक्ती निसर्ग आणि अध्यात्म विश्वातील जहरी विसंवादाची वास्तवसूत्रे अभिव्यक्त करतात.

घनाची नजर उपयोगाच्या व बिनउपयोगाच्याही दगडावर फिरत राहते. कवीचे हे आकलन परिहार्य-अपरिहार्य प्रश्नांच्या गुहेतून चिंतन व्यक्त करते. हिंसेची किरणं पसरत जातात आणि अपूर्ण राहिलेलं महाभारत पूर्ण होत असल्याची जाणीव होते. जमिनीतील मुळीतून आकारास आलेल्या बुंध्यात व नंतर फांदीत विनाश बहरतो आणि लहरत जातो विद्ध्वंस! निसर्गक्रमातून क्रौर्याच्या निर्मितीची होणारी उपज कवीमनाच्या चिंतनाचा विषय आहे. सांस्कृतिक संकल्पनाचं फ. मुं.नी त्यावर केलेलं आरोपण लक्षवेधी आहे. बहरणाऱ्या विनाशाला आणि विकसित वृक्षाच्या फांदीतून लहरणाऱ्या विद्ध्वंसाला हा चिंतनशील कवी, 'सार्वभौम' संकल्पनेचं लेणं प्रदान करतो.

हे असंच घडत आलं– तेच घडत आहे. भस्मासुराच्या सावलीत जग दडत असल्याचं सत्य संस्कृती सुनावते आणि वाचक सुन्न होऊन जातो.

फ. मुं.च्या या कवितासृष्टीच्या अंतरंगातील विविधतापूर्ण वास्तवाचा शोध घेताना विशेषत: दाहक, विषारी अनुभूतींचे कवीने घेतलेले दर्शन अभिव्यक्त होताना, नाट्यपूर्णता आणि चिंतनात्मकतेचा प्रत्यय येतो.

कवीला जाणवते, साय दुधाचं नासणं थांबवू शकत नाही. गावागावाचे काठ आणि तेथील डोहांचे घाट त्यांचे त्यांचे वैशिष्ठ्य राखून असतात. गावागावाच्या मेघांच्या नेत्रातून पुढे वाहणारी नदी निरोप घेते. जीवासाठी जळणारे आणि मृत्यूसाठी तळमळणारे किती? कुणाचं काय कुणाचं काय आणि खाटकाला आधार खाटकाची गाय? गंभीर आशयसूत्रांच्या मांडणीतील मौलिक चिंतनाचे सामर्थ्य, हेच या कवितेचे वेगळेपण आहे आणि तेच तिचं सामर्थ्यही आहे.

सृष्टी नियमांच्या वास्तवातील बराच मोठा तपशील फ. मु. स्वत:च्या चिंतन बळावर सहज पेलून जातात. निसर्ग आणि मानवी संस्कृतीच्या अर्थप्रवाहांची विसंवादी मांडणी एकात्म होऊन या कवितेत प्रगटते. मराठी सारस्वताने अध्यात्म्यातील व निसर्गातील गूढ अनुभूतींचे दर्शन यापूर्वी घेतले आहेच!

परंतु एकूण सृष्टीव्यापारातील भीषण अनुभूतीच्या गाभ्याला भिडलेले मानवी संस्कृतीचे संचित, समर्थपणे आकळून त्यातील नाट्यासह अभिव्यक्त करण्याचे महत्त्वाचे श्रेय फक्त फ. मु. शिंदे यांच्या या कवितेलाच द्यावे लागेल.

मानवी संस्कृतीच्या हजारो वर्षांच्या विकासाचे मूल्य संशयास्पद ठरवणाऱ्या 'सृष्टी'तील प्राकृतिक सत्याची काव्यात्म मांडणी करून या कवीने चमत्कार घडवला आहे. सांस्कृतिक सत्याचे मूल्य इतिहासात निर्णायक महत्त्वाचे व श्रेष्ठ ठरवले गेले असले तरी, 'सृष्टी'ची प्राकृतिक वास्तवता हीच शेवटी सर्वांवर मात करून जाते. कवीच्या आकलनातून निष्पन्न झालेले हे वास्तवसूत्र सर्वांनाच मान्य व्हावे!

मानवी रक्ताच्या नात्याला प्राप्त झालेलं महत्त्व पराभूत करणारे चिंतनसूत्र 'रक्त' या कवितेत प्रगट झालेय.

रक्त हे रक्तासारखं असून आपणच त्यावर नात्याचे पोशाख चढवत असतो. आपलं म्हणणारं रक्त नेमकं गोठत जातं आणि परकं मानलेलं पण तुमच्याकडे वाहणारं रक्त भेटत जातं! या मांडणीमुळे रक्ताच्या शुद्धीवर आधारित जात, धर्म, वंश इ. सर्वच भेद हे निव्वळ भ्रम असल्याचा विश्वास दृढ होतो. शुद्ध, निखळ संस्कृतीचीसुद्धा हीच शिकवण आहे म्हणूनच कवी म्हणतो–

नातं म्हणजे भ्रमाचं केवळ वास्तव
नाही कुणासाठी थांबत अग्नीनंतर शव!

संस्कृती संकल्पनेच्या प्रवाहातही अनेक विसंगती दडलेल्या आहेत. रक्ताच्या नात्यावर आधारीत गणगोत, जात, धर्म या संकल्पनांचे अशास्त्रीय स्वरूप किती भ्रामक आहे, याची स्पष्ट जाणीव ही कविता करून देते.

फ. मुं. ची कविता प्रचारक नसल्यामुळेच धर्म, जातीच्या दंगली आणि रक्ताच्या शुद्धीची संकल्पना यांच्या अनुबंधावर ती आपल्या कवितेत भाष्य करीत नाही. कवितेची बंदिस्त मूस एका विशिष्ट सूत्रालाच प्रगट करते. पण विचारसूत्राच्या आशयाचे वर्तुळ, विविध सांस्कृतिक, सामाजिक वास्तवाला कवेत घेते. म्हणूनच ही कविता मूलत: तत्त्वचिंतनात्मक भासली तरीही तिचे परिणामक्षेत्र संस्कृतीच्या सर्व

फ. मु. शिंदे यांची काव्यात्म 'सृष्टी' / १११

प्रवाहापर्यंत भिडणारे आहे. विश्वासाला वरच्या वरकरणीची झिंग असते. माणसांना अस्सल आतल्या गाभ्यापेक्षा बेगडाचंच महत्त्व वाटतं. प्रज्ञेला प्रदर्शनाचं वेड असतं. खानदानीच्या श्रेष्ठत्वाच्या खोट्या कल्पना आपल्याच इमानाशी तेढ करून उभ्या असतात. मानवाचा हा खोटेपणा कवीच्या चिंतनाचा व चिंतेचाही विषय आहे.

पण नेमकं हेच चित्र निसर्गातही फ. मु. पाहतात. मातीतून उगवणाऱ्या अंकुराचा टाहो ऐकून, आकाशातील ढग-जलद बरसत नाहीत ही नित्याचीच वास्तवता आकळून कवीला ऋतूचक्राबद्दल आश्चर्य वाटते.

माणसं खोटी, बेईमान, बेगडी म्हणावीत तर 'सृष्टी'चा निसर्गही तसाच क्रूर, संवेदनाहीन बेइमानी करणारा! शेवटी माणूस हा सुद्धा निसर्गाचाच स्वाभाविक घटक! मग संस्कृतीच्या अस्तित्वाचा नि कमाईचा व पुण्याईचा अर्थ कोणता? लाखो वर्षांच्या सांस्कृतिक विकासाचे भवितव्य कोणते?

निसर्ग व माणसाचे हे क्रूर वास्तव कधी बदलणार नाही का? अनेक प्रश्नांच्या झिणझिण्या या कविता वाचनातून उद्भवतात. थोरांचे आत्मे आज राहिलेले नाहीत अशा अफवा आहेत, मग दर पुण्यतिथीला भेटणारा जीव कोणता? असा प्रश्न कवीला पडतो. मर्त्य गोष्टी अजरामर कशा? आणि अजरामर जे आहे ते मरतेच कसे? असे बिनतोड अनुत्तरित प्रश्न या कवितेने उभे केलेत.

जन्म-मृत्यूच्या अपरिहार्यतेच्या संदर्भात कवी विचारतो, सृष्टीनं का दिला जीवांना जन्माचा शाप आणि मरणालाही का लागावी धाप? आणि संस्कृतीचं यावर उत्तर आहे 'जन्मही नसतो खरा आणि नसतं मरणही!'

अर्थात संस्कृतीच्या सांगण्यातून कवीच अंतिम भाष्य करीत असतो.

फ.मुं.ची ही नाट्यात्म शैली चिंतनशील कवितेला कलात्मक करण्यात महत्त्वाची भूमिका बजावते. फ.मुं. नी उपस्थित केलेले प्रश्न परमार्थिक - आध्यात्मिक स्वरूपाच्या अंधश्रद्धेतून उगवलेले नाहीत. निसर्गव्यापारातील सनातनी गूढ वास्तवाचा शोध घेताना, माणसाच्या संस्कृतीची पुण्याईसुद्धा कशी आणि का पराभूत होते, याची सुंदर काव्यात्म अनुभूती, सतत या कवितेत भेटत राहते. या प्रश्नांची केवळ अपरिहार्यताच नव्हे तर त्यांचे प्रभावक्षेत्रही वाचकांना अंतर्मुख करीत राहते. या कवीला वास्तवाचा जबडा फाकवून त्यातील सूक्ष्मातीसूक्ष्म संदर्भाचा तपशील देण्याची भयंकर सवय आहे. साधु-महंतांचा ढोंगीपणा- संतांच्या व इतर अनेकांच्या टीकेचा विषय बऱ्याच वेळा झालाय. पण फ.मुं. नी खुद्द संतांच्या व साक्षात विठ्ठलाच्याही मनाचा स्कॅन कवितेच्या शब्दात साठवलाय.

साधु-महंत तसेच संतांच्यासह विठ्ठलाच्याही मनात थांग नसलेला एक

कोपरा असतोच! हे या कवीचं निरीक्षण आहे. मुख्य म्हणजे हा कोपरा पवित्र, मंगल, विशुद्ध नसलेला असतो हे सत्य, फ.मुं. नी ठामपणाने शब्दांत गोंदलं आहे. विठ्ठलाच्या मनाच्या कोपऱ्यातही अमंगल, अशुद्धता असते. असे सांगण्याचं धाडस आस्तिकाच्या श्रद्धा जपणारे कवी फ. मु. शिंदे दाखवतात.

मनाचा हा कोपरा मायावी मुखवटे बाळगतो आणि पदरात सुदाम्याचे पोहे बांधून द्वारकेचे बळ गहिवरतो. देवत्वाच्या ठायी पशुत्व असल्याची एकात्म अनुभूती जेव्हा ही कविता मांडू लागते, तेव्हा तिचे कविता म्हणून असणारे मूल्य वाङ्मयीन विश्व ओलांडून तत्त्वज्ञानासह सर्वच विद्याशाखांना प्रभावित करू लागते. निसर्गाच्या या द्वंद्वात्मक स्वरूपवैशिष्ट्याचे सूक्ष्म आकलन करणे हे मोठे आव्हानच आहे. पण फ. मुं.ची प्रतिभा हे गुंतागुंतीच्या वास्तव आकलनाचे आव्हान सहज पेलते. फ. मुं.ची प्रज्ञा आणि प्रतिभा अव्वल व अस्सल असण्याची ही साक्ष आहे. अर्थात फ. मुं. मधील चावट कवी आणि तत्त्वज्ञ कवी यांचे द्वंद्वात्मक रूपही, त्याच द्वंद्वात्मक निसर्गाची साक्ष आहे. पण या कवीच्या व्यक्तिमत्त्वात पशुत्वाचा मागमूस नाही. तो निसर्गातून याच कवीने शोधला आहे. प्रत्येकाच्या मनाच्या एका कोपऱ्यात विषही असते नि अमृतही असते, या सत्याचे दिग्दर्शन करणारी ही कविता, मानसशास्त्रीय वास्तवाला अभ्यासपूर्वक सामोरी जाते आणि तत्त्वज्ञानाच्या व्यासंगाचेही दर्शन घडविते.

विसर्जित केलेल्या विकारांचे अवशेष फार धर्मवेडे असतात व सज्जनांच्या कपाळावरील गंधटिळे हे कोडे ठरतात. संस्कृतीचे हे निरीक्षण फ. मुं.नीच आत्मसात करून मांडलेय. त्यामुळे फ. मुं.च्या चौफेर आणि व्यापक दृष्टीतून साकारलेल्या अनुभूतींची विविध परिमाणे सिद्ध होत जातात.

आपलाच वंश विकणारे वारस आणि वारूळाला बाधणारा सर्पाचा दंश, ही वास्तवता स्पष्ट करणारी कविता, रुळलेल्या तत्त्वचिंतन कवितेचीही वाट मोडून नव्या दिशांनी नव्या वाटा धुंडाळत पुढे निघत आहे.

'विचार' हा सज्जन सोशिक असून तो महंताच्या माळेतूनही येतो आणि बदनाम नाटकशाळेतूनही अवतरतो. विचारवंत असल्याची सनद कोणी दुसऱ्याच्या गादीच्या मदतीनंही मिळवतात किंवा कुणी मालकीच्या मादीच्या मदतीनेही स्वीकारतात. कवीचा मात्र निर्वाळा असा की, देवाइतकाच विचार निर्वासित आणि देवा- इतकाच विचारही काल्पनिक! देवाला काल्पनिक ठरवून ईश्वरी संकल्पनाच अशास्त्रीय ठरवणारा हा कवी, खरे तर रूढार्थाने मार्क्सवादी नाहीच! परंतु ईश्वरी संकल्पनेचे काल्पनिकत्व फ. मु. सहजपणे शब्दात पेरतात आणि हा काव्यांश वाचल्यावर मार्क्सवादी-आंबेडकरवादी भूमिका तरारून उसळून उभ्या राहतात, पण तरीही हा कवी

कोणत्याही 'इझम'च्या चौकटीत बंदिस्त न होता, सृष्टीच्या सर्व प्रवाहांना सूक्ष्म व सखोल आकलनाने आकळण्याचा प्रयत्न करतो.

फ. मुं.च्या कवितेतील संस्कृतीचा उपदेश, सारांशाच्या सूत्रात गुंफलेल्या मंत्रासारखा आहे.

उदा.

१) व्यवहारच तसा की, विचार गिळला पाहिजे,
   त्याचाच गुलाल प्रेतावर उधळला पाहिजे!

२) वाटतं तितकी सृष्टी नसते उदार
   थकून जाते नियंत्याच्या शोधात घार!

३) काय मिळालं त्यांना जे मेले
   मेले म्हणून तसे कुणाचे काय गेले!

४) भरोसा नसतो शवाचा
   आणि वतनाच्या गावाचा!

'सृष्टी' या संपूर्ण कवितासंग्रहातील प्रत्येक कवितेचा शेवट जरी वाचला तरी विशिष्ट अनुभूतीचे निष्कर्षात्मक सूत्र त्यातून प्रतीत होते. फ. मुं.च्या प्रज्ञेचे चिंतन सामर्थ्य आणि काव्यात्मता अभिव्यक्त करणाऱ्या अस्सल प्रतिभेचे बळ, या अंतिम काव्यांशातून स्पष्ट होताना दिसते. मानवी जीवन आणि निसर्गाचा व्यापक अक्राळ-विक्राळ चेहरा, त्याचप्रमाणे जगरहाटीतील वास्तव तपशील या कवीने शब्दांच्या चिमटीत पकडून त्यातूनच अस्सल कविता जन्माला घातलीय.

फ. मुं.ना कोणत्याही विचारांचा किंवा भूमिकेचा प्रसार-प्रचार इथे करायचा नाही. त्यांच्या प्रतिभेच्या डोळ्यांना जे जे दिसले, ते सर्व त्यांनी काव्यात्म अनुभूतीतून अभिव्यक्त केले, पण फ. मुं.ना जे दिसले तेच मुळी अत्यंत व्यामिश्रही आहे. सूक्ष्मही आहे आणि द्वंद्वात्मकही आहे. सुंदर-कुरूप, अंधार-प्रकाश, जन्म-मृत्यू, लौकिक-अलौकिक, प्रश्न-उत्तर, परिहार्य-अपरिहार्य, सुख-दुःख, वेदना-आनंद, पशुत्व-देवत्व या आणि अशा असंख्य विरोधी अनुबंधात्मक अनुभूतींचा गोफ फ. मुं.च्या कवितेतून उलगडत जातो.

निसर्गसृष्टी आणि मानवी संस्कृती या दोन्हींच्या व्यवहारातील क्रिया-प्रतिक्रियांची काव्यात्म व नाट्यात्म नोंद घेऊन, मानवी जीवनातील संस्कृतीच्या पुण्याईचा अपरिहार्य असणारा पराभव अप्रत्यक्षपणे इथे साकारला जातो. अर्थातच मानवी जीवनाच्या विकासाची अर्थपूर्णता संशयास्पद ठरवून सृष्टीला मान्य असणाऱ्या एकूण शोकांतिकेची छाया वाचकांना भयावह करीत जाते. कवीने वाचकांना भयग्रस्त करावे

काय? कविता आणि साहित्याचे प्रयोजन कोणते? हे प्रश्न इथे उपस्थित करणे शक्यही आहे. पण कवीच्या प्रज्ञेला व प्रतिभेला कोणत्याही बंधनांचा तुरुंगवास नसावाच!

तरीही एक महत्त्वाची मर्यादा या कवितेच्या संदर्भात स्पष्ट होते. निसर्गातील कुरूपता, मानवी संस्कृती प्रवाहातील विसंवाद हे सत्य जरूर असले, तरी ते एकमेव वास्तव नाहीच! निसर्गातही तारे, वारे, चांदण्या, झरे, पहाट, कोकिळेचा आवाज, मोरपिसारा, फुलांचा सुगंध आहे आणि संस्कृतीच्या अजेंड्यावरही पशुत्वावर मात करणारे, प्रेम, वात्सल्य, अहिंसा, देशभक्ती, मानवसेवा, शांतीचा ध्यास, मैत्री, संगीत, नृत्य, समन्वयाच्या परंपरा, संवादाची मालिका, मंगलमय मातृत्व, धर्म-जातीच्या भिंती ओलांडणाऱ्या विचार-आचारांच्या कृती, असा जबरदस्त व्यापक मूल्यभान पूजणारा प्रवाह कार्यरत आहे. त्याचे आकलन व अभिव्यक्तीकरण या कवितेने केले असते, तर संपूर्ण सत्याच्या आकलन प्रक्रियेत, फ. मुं.ची कविता यशस्वी झाली असती, पण कदाचित ही दुसरी विधायक मंगल बाजू फ. मुं.नी गृहीत धरून केवळ निसर्ग-सृष्टीचे विद्ध्वंसक-विसंवादी स्वरूपच अधोरेखित करणे महत्त्वाचे मानले असावे! तरीही मराठी सारस्वताच्या दरबारात या वेगळ्या, नावीन्यपूर्ण कलात्मक कवितेचे चिंतनमूल्य निश्चितच श्रेष्ठ आहे.

-*—*—*-

.१०.

मानवी कल्याणाच्या ध्येयवादात रंगलेली डी. बी. जगत्पुरिया यांची कविता

वैचारिकतेचे मूल्य मानवी कल्याणाच्या सांस्कृतिक ध्येयवादाशी बांधील असेल तर त्याची सार्वत्रिक श्रेष्ठता आणि उपयुक्तता सर्वार्थाने, सर्व काळी, सर्व स्तरावर संचित रूपात स्थिरावते. वैचारिक आणि चिंतनपर कवितेचे श्रेष्ठ-कनिष्ठपण याच मानदंडाच्या निकषावर तपासता येते.

सुधारणावाद, परिवर्तननिष्ठता, क्रांतिप्रवणता, पुरोगामित्व आणि मानवता, या मूल्यमालिकेचा गाभा अभिव्यक्त करणाऱ्या, डी. बी. जगत्पुरिया यांच्या कविता मराठी सारस्वतामध्ये आता स्वत:चे वेगळेपण आणि स्वत:ची स्वतंत्र मुद्रा घेऊन स्थिरावल्या आहेत. 'सूर्यकुल', 'वज्रमूठ' आणि 'ठिणगी' या तिन्ही कविता-संग्रहांचे अंतस्थ नाते क्रांतिसन्मुख भूमिकेतून सिद्ध झाल्याचे दिसते. क्रांती आणि सूर्य प्रतिमा, क्रांती आणि वज्रमुठीची प्रतिमा आणि 'ठिणगी'चा प्रतीकात्मक अर्थ, क्रांतिप्रवणतेशी बांधील आहे. तेव्हा या सर्वच शीर्षकांची नाळ क्रांतीशी जुळून आलेली आहे.

याच मुद्यावर मराठी कवितेच्या प्रवाहातील क्रांतिमूल्य आळवणारी कविता, ज्या कवींच्या नावावर रसिकमनात जिवंत आहे, त्या केशवसुत, कुसुमाग्रज, वसंत बापट, विंदा करंदीकर, नारायण सुर्वे यांच्या कवीकुळाचा आधुनिक वारसा कवी जगत्पुरियांची कविता चालवते आहे.

पण केवळ एवढाच वारसा न स्वीकारता कवी जगत्पुरिया, दलित कवितेतील विद्रोहाचे मूल्यही स्वीकारतात. आंबेडकरवादी चळवळ आणि विचारही या कवितेने स्पष्टपणे पचवले आहेत. परंतु केवळ आंबेडकरवादाच्या बंदिस्त चौकटीत या कवितेमधला विद्रोह बंदिस्त करता येत नाही. म्हणूनच डॉ. सदा कऱ्हाडेंसारखा मार्क्सवादी विचारवंत समीक्षक, श्रमिकमुक्ती तत्त्वज्ञानाच्या प्रकाशात या कवितेचा गौरव अधोरेखित करतो.

डॉ. कऱ्हाडे म्हणतात,

"तेजस्वी विचारांनी एक नवा इतिहास घडविणाऱ्या युगनायक आंबेडकरांना हा कवी अभिवादन करतो. तितक्याच मन:पूर्वकपणे तो युगंधर श्रमनायकालाही वंदन करतो. (ठिणगी, पृ. १२) श्रमिकाला हे नायकत्व कार्ल मार्क्सने बहाल केले म्हणून काय झाले? भीममंत्र ग्रहण करूनही श्रमनायकाशी असणारे आपले नाते हा कवी विसरत नाही. खरी कविता कोणत्याही 'वादा' (ism) तले सत्त्व ग्रहण करते. पण त्या वादाच्या तपशिलात अडकून बसत नाही. डी. बी. जगत्पुरिया यांची कविता म्हणूनच मला खरी कविता वाटते."

(महाराष्ट्र साहित्य पत्रिका, जून १९९४)

डॉ. कऱ्हाडे यांना जगत्पुरियांची कविता अस्सल कविता वाटते. तेव्हा कविता म्हणून आवश्यक असणारे निकष या कवितेने पूर्ण केलेत. शिवाय ही कविता वादांचे सत्त्व पचवते. अर्थात क्रांतीचा ध्येयवाद जपणाऱ्या सर्व तत्त्वज्ञान परंपरांचा तपशील, आपसात बऱ्याच मुद्यांवर विरोध-विसंवाद सिद्ध करणारा असला तरी, हा सर्व पसारा बाजूला सारून कवी जगत्पुरियांची कविता, त्यामधील फक्त मूल्यात्मक गाभ्याचा स्वीकार करते. म्हणूनच प्रा. भगवान भोईर, प्रा. गुरूदेव वैद्य... इ. समीक्षकांना ही कविता आंबेडकरवादी कविता असल्याचे वाटते आणि राजेंद्र जगतापसारख्या मार्क्सवादी कवीला ती मार्क्सवादी वाटते.

"एकूण संग्रहातील समग्र कविता ही साम्यवादी विचारसरणीला जवळ करणारी असली तरी, मधूनच आंबेडकरी वळण घेताना जाणवते." हा राजेंद्र जगताप यांचा अभिप्राय बोलका आहे.

"आता अंधाराच्या भांगेत
उजेडाचं मळवट भरल्याशिवाय
गत्यंतर नाही
हातात संघर्षाची आयुधं
घेतल्याशिवाय
स्थित्यंतर नाही!"

समाज-राजकीय-पर्यावरणात जागतिक वास्तवाचा अविभाज्य भाग बनलेला मार्क्सवाद आणि भारतीय परिप्रेक्षात रुजलेला आंबेडकरवाद, सांस्कृतिक-आर्थिक चळवळीतून नव्या इतिहासाचा निर्माता ठरला आहे आणि या दोन्ही प्रमुख तत्त्वज्ञानाच्या कैवारी समीक्षकांना सूर्यकूल, ठिणगी, वज्रमूठ मधील कविता ही आपल्या जवळची

वाटते.

फार मोठा संवाद शक्य असणाऱ्या पण कट्टर विरोध प्रगट करणाऱ्या मार्क्सवादी व आंबेडकरवादी चळवळीच्या दार्शनिक समीक्षकांनी डोळसपणे आपला मूलभूत हक्क, कवी जगत्पुरियांच्या कवितेवर गाजवला आहे. ही सांस्कृतिक घटना कवितेच्या इतिहासात फक्त नारायण सुर्व्यांच्या व नामदेव ढसाळांच्या कवितेसंदर्भात चर्चिली गेली. त्यानंतर कवी जगत्पुरियांच्या कवितेलाच हा भाग्योदय प्राप्त झाल्याचे दिसते.

सुर्व्यांचा जन्मसंदर्भ कोणत्याही जातीची साक्ष सांगत नाही. पण त्यांची वैचारिक भूमिका मार्क्सवादाने संस्कारित झाल्याचे स्पष्ट आहे आणि त्यांची कविता मात्र मार्क्सवादी मुद्रा स्वीकारत असली तरी, आंबेडकरी सांस्कृतिक चळवळ या कवितेला 'आपली' मानते.

नामदेव ढसाळांची कविता मूलत: आंबेडकरवादी असली तरी, तिच्या आशयाची वीण मार्क्सवादाला कवेत घेऊनच अभिव्यक्त होते. पण कवी जगत्पुरियांचे जन्मसंदर्भ दलित जातीशी संबंधित नसतानाही, त्यांची कविता मात्र आंबेडकरी जाणिवांची उधळण करणारी आहे आणि मार्क्सवादी क्रांतिसन्मुख भूमिका जगणारी व जागवणारी सुद्धा आहे. विविध परिमाणाची काव्यात्मता सिद्ध करणारे हे सांस्कृतिक वास्तव, मराठी कवितेच्या प्रवाहात अत्यंत दुर्मीळ म्हणूनच ते महत्त्वाचे मानले पाहिजे.

मार्क्सवादी जाणिवांची पहिल्याच 'ठिणगी' कविता संग्रहात पेरणी करताना कवी म्हणतो-

"श्रमनायक विश्वाचा,
गाडा ओढत आहे
माणसाच्या मनासकट,
एकसंध भूमीचं विभाजन करणाऱ्या
देशांना अदृश्य श्रमबंधाने जोडत आहे''

'वज्रमूठ'मधील कवितांमध्ये ही मार्क्सवादी भूमिका काव्यात्मक रूप स्वीकारताना कवीच्या पुढील ओळी अर्थपूर्ण झाल्यात-

"कष्टकऱ्यांना भरडणाऱ्या

सैतानी टाचांचा हिशेब मागा
संघर्षाची वज्रमूठ उगारा
त्यांना कळू द्या त्यांची जागा''

याच भूमिकेचा विकास तिसऱ्या 'सूर्यकुल' काव्य संग्रहात अनुभवता येतो- कवी म्हणतो-

''मी सूर्यकुलाचा योद्धा
जुलमांच्या चिरडत वाटा
झुंजीत झुंजूनी साऱ्या
मागतो श्रमाचा वाटा''
(योद्धा)

समग्र क्रांतीचा ध्यास शब्दाशब्दांत पेरणाऱ्या या कवितांच्या अंत: प्रवाहात डॉ. आंबेडकर आणि गौतम बुद्धालाही निर्णायक स्थान आहे. दलित मुक्तीच्या निष्ठा, दलित कवींच्या कवितांमध्ये स्वाभाविक मानता येतात. पण दलितेत कवीच्या त्याच दलित मुक्तीच्या जाणिवा, काव्यात्मक पातळीवर अस्सल अनुभूतीचा प्रत्यय देत असतील तर, अनेक विचारवंताचे समज-अपसमजात रूपांतरीत होऊन, सवर्ण कवीची कविता सुद्धा श्रेष्ठत्व सिद्ध करू शकते. बुद्ध-आंबेडकरांचा उमाळा दलितांचा तर खराच पण सवर्ण प्रतिभावंतांची सहजाणीव, या संदर्भात बेगडी ठरवता येणार नाहीच! या काव्यात्म वास्तवाची साक्ष म्हणजे जगत्पुरियांची कविता होय! उदा.

१. *''तुझे दिमाखदार*
दिशा दर्शक बोट
अचूक दिशा दाखवते
जात्यंध क्रूर शत्रूला
कण्यासह वाकवते''
(सूर्यकुल)

२. *''हे प्रज्ञेच्या प्रखर सूर्या*

उजेडाचे अमर गीत लिहिणार आहे.''
('प्रतिज्ञा', वज्रमूठ)

डॉ. आंबेडकरांच्या कर्तृत्वाने प्रभावित झालेल्या या सवर्ण कवीच्या कवितेत बुद्धाचा गौरव अटळपणे काव्यात्म होताना दिसतो.

''मी सिंहनाद लढवय्या
मरणाची नाही भीती
बुद्धाने शिकवली आहे
करुणेवर करण्या प्रीती''
(सिंहनाद - सूर्यकुल)

कवी जगत्पुरियांच्या तिन्ही कवितासंग्रहातील कविता, ही केवळ मार्क्सवाद आणि आंबेडकरवाद अशा ठराविक दोन ठश्यांनी प्रभावित आहे असे समजणे या कवितेचा अवमान ठरेल. या दोन्ही विचार- सरणींच्या चिंतनात्मक जीवनजाणिवा जगत्पुरियांच्या समग्र कवितेने आपल्या अंगा-खांद्यावर जरूर पेलल्यात पण त्याशिवायही या कवितेचे वेगळेपण जरूर आहे.

डॉ. नीळकंठ गोपाल मेंढे सारख्या समीक्षक कवीच्या मनातील दिव्यतेचा ध्यास, कवितेची साक्ष नोंदवून प्रगट करताना दिसतो. मानवतेच्या एकात्मतेला आवाहन करणारी कविताही डॉ. मेंढेना भावते.

अक्षर घोरपडेंना हा कवी सत्याचा पूजक व पाईक असल्याचे जाणवते. कवीला 'एकीची गुढी' उभारायची असल्याचे सत्यही घोरपडे मांडतात. कवीची नवज्ञानात्मक श्रद्धा आणि समताविषयक शक्ती घोरपडेंच्या अत्मीयतेचा विषय ठरलीय. ते म्हणतात ''सूर्यकुलातील कविता म्हणजे श्रमसूक्त. श्रमावर निष्ठा ठेवणाऱ्या मानवतावादी तत्त्वज्ञानाचा उच्चार म्हणजे सूर्यकुलातील कविता.''

समग्र मानवाच्या कल्याणाचा ध्यास घेणारी ही कविता मानवतावादी असल्याचे जाहीर करून, अक्षय घोरपडे यांनी या कवितेचे व्यापकत्व आणि विशालता सिद्ध केलीय. डॉ. भगवान ठाकूर यांनी 'ठिणगी'तली कविता आंबेडकरी जाणिवांची ठरवली आणि वज्रमूठ मधील कविता ही समस्त शोषित-दलित-कष्टकऱ्यांच्या हक्कांचा जाहीरनामा असल्याचे सप्रमाण नोंदले. तर कवी डी. बी. जगत्पुरिया हे दलित-पीडित-अभावग्रस्त सर्वहारांची समर्थ बाजू घेत, विषमतावादी व्यवस्थेला

झोडपून काढणारे योद्धे कवी असल्याचा निर्वाळा प्रा. केशव मेश्रामांनी दिला आहे.

कवी जगत्पुरियांच्या तिन्ही कवितासंग्रहत प्रसिद्ध झालेल्या स्फुट कवितांना सुमारे १५ ते २० समीक्षकांच्या प्रतिभांनी स्पर्श केल्याचे दिसते. डॉ. सदा कऱ्हाडे, डॉ. गंगाधर पानतावणे, प्रा. केशव मेश्राम, प्रा. राजा महाराज यासारख्या जुन्या पिढीच्या समीक्षकांसह डॉ. नीलकांत चव्हाण, डॉ. भगवान ठाकूर, डॉ. नीलकंठ मेंढे, प्रा. भगवान भोईर, नारायण शिरसाळे इ. नव्या अभ्यासकांनीही या कवितेचे मूल्यमापन, आपापल्या भूमिकेनुसार करून न्याय दिलाय. वर्तमानात प्रभाव सिद्ध करणाऱ्या मराठी कवींच्या कवितांच्या एवढ्या संख्येने समीक्षा व्यवहारात स्थान मिळविण्याचा सन्मान दुर्मीळ असल्यानेच, कवी जगत्पुरियांच्या कवितांच्या वाङ्मयाचे मूल्य सरस ठरवता येते. अर्थात काही समीक्षकांनी या कवितेच्या मर्यादाही स्पष्ट केल्यात. म्हणूनच या कवितेच्या वाट्याला आलेली समीक्षा ही एकांगी केवळ गौरवाची नसल्याचे सिद्ध होते.

मानवतावादाचे विविध पदर आणि प्रवाह - सूत्रे या कवितेच्या गाभ्यात एकत्रित व एकात्म होऊन काव्यात्म होतात. त्यामुळेच विविध इझमच्या कैवारी समीक्षकांना ही कविता आपल्याच ठश्याची वाटू लागते. वास्तविक या कवितेने समीक्षकांना चकवा दिल्याचेच स्पष्टपणे जाणवते. कारण कोणत्याही एकच एक तत्त्वज्ञानाच्या मुशीत या कवितेच्या आशयाचा पसारा बसू शकत नाही. पण मानवतावादाच्या परिप्रेक्षात आपली नाळ जुळवू पाहणाऱ्या प्रत्येक परिवर्तनवादी-सुधारणावादी तत्त्वज्ञ-समीक्षकाला मात्र, त्यांच्या आत्मीयतेची साक्ष या कवितेत जरूर भेटते. म्हणूनच प्रत्येक क्रांतिवादी समीक्षक ठामपणे ही कविता आपल्या हक्काची मानतो.

नव्या पिढीच्या यशस्वी कवींच्या यादीत डी. बी. जगत्पुरियांचे कर्तृत्व आता सहजपणे कुणासही नोंदवता येईल. त्याचप्रमाणे जगत्पुरियांची कविता केशवसुत, कुसुमाग्रजांच्या अग्नी संप्रदायाचा वारसा चालवते व हीच कविता वामन निंबाळकर, नामदेव ढसाळ, यशवंत मनोहर या सूर्यकुलातील कवितेशी अनुबंध जुळवून, कवी लोकनाथ यशवंतांच्या कर्तृत्वाशेजारी स्वाभिमानाने तळपत राहते. नारायण सुर्वे, करंदीकर हा काव्य प्रवासही या कवितेने आदर्श मानून त्यांचा ध्येयवाद शब्दाशब्दांत रुजवला. विशुद्ध चिंतन आणि मानवीय मूल्यांची पूजा बांधताना, सर्व प्रकारच्या सर्वकालीन भेदभावनेला आणि विकृतीला नेस्तनाबूद करण्यासाठी, समग्र क्रांतीला कवेत घेणारी मराठी कविता, ज्या प्रतिभासंपन्न मोजक्या कवींच्या नावावर नोंदता येते, त्या मान्यवर व अभिजात कवी-प्रतिभांचे नव्या पिढीतील मराठवाडा-खानदेशी प्रतिनिधी म्हणून डी. बी. जगत्पुरियांचे नाव अधोरेखित झाल्याची साक्ष आहे.

या कवीने 'दैव' ही संकल्पना 'निखलास खोटी' ठरवून अध्यात्मवादी विश्वाला हादरा दिलाय. कवीने सनातनी सार्वभौम सैतानांना स्वर्ग-नरक आणि मोक्षाच्या भ्रामक कथा न सांगण्याची काव्यात्म ताकीद दिलीय. कारण या घातक दुकानदारीने संस्कृती प्रवाहात सत्याच्या नावे असत्य पेरले गेले. परिणामत: 'झोपडीच्या घरी मुक्कामाला भूक' अशी घोडचूक पुन्हा पुन्हा नोंदली गेली. पण सनातन्यांनी पेरलेला जीर्ण अंधार उखडून टाकण्यासाठी हा कवी 'अवसेत अख्खा सूर्य पेरायला निघाला' आहे. या कवितेचा निर्धार भक्कम आशावादावर आणि डोळस मानवी मूल्यनिष्ठेवर बुलंद होऊन, दिमाखाने उभा आहे. म्हणून तर कवी म्हणतो-

"झुंजार लेखणीला
हरणे कबूल नाही
झुंजार लेखणीला
झुरणे कबूल नाही"

राजकीय उपरोध-उपहासात्मक कविता लिहिणाऱ्या रामदास फुटाणे यांच्या गोतावळ्यात आपलाही हक्क असल्याची साक्ष, जगत्पुरियांची कविता जरूर नोंदवताना दिसते.

"हा देश आहे सर्वांचा
तरी कुणीच नाही त्याचे
दिल्लीच्या पायपूजेने
गल्लीचे गाढव नाचे!"
"राजकारण - राजकारण
खुर्चीसाठी अब्रू तारण
राजकारण - गटारगंगा
हाही नंगा - तोही नंगा!"

असा मर्मग्राही काव्यात्मक हल्ला कवी जगत्पुरिया शिवाय कोण करणार?

"कर्जबाजारी कृषक

आता मृत्यूला भेटतो
त्याच्या चितेचा चटका
माझ्या मेंदूत पेटतो''

हृदयातल्या हृदयाला चिरत जाणारे हे वर्तमानकालीन शेतकऱ्यांच्या आत्महत्येचे भीषण वास्तव, कवीच्या अस्सल संवेदनशीलतेची काव्यात्म साक्ष आहे. बहुसंख्य दलितांकडे शेती नाही. दलित वर्ग हा प्रामुख्याने शेतमजूर आहे. शिवाय मोठा व मध्यम शेतकरी हा कम्युनिष्टांच्या क्रांतिकार्यात जवळचा मानला गेलेला नाही. नक्षलवाद्यांनी तर जमीनदारांचे मुडदेच पाडले आणि डॉ. आंबेडकरांनी सर्व जमिनीचे राष्ट्रीयीकरण करण्याचे कलम स्वतंत्र मजूर पक्षाच्या जाहीरनाम्यात नोंदवले. तेव्हा कोणताही ठळक महापुरुष मदतीला नसलेला शेतकरी आत्महत्या करू लागला. तेव्हा जगत्पुरियांच्या कवितेने या मृत्यूच्या पर्वाची वेदना पचवली.

याच ठिकाणी या कवितेवर मारलेले सर्व शिक्के गळून पडतात आणि ही कविता किती व कशी व्यामिश्र अनुभवाची व किती प्रमाणात माणुसकीच्या गहिवराची आहे, याचे प्रत्यंतर येते. कवी जगत्पुरियांच्या नावावर जमिनीचा सात-बारा आहे. पण ते शेती कसत नाहीत. हे सत्य लक्षात घेतले म्हणजे, त्यांची सहवेदना शेतकरी श्रमिक-दलित-उपेक्षितांच्या अंतरंगाला किती व कशी कवेत घेते, याचे दर्शन घडते.

''कष्टकऱ्यांचे पाहून श्रम हे
भूमाता ही तन्मय होते
कुशीत रुजवून इवलेसे बीज
दान उभ्याने उधळून देते.''

शेतकऱ्यांच्या श्रमनिष्ठेची - काबाडकष्टप्रद जीवनाची समर्पितता भूमाता जवळून अनुभवते आणि ती शेतकऱ्यांच्या घामाशी तन्मय होऊन कुशीत रुजवलेले बीज विकसित करून समृद्धीचे दान उधळून देते. कवीचा हा कल्पना विलास नैसर्गिक क्रियाशीलतेचा सर्जनात्मक आविष्कार सिद्ध करतो. मातीच्या कणा-कणाशी तादाम्य पावणाऱ्या शेतकऱ्यांच्या घामाच्या प्रत्येक थेंबाची थोरवी सांगतो आणि तरीही शेतकऱ्यांच्या शोकांतिकेला कारण ठरणाऱ्या सत्तांध, स्वार्थांध-ढोंगी बगळ्यांच्या राजकारणी पुढाऱ्यांच्या वांझपणाची व क्रौर्याची ठसठशीत आठवणही करून देतो.

"दैन्याचे घेऊन दाणे
तो शोषित दळतो आहे
दु:खाने उन्मळणारा
मज भारत कळतो आहे!"

शोषणाच्या चक्रात दळला जाणारा श्रमिक शेतकरी आणि दु:खाने उन्मळणारा भारत देश, याचे सनातन नाते या कवीने समर्थपणे आकळले आहे. कारण ऋणात जगणाऱ्या कवीची निष्ठा समग्र मानवाप्रती अविचल व अखंडित आहे.

"या मातीने मला पोसले
या मातीला वंदन माझे!"

चंदनाप्रमाणे झिजणारी व समृद्धीचा सुगंध देणारी ही माती, 'माता' म्हणूनच या कवीने स्वीकारली, पुजली आहे. कारण-

"माय मातीच सोसते
उभ्या नांगराच्या कळा
आणि सोसत सोसत
उभा बहरतो मळा!"

माय मातीची ही महत्ता, ग्रामीण जीवनसंस्कारातून कवी जगत्पुरियांनी अनुभवली आहे. म्हणूनच कर्जात बुडालेल्या आणि मृत्यूला नाईलाजाने कवटाळणाऱ्या कष्टकरी भूमिपुत्रांच्या चितेच्या ज्वाला कवीच्या मेंदूपर्यंत भिडतात.

समस्त श्रमिक शेतकऱ्यांच्या शोककथांनी या कवीची कविता गहिवरते. म. फुल्यांच्या 'शेतकऱ्याचा आसूड'मधील ऐतिहासिक वेदना आधुनिक भारतातील म. गांधी, चौधरी चरणसिंग, टिकैत, शरद जोशींच्या शेतकरी आंदोलनापर्यंत भिडताना, कवी जगत्पुरियांची कैवारी कविता, सांस्कृतिक संवादाने श्रमिक मुक्तीचा ध्येयवाद सिद्ध करते.

कवितेचे हे वळण शेतकरी व शेतमजुरासह सर्वच श्रमिकांना त्यांच्या दु:खयात्रेसह कवेत घेऊन म. फुले, जवळकर, आंबेडकरांच्या महान कर्तृत्वासह, मध्ययुगीन

इतिहासातील छत्रपती शिवरायांच्या शेतकरी विषयक कैवारापर्यंत भिडत जाते. इथे सर्व इझम व वाद-वर्तुळे बाद होतात. राजेशाही व लोकशाही या परस्पर भिन्न प्रवाहातील शेतकऱ्यांच्या गहिवराने गहिवरलेल्या सच्च्या कर्तृत्वाची आठवण करून देऊन, त्याच नाळेतून कविता जन्मल्याचे सत्य जगत्पुरियाचे काव्यकर्तृत्व सांगते.

कवितेच्या श्रेष्ठत्वाचे निकष कोणत्याही अव्वल ठरलेल्या समीक्षकांनी कोणतेही सांगोत, पण समष्टीच्या मूलभूत वेदनेला साद घालून सिद्ध झालेल्या कवितेलाच श्रेष्ठ कलाकृती मानले पाहिजे, असे मला प्रामाणिकपणे वाटते. कवी जगत्पुरियांची ही वेदनेशी एकरूप झालेली कविताच श्रेष्ठ दर्जाची काव्यानुभूती देते. मातीच्या कणाकणावर किती निष्ठा असावी?

"अंतिम समयी या मातीने
या देहाला कुशीत घ्यावे
राख जाहल्या सरणातून त्या
चकाकणारे कोंब उगावे!"

स्वत:च्या मृत्यूनंतर या मातीने आपणास कुशीत घ्यावे आणि सरणाची राख झाल्यावर त्यातून कोंब उगावे. कवी जगत्पुरियांची जीवननिष्ठा आणि मातीबद्दलची एकरूपता, मनाला स्तंभित करून जाते. आपण मेल्यावर उर्वरित मानवी सृष्टीसाठी सरणाच्या राखेतून उगवलेल्या कोंबातून पुन्हा दाणे पिकवीत मानवता समृद्ध व्हावी. भुकेल्याची भूक मिटावी, हा काव्यात्मक ध्येयवाद, थेट बुद्धाच्या व्यापक करुणेला घट्ट बिलगून, फुले आणि गांधीतल्या महात्म्यालाही मिठी मारतो आणि या जागेपासून कोणत्याही भाषेतील कोणत्याही संताचे कर्तृत्व व कविता दूर राहत नाही. ज्ञानदेवाचे पसायदान आणि तुकाराम-चोख्याचे संतत्त्व ज्या संत कवितेने अभिव्यक्त केले, त्या प्रवाहातील वर्णव्यवस्थात्मक विकृती वजा केल्यानंतर, जे निखळ मानवकल्याणकारी वाङ्मयीन माहात्म्य शिल्लक राहते, त्याच्या सूत्रांना जगत्पुरियांची कविता स्वाभाविकपणे साद घालताना दिसल्यास आश्चर्य वाटण्याचे कारण नाही.

मराठी काव्यप्रवाहातील निसर्ग आणि वेदना यांना स्वत:च्या कवितेने एकात्म करणारे निसर्गप्रेमी बालकवी आणि धुंद प्रणयाची उधळण करणारे पण सृष्टीच्या अंतस्थ सत्याला शेतकऱ्यांच्या कैवारातून सामोरे जाऊन चिरंतन वास्तव काव्यात्म करणारे ना. धों. महानोर, यांच्या गोतावळ्यात प्रवेश करू इच्छिणारी कवी जगत्पुरियांची कविता, संतकवींच्या मानव्यनिष्ठेतही न्हाऊन निघते!

निसर्ग कविता, सामाजिक कविता, दलित कविता, ग्रामीण कविता, मार्क्सवादी कविता, विद्रोही कविता हे सर्व काव्यप्रकार व प्रवाह, विशिष्ट कवींच्या कर्तृत्वाशी बांधील राहिलेत. पण डी. बी. जगत्पुरियांची समग्र कविता मात्र या सर्व काव्यप्रवाहांच्या अंतरंगातील आशयसूत्रांशी एकात्म होते. मराठी वाङ्मयाच्या एकूण इतिहासात एवढ्या भिन्न-भिन्न प्रवाहाच्या गाभ्याला भिडून, स्वत:चे व्यामिश्र काव्यात्म अनुबंध सिद्ध करणारी आजच्या वर्तमानातील प्रतिनिधिक कविता म्हणून 'सूर्यकुल', 'वज्रमूठ' व 'ठिणगी'ची नोंद आवश्यक वाटते.

कोणत्याही सांस्कृतिक विकासाची पूर्व अट एकच एक विचारधारा व त्याच्याशी बांधील असणारी वाङ्मयीन निर्मिती ही संपूर्णतेचा मानदंड मानता येत नसते. कारण समाजात विविध स्तर असतात. विविध मानवी समूह असतात. त्या त्या गटाची सांस्कृतिक अस्मिता असते. त्यानुसार विशिष्ट प्रतीकेही जन्माला येतात. त्यामुळे संपूर्ण समाजातील सर्वच घटकांच्या सुख-दु:खांना स्पर्श करणाऱ्या वाङमयीन कलाकृतींचा प्रवाह, हाच निर्णायक ठरत असतो. अर्थात व्यापक परिप्रेक्षातील विशाल जीवनाभूतींना शब्दात साठवणाऱ्या उत्कट कवितांचा प्रवाह, सर्वाधिक महत्त्वाचा व मध्यवर्ती मानता येतो. या ठिकाणी तत्त्वज्ञानांची चौकट गळून पडते आणि निखळ मानवी जीवन आणि त्यामधील सनातन आव्हाने कवी-प्रतिभांना साद घालू लागतात. सर्व दिशांनी विरोधी टीका करूनही समस्त मानवी समाजाच्या समग्र कल्याणाचा विचार व जाणिवा, श्रेष्ठ प्रतिभा आकळू लागते आणि याच जागेवर तिची उंची व भव्यता सर्वांना आवाहन करू लागते. कवी जगत्पुरियांची कविता या प्रवृत्तीची वाहक आहे. या कवितेला तिच्या सांस्कृतिक संचिताचा आत्मविश्वास आहे.

"मी सूर्य तप्त सोनेरी
अंधार जाळतो सारा
जखमेवर भिरभिरणारा
करुणेचा शीतल वारा!"

हा बुलंद आत्मसाक्षात्कार किती मराठी कवींनी त्यांच्या काव्यात पेरला?

"असा उगावा दिवस आगळा
श्रमात यावे वितळून सोने

धरतीचा सन्मान ठरावे
दो हातांचे तुझे राबणे''

कवीचे हे स्वत्त्व त्यांच्या जीवनध्यासाने कवितेत मोहरून फुलले आहे.

कवितेचे माध्यम असलेले अर्थपूर्ण शब्द या कवीला सहज शरण जातात. काव्यात्म लयीच्या आविष्करणात निवडक शब्द अलगद प्रवेशतात आणि सुंदर अर्थपूर्ण असा कवितेला घाट प्राप्त होतो. या शब्दांचे मूल्य कवीला ज्ञात आहे. 'शब्दच बळ देतात / शब्दच जागतात नीती / शब्दांशी या माझी नाती / शब्दांचा घण माझ्या हाती', शब्दांची ही किमया शुद्ध सांस्कृतिक सोहळा जन्माला घालते. कारण हे शब्द औपचारिकतेची बेगडी झूल पांघरत नाहीत. त्यांनी संवेदनेची प्रतिज्ञा घेतलीय आणि ही संवेदना मानवी शहाणपणाच्या सनातन विवेकी परंपरेचा सारांश पचवून कवीच्या शब्दांत नव्याने जन्माला येते.

संत ज्ञानेश्वरांनी विश्वाच्या कल्याणाचे पसायदान मागून, विश्वसाहित्यात मानवकल्याणकारी उंच भरारी कोरून ठेवलीय. अवघाची संसार सुखाचा करू इच्छिणाऱ्या संत तुकारामांच्या संत परंपरेने जागतिक सुख-समृद्धीचा विचार कवितेत मांडून, वैश्विक मानदंड रुजवला. त्याच विश्वात्म जाणिवेच्या परंपरेचा पाईक बनून कवी जगत्पुरिया म्हणतात-

''संवेदनेस माझ्या
नव पालवी फुटू दे
पर दुःख पेलण्याला
कळ अंतरी उठू दे!''

इतरांची वेदना आपलीशी करण्याचा विश्वव्यापी विचार केवळ अध्यात्मवादी संत मांडतात असे नाही! अध्यात्माची चौकट बंद करून निरीश्वरवादाच्या वाटेने हा संतांनी कुरवाळलेला विश्वात्मक कल्याणाचा विचार काव्यात्म करता येतो. या सत्याचे प्रतिनिधित्व नारायण सुर्वे, विंदा करंदीकर, ढसाळ इ. डाव्या विचारसरणीच्या कवींनी रुजवला. या मानव्यनिष्ठ कल्याणाच्या व दुःख मुक्तीच्या मुद्यावर संत कवी आणि डाव कवी यांचा मतभेद उरत नसतो. मार्ग भिन्न असतील पण ध्येयवादात साम्य आहे.

जगत्पुरियांची कविता डाव्या अंगाने झुकणारी जरूर आहे. पण तिने संत

साहित्याचे मानवनिष्ठ योगदानही अभ्यासलेले आहे. स्वीकारलेले आहे. भले त्यांच्या कवितेत कोणत्या संताचा नामनिर्देश गौरवाच्या सोहळ्यात नसला तरी त्याचा अनुबंध लक्षात घेता येतो.

"पर दुःख पेलण्यासाठी कळ अंतरी उठू दे," अशी प्रार्थना करणारी जगत्पुरियांची कविता, शैलीच्याच अंगाने नव्हे तर अंतस्थ आशयाच्या संदर्भांनी सुद्धा ज्ञानेश्वर, तुकारामाच्या व्यापक विश्वात्मकतेशी संवादी अस्तित्व सिद्ध करते. जगत्पुरियांच्या कवितेची ही व्यामिश्र विश्वात्मक कल्याणात्मक जाणिवेची मूस, हेच तिचे खास वेगळेपणही आहे आणि कलात्मक उंचीची साक्षही आहे.

जगत्पुरियांच्या काव्यनिर्मितीमागील विधायक जीवनचिंतन व प्रांजळपणा तसेच जनकल्याणाचा कळवळा, यांचा डॉ. नीलकंठ मेंढे यांनी सार्थ गौरव केलाय. पण लेखनपूर्व आत्मनिष्ठेचा अभाव, वक्तृत्वप्रधान शैली, अशा दोषांमुळे या कवितेचे चैतन्य काहीसे हरवल्याचा आक्षेप, डॉ. मेंढे यांनी नोंदला आहे. या कवितेत प्रतिमानिर्मिती तुलनेने कमी असल्याची डॉ. मेंढे यांची तक्रार समजून घेताना, प्रतिमांनी भारलेली कविताच श्रेष्ठ कविता असल्याचा त्यांचा गैरसमज सिद्ध होतो. अर्थात कवितेला प्रतिमांचे वावडे असण्याचे कारण नाहीच. आशयघन कविता प्रतिमांच्या आविष्कारातून उदयाला आली तर स्वागतच आहे. पण प्रतिमा कमी म्हणून कविता दुय्यम किंवा 'चैतन्य हरवलेली', असा नियम सांगता येणार नाही.

गझल, लोकगीत, षडाक्षरी, अष्टाक्षरी छंद, अभंग इ. रचनाबंधांचे या कवितेच्या अंगावरील केलेले प्रयोग, डॉ. मेंढेसह सर्वांनाच गौरवास्पद वाटतील यात शंका नाही. अक्षय घोरपडे यांनी या कवीच्या भाषेचे नाते म. फुल्यांच्या अखंडातील भाषेशी जोडून, सन्मानच केला आहे. कवितेमागे अनुभवाची व्यापकता आणि तटस्थपणे पाहण्याची क्रांतिकारी काव्यदृष्टी तसेच कवीचा व्यासंग, या बद्दल डॉ. नीलकांत चव्हाण यांनी गौरवास्पद लिहिलेले आहे. डॉ. निर्मलकुमार फडकुले, शंकर सारडा, डॉ. प्रभाकर गणवीर, डॉ. नलिनी पंडित इ. समीक्षकांच्या पसंतीला उतरलेली ही कविता, एकाच वेळी खानदेश व मराठवाड्याच्या सांस्कृतिक वर्तुळाचे भूषण ठरू लागते.

डी. बी. जगत्पुरिया हे माध्यमिक शाळेत मुख्याध्यापक होते. मराठवाड्याची जन्मभूमी व खानदेशची कर्मभूमी, स्वतःच्या वाङ्मयीन कर्तृत्वाने पावन करून, हा कवी परिवर्तनवादी प्रवाहात निष्ठेने सामील झाला. त्यांनी स्तंभलेखन केले. समीक्षा लेखन केले. असंख्य कार्यक्रमातून प्रभावी सूत्रसंचालन केले. पण त्यांचे खरे सामर्थ्य त्यांच्या कवितेनेच महाराष्ट्राच्या भूमीत खोलवर पेरले.

अनेक जीवनसंदर्भांनी व्यापून असलेल्या कवी जगत्पुरियांची काव्यनिष्ठा, अभंग आहे. त्यांचा हा वाङ्मयीन प्रवास उत्तरोत्तर कलात्मक उंचीवर स्थिरावला जाईल हा विश्वास वाटतो. मानवी कल्याणाचा वैश्विक ध्यास घेणाऱ्या या कवीस हार्दिक शुभेच्छा!!

(डी. बी. जगत्पुरिया यांच्या 'माझी कविता व कवितेची समीक्षा' या पुस्तकाची प्रस्तावना.)

-*—*—*-

.११.

शाम बेनेगल यांचा जुनून : भिन्न धर्मीय संवादसंघर्षाची फिल्मी कलाकृती

शाम बेनेगलची 'जुनून' ही एक बाजारू फिल्मसृष्टीतील गल्लाभरू परंपरा नि तपशील मुळासह नाकारणारी श्रेष्ठ व सुंदर कलाकृती आहे. कलेचा खरा प्रत्यय जीवनानुभवाच्या अपरिहार्य अशा सौंदर्यात्मक आविष्कारातून येत असतो. 'जुनून'चे महत्त्व या संदर्भात अधिक आहे.

१८५७ च्या भारतीय स्वातंत्र्ययुद्धाच्या पार्श्वभूमीवर जुनूनचे कथानक उभे राहते. मुस्लीम व हिंदू भारतीय राजे-नवाब यांनी इंग्रजी अमलाविरुद्ध उठाव केला, पण शेवटी हे स्वातंत्र्ययुद्ध फसले. हे कोणत्याही जातिवंत कलावंताला आव्हानच असते. त्या सत्याचा गाभा शोधण्याचा व संगती लावण्याचा प्रयत्न कलावंत करत असतो. इतिहास जिथे थांबला आहे तेथे शाम बेनेगलचा प्रवास सुरू झालाय. १८५७ च्या ऐतिहासिक सत्याचे कण सांधताना शाम बेनेगलांच्या आकलन व अवलोकनाचे जबरदस्त सामर्थ्य, 'जुनून'मध्ये कलात्मक पातळीवर प्रत्ययाला येते आणि अंकुर, निशांत, भूमिका या त्यांच्याच चित्रपटांनी निर्माण केलेली उंची बेनेगलचाच 'जुनून' सहजपणे मोडून जातो. जुनूनची मातब्बरी या नव्या कलात्मक उंचीत आहे.

जावेदखान हा या ऐतिहासिक कथेचा काल्पनिक नायक. इंग्रजांच्या जुलूम-जबरदस्तीविरुद्ध पेटून उठलेला स्वातंत्र्येच्छूक - लढवय्या सर्फराजखान या क्रांतिकारकाच्या समूहाच्या सरदाराचा क्रांतिपर्वातील तो सहकारी! गावातील सर्व ख्रिश्चन त्याच गावातील चर्चमध्ये प्रार्थनेसाठी जमले असता, त्यांच्यावर क्रांतिकारी समूहाचा आकस्मितरीत्या हल्ला होतो आणि त्यात इंग्रज ख्रिश्चन मारले जातात. बचावते फक्त रूथ! बंडवाल्यांच्या तलवारीच्या घावाने मृत्यूमुखी पडलेल्या वडिलांना उघड्या डोळ्यांनी पाहणारी रूथ!!

तारुण्याच्या उंबरठ्यावर पदार्पण करू पाहणारी कोमल, निष्पाप, निरागस

रूथ. गुलाबी गोरेपणाने आणि रोमारोमात भरलेल्या इंग्लिश जवानीने मुसमुसलेली, पिंगट केसाची स्वप्नपरी रूथ. ओठावरील आईच्या दुधाचा अंमल नुकताच कुठे संपला त्या वयात रूथने क्रौर्याचा भयंकर भीषण अनुभव घेतला, तो वडिलांच्या मृत्यूच्या रूपाने! तिच्या वडिलांचा 'तो' मृत्यू जर नैसर्गिक असता तर त्या दुःखाचा पदर एकेरी असता. पण भारतभर चाललेल्या क्रांतिकारकांच्या उठावातील हाणामारी, कापाकापी, खुनाच्या भीतिग्रस्त अवस्थेतच दडपणाखाली रूथ व तिचे कुटुंबीय वावरत असतानाच, इंग्रजविरोधी कडव्या द्वेषातून-विरोधातून तिच्या वडिलांचा बळी घेतला गेला. हा बळी क्रांतिकारकांनी केलेल्या कटाचा एक भाग आहे. माणसातील क्रौर्यालाही शहाणपणाची गरज असतेच. त्या गावातील सर्व इंग्रजांना ठार मारायचे असेल तर अर्थात स्वतः सुरक्षित राहून, अशा संहारासाठी चर्चसारखे योग्य ठिकाण दुसरे नसावेतच. चर्चमध्ये तलवारी, बंदुका घेऊन इंग्रज येणार नाहीत, हा कटवाल्यांच्या क्रौर्यात बुद्धीने शोधलेला शहाणपणाचा भाग. शिवाय प्रभू येशूचे प्रार्थनामंदिर आक्रमकांना सोयीचेच वाटले तर नवल नसावे. क्रांतीला चर्च, मंदिर, मस्जिद यांचे वावडे नसतेच. तिला फक्त रक्त हवे असते. त्यातही निरपराधी व अपराधी असा निवाडा करीत बसायला तिला वेळ नसतो. तिचा तो स्वभावगुणही नसतो आणि म्हणूनच सर्फराजखानाने इंग्रजांच्या एकत्रित जागा, वेळ व दिवस निवडून चर्चमध्येच इंग्रजी रक्ताचा फडशा पाडला. इंग्रजांचा ख्रिश्चन धर्मगुरू प्रत्यक्ष प्रार्थनेच्या वेळी एका सामान्य भारतीय क्रांतिकारकाच्या तलवारीस बळी पडतो, तोही येशूच्या साक्षीने! ही घटना विलक्षण आहे. येशू बंद डोळ्यांनी त्याच्या प्रिय भक्तांचे सांडलेले रक्त पाहातच राहतो. बिचारा येशू! तो तरी काय करणार? तोही क्रूसावरच लटकावला गेला आहे. माणसातील क्रौर्याने पुन्हा येशूचा पराभव केला. येशू. चर्च. पराभूत!!

माणसाच्या मनातील आदिम पशुत्वाला, चिरंतन क्रौर्याला माणसांनीच संस्कृतीचा मुलामा चढवून 'क्रांती' हे गोंडस नाव दिलेय, असेच ना? शेवटी क्रांती ही रक्ताशिवाय शक्यच नसावी का? क्रांतिकारकांच्या नंग्या तलवारींच्या धारदार पात्यांतून लखलखणारे मूर्तिमंत क्रौर्य, क्रांतीच्या नावाने टपकत होते. इंग्रजी अमलाच्या अन्याय-अत्याचारांतील सौम्य क्रौर्यालाच हे क्रौर्याने दिलेले उत्तर होते. मग यात चूक आणि बरोबर या मोजपट्टीने निवडा करता येईल का? प्रश्नांची संख्या वाढत राहाणार!!

पित्याला गमावलेली असुरक्षित, भीतिग्रस्त रूथ जीव मुठीत घेऊन आई-आजीकडे पळते. आता हिंदी-हिंदू नबाब लालाजी मारियम, रूथ व रूथच्या आजीला वाचविण्यासाठी प्राणाची बाजी लावून प्रयत्नशील आहे. आसपासच्या परिसरात

भारतीय क्रांतिवीरांचा धुमाकूळ चालू आहे. जवळपास सर्व देशभर अशीच स्थिती असावी. एकही गोरा-इंग्रज जिवंत राहता कामा नये, म्हणून क्रांतिवीरांच्या तुकड्या, मशाली घेऊन रात्र रात्र कानाकोपरा पालथा घालत आहेत. आणि पुलाजवळील एका अंधाऱ्या ओसाड जागेत त्या तिन्ही इंग्रज स्त्रिया मृत्यूच्या भीतीने श्वास रोखून बसल्या आहेत. पेटते पलिते घेऊन साक्षात मृत्यूच नंग्या तलवारीनिशी शोध घेत आहे. पेटत्या पलित्यांच्या उजेडातही नियतीने क्रांतिवीरांशी लपंडाव खेळला आणि तिन्ही इंग्रज जीव बचावले.

मृत्यूच्या भयाने मरियमने रोखून ठेवलेला श्वास तब्बल दीड-दोन मिनिटानंतर सोडला. पेटते पलिते व नंग्या तलवारी आणखी दोन मिनिटे शोध घेते तर हे तिन्ही इंग्रज जीव सापडले असते – जाळले – कापले गेले असते. किंवा श्वासाचा आवाज होऊ नये म्हणून रोखलेले श्वास गुदमरून प्राण तरी गेले असते. दोन मिनिटांनी नियतीने हुकवले.

हा मृत्यूचा भीषण अनुभव जिवंतपणी घेणे फार कठीण असते. साक्षात मृत्यूची भीती हीच अधिक वाईट असावी. तिचे हे 'वाईटपण' शब्दांच्या भाषेत समजावून घेताही येत नसते. त्यासाठी आपण स्वत: त्या रूथ, मरियम किंवा आजीच्या ठिकाणी राहायला हवे. प्रत्यक्ष अनुभवाची भाषा हीच सर्वात प्रत्ययकारी नि परिणामकारी भाषा होय. निसर्गत: मृत्यू अटळ असूनही त्याची भीती किती भयावह असते याचा वास्तव आलेख पाहणे-अनुभवणे भावना-संवेदना सुन्न करून सोडते.

हिंदी हिंदू नबाब लालाजी स्वत:च्या घरातील सर्वांचा विरोध पत्करून माडीवरील दालनात तीन इंग्रज जीवांना संरक्षण देतो. का? दोन शक्यता आहेत. एक पशुत्वाला जवळची. दुसरी पशुत्वावर मात करून उठलेल्या मानव्याची! लालाजी नबाब क्रांतिकारकांच्यापासून त्या इंग्रज स्त्रियांना संरक्षण देण्याच्या अटीवर त्यांच्या शीलाची मागणी करू शकला असता. त्यांच्याजवळून संपत्तीची मागणी करू शकला असता. रूथचे कोवळे तारुण्य लालाजीला सोयीचे वाटले असते; कारण वासना पेटली असतीच तर प्रथम रूथ आणि नंतर कदाचित मरियम असा क्रम लागला असता. या क्रमात रूथची आजी शेवटचा क्रमांक ठरते. पण ती अपवाद राहिली असती. कारण ते मूर्तिमंत वार्धक्य आहे. समजा, तिचीही निवड वासनेने केली असती तर मग ती वासना विकृत असती. शिवाय पशुत्वानेही काही नियम आणि थोडाफार शहाणपणा आवश्यक मानलेला असतोच. नवाब लालाजीला देऊ करूनही, तो सांपत्तिक स्वार्थ नाकारतो. आर्थिक, सामाजिक आणि सर्वस्तरीय स्वार्थ नाकारूनच लालाजी स्वत:च्या व कुटुंबीयांच्या प्राणांची बाजी लावून, क्षणाक्षणाला

संरक्षण देतो. माणसात खोल दडलेल्या मानव्याच्या स्वच्छ, नितळ, निरंतर झऱ्याचा हा आविष्कार आहे. त्याला कुठलाही लौकिक वास- रंग नाही. त्याचा स्वत:चा असा स्वाभाविक गुण, धर्म, रंग आहे. त्याचे नाव माणूसपणच. असे माणूसपणच माणसाच्या आदर्श संस्कृतीचे प्रेरणास्थान असते. लालाजीमधील या उदात्त रंगांच्या पदरामुळे ही व्यक्तिरेखा विलक्षण उंचीवरून आपले जिवंतपण सिद्ध करते.

जीवनातल्या विचित्र अशा अवस्थांचे सूक्ष्म अवलोकन इथे कलात्मक रंगांनी न्हाऊन उभे राहते. स्वत:चा ठावठिकाणा लागू देऊ नये म्हणून, सर्व प्रकारची काळजी घेतानाही, दुष्मन साक्षात दाराबाहेर उभा आहे आणि दाराच्या आत वार्धक्यामुळे रूथच्या आजीला खोकल्याची उबळ स्वस्थ बसू देईना. तोंड दाबून खोकल्याचा आवाज थोडासा मंद करता येतो, मात्र उबळ बंद करता येत नसते. हा नॉर्मल जीवनातील खोकला आता मृत्यूलाच आमंत्रण ठरतो. जावेदखानचा चाणाक्ष शिपाई अंदाज घेत असता त्याला इंग्रज लपून राहिल्याचा वास येतो आणि जावेदखान नबाब लालजीच्या घरी हजर होतो. लालाजी नटसम्राटाला लाजवील असा आंगिक व वाचिक अभिनय करून इंग्रज नसल्याचा खोटा निर्वाळा देतो. जावेदखानच्या तलवारीला नियतीने फसविले. तो परतला. पण मृत्यूचा संदर्भ संपत नाही. एका भिकाऱ्याला रूथ, कारुण्याने न्हालेल्या मानवीयतेने अन्न वाढते. तो क्रांतिकारकांचा हेर असावा काय? नाहीतर जावेदखान सहकाऱ्यांसह लालाजीच्या घराची तलाशी घेण्यासाठी न येता! जावेदखान नंग्या तलवारींच्या पहाऱ्यात या तिन्ही इंग्रज स्त्रियांना स्वत:च्या घरी घेऊन जातो. दुश्मनांच्या घरातील आसरा म्हणजे तलवारीने फक्त ठरवायचे, मानेवर केव्हा वार करायचा! प्रत्येक क्षण मृत्यूच्या रूपात अनुभवणे यातील जीवघेणी वेदना मृत्यूपेक्षाही भयानक ठरावी. पण असा प्रसंग या स्त्रियांवर आला होता. या तिघींचा हा प्रवास मृत्यूकडेच होत होता. स्वत:च्या कत्तलीची वाट पाहात असताना त्यांच्या भावना किती बधिर झाल्या असतील?

त्या तिन्ही इंग्रज स्त्रियांचा गुन्हा तरी नेमका कुठला होता? त्यांनी प्रत्यक्ष भारतीयांवर गुलामगिरी, अन्याय, जुलूम लादलेला नव्हता. स्वातंत्र्याचा लढा चिरडण्याचा त्यांनी प्रयत्नही केला नव्हता. मग त्यांना मृत्यूची शिक्षा का? त्या इंग्रज होत्या एवढाच त्यांचा गुन्हा! त्यातही त्या हिंदुस्थानात व क्रांतिकारकांच्या तावडीत सापडल्या हे त्यांचे दुर्दैव. क्रांतीच्या रणधुमाळीत अपराध कोणता, शिक्षा किती द्यायची, कोणती द्यायची यांच्या चर्चेला, युक्तिवादाला, सम्यक समंजसपणाला थारा नसतो. एखादाही क्षुल्लक क्रांतिविरोधी संदर्भ, हा क्रांतीच्या बाबतीत भयंकर गुन्हा ठरत

नसतो! त्याला शिक्षा एकच-मृत्यू!!

हा मृत्यूही साधा नसतो. तो अमानुष असला पाहिजे. ही क्रांतीची मागणी असते. मृत्यूच्या स्तरातही फरक असतो. एका क्षणाला होणारा-येणारा मृत्यू तसा चांगलाच म्हटला पाहिजे. मग तो कसाही झाला तरी चालेल, पण तलवारीचे आडवे-उभे वार स्वत:च्याच मानेवर, पोटावर, काळजावर होताना पाहणे, सोसणे, अनुभवणे यापेक्षा विषारी वेदनेचे उत्कट रूप जीवनात नसावे.

जावेदखानचे दुसरे - खरे-नाव त्या तिघींच्या बाबतीत आता 'शत्रू' आहे आणि शत्रूच्या आधीन होणे याचा वास्तव अर्थ मृत्यू कवटाळणे असा असतो. अशा वेळी त्यांचा आवडता असा ख्रिश्चन धर्म, त्यांचे प्रिय इंग्लंड राष्ट्र, त्यांचे नातेवाईक, त्यांचे कौशल्य, त्यांच्या शिपायांचे अत्याधुनिक युद्धतंत्र, सर्व सर्व निरुपयोगी आहे. त्यांचा म्हणवणारा कोणताही संदर्भ आता त्यांना मृत्यूपासून मुक्त करू शकत नाही. त्या तिघींनी येशूच्या प्रार्थना किती वेळा केल्या असतील? अशा संकटात केलेल्या प्रार्थनेतील उत्कटता शब्दात मोजता-सांगता येईल का? अशा लाख प्रार्थनांनी क्रौर्याची भीषणता, कुरूपता कमी होत नसली तरी, तात्पुरता आशावाद मात्र प्रार्थना करणाऱ्याच्या मनात शिल्लक राहतो. एक मूलभूत प्रश्न, मृत्यूच्या छायेत जिवंत क्षण जगण्याची सक्ती मृत्यूविषयक.

एक घटना एका दृष्टीने फायद्याची तर तीच घटना दुसऱ्या दृष्टीने दु:खाची, असे का? भावनांच्या पातळीवरील हे फायद्या-तोट्याचे गणित कसे सोडवावे? माणसाच्या संस्कृतीपुढील चिरंतन प्रश्न आव्हानाच्या रूपात शिल्लकच आहेत. निदान भविष्यातील माणूस तरी या प्रश्नांची उत्तरे देईल का? प्रश्न आणि प्रश्न. 'जुनून'चे हेच तर सामर्थ्य आहे.

मेलेल्या माणसांचे प्रश्न संपत असतात. पण जिवंत माणसांचे प्रश्न मरेपर्यंत शिल्लकच राहतात. मरियम व रूथ जिवंत आहेत. त्यांच्यासमोर लग्न, स्वकीयांचा विजय आणि मृत्यू असे ज्वलंत प्रश्न परस्परांना गुंता करून उभे आहेत. जीवनातील भयानक वास्तवाची नाजूक, सूक्ष्म गुंतागुंत जीवनदर्शनाचा हा परिहार्य भाग म्हणून शाम बेनेगलनी दाखवला आहे. तिचा हा सौंदर्यसिद्ध रूपाविष्कार पाहताना रसिकता जागोजागी दिसून जाते.

जावेदने प्रेमाने पाळलेली, कुरवाळलेली कबुतरे, त्याचा सहकारी-क्रांतिकारकांचा नायक-सर्फराजखान कुस्करतो, त्यांची आदळआपट करतो नि दिल्लीतील स्वकीयांच्या पराभवाची वार्ता तो जावेदला भग्न पण चिडलेल्या मनाने सांगतो. पण त्याच्या या उद्वेगाने एक कबूतर आदळआपटीत मरून पडते. नंतर ते मृत कबूतर, रूथ

गालाला लावून कुरवाळते, दु:खी होते. या कबुतराचा हा मृत्यूही अर्थपूर्ण आहे.

शांततेचे प्रतीक म्हणून 'कबूतर' सर्वसामान्य झालेय. त्याच प्रतीकाचा मृत्यू इथे दाखवला आहे. निरपराध बळींचा अर्थ सांगण्यासाठीच, या मृत कबुतराचा उपयोग इथे केला गेला. हे मृत कबूतर आणि अवेळी भसाड्या आवाजात भेसूर तोंडाने सुंदर जीवनभाष्य करणारा अवलिया फकीर, माझ्या मनात कायम ठसलेत. हा 'भेसूर' फकीर जीवनाच्या सर्वच छोट्यामोठ्या घटनाप्रसंगी अर्थपूर्ण व सुंदर भाष्य करतो. तो क्रौर्याचा तसाच सुंदरतेचा साक्षी आहे. तो 'जुनून ए इलाहीचा' प्रतिनिधी, तर सर्फराजखान 'जुनून ए आझादीचा' प्रतिनिधी आहे. प्रेम, परमेश्वर व स्वातंत्र्य या मूल्यांनी झपाटलेल्या माणसांचे प्रतिनिधित्व जुनूनमध्ये कलात्मक रूपात आस्वाद्य बनले आहे.

क्रांतिकारकाला इंग्रजांनी तोफेच्या तोंडी देऊन ठार केल्याच्या घटनेने सर्फराजखान चवताळतो. इंग्रज तोफेच्या तोंडी उडून, बलिदान केलेल्या देशभक्तांची जीवननिष्ठा कितीही उदात्त असली तरी, स्वकीयांनी तो नंतर कुरवाळण्याचाच भाग असतो. माणसांनी इतिहास वगैरे लिहून बलिदानाचे महत्त्व वाढविण्यासाठी माणसाच्या या मृत्यूचा उदोउदो केला आहे. तोफेला राष्ट्रभक्त व राष्ट्रद्रोही यांतला फरक कळत नसतो. बत्ती पेटताच स्फोट करणे एवढेच तिला माहीत असते. आपल्याच तोंडी देशभक्त मेल्याने तिला पाझर फुटत नसतो. माणसाने पशुत्वातूनच या संहारक यंत्राची निर्मिती याच हेतूने केली आहे की, तिला संहारानंतर पश्चात्ताप होऊ नये! माणसाला पश्चात्ताप होऊ शकतो. यंत्राला नाही! राष्ट्रभक्ती हे माणसाच्या संस्कृतीने उच्च मूल्य मानले आणि माणसातील पशुत्वानेच, राक्षसी आकांक्षेने, राष्ट्रभक्तांना तोफेच्या तोंडी देऊन राष्ट्रप्रेम या मूल्याचाही पराभव केला. इंग्रजांनी हा देश सोडावा ही भारतीयांची इच्छा होती, इंग्रजांची नव्हती! या धुमाळीत रूथ किंवा मरियम किंवा बेगम काय करू शकतात? त्यांच्या जीवनाची सूत्रे इंग्रज व क्रांतिकारक यांच्या लढ्याच्या निर्णयावर लटकली आहेत.

जावेदचा चुलतभाऊ लढाईवर निघतो. नववधू आपल्या पतीला निरोप देते. या निरोपाला मृत्यूची शक्यता चिकटलेली असते. पती लढाईवरून परत आला तर दोन फायदे होतात. एक नवरा जिवंत असल्याचा, दुसरा विजय मिळाल्याचा. पैकी पत्नीच्या दृष्टीने पहिला अधिक महत्त्वाचा. दुसरा तिच्या जागृत जाणिवेवर अवलंबून असतो.

युद्धात पराभवही झालेला आहे आणि पतीही जिवंत परत आला आहे असे सहसा घडत नसे. शिपायाच्या जीवनमृत्यूचा संबंध, विजय-पराजयाशी बांधलेला

असतो. जावेदच्या भावाचे प्रेत युद्धातून परत आणले जाते. नववधूचा निरोप शेवटचा ठरलेला असतो. तिच्या दु:खाला शब्दात अमर करणे तसे कठीण आहे. तिचा पती मरतो. तो शहीद म्हणून कृतार्थ ठरला, पण त्याच्या पत्नीचे काय? पुरुषांच्या वाईट इच्छा-महत्त्वाकांक्षा-छंदांना बळी पडणाऱ्या स्त्रिया, या अभागी ठरतात आणि चांगल्या महत्त्वाकांक्षांना बळी पडणाऱ्या स्त्रिया, याही 'अभागी'च ठरतात, असे का? शहीदांच्या पत्नीला काय मिळते? क्रांती यशस्वी झाली तरी हा विजय या शहीद पत्नीला तिचे पतीचे जिवंतपण परत देऊ शकते काय? विजय, शहीदांच्या जीवनाचा सफल अर्थ! पण त्यांच्या मातांच्या, त्यांच्या पत्नींच्या जीवनातील पोकळी भरून काढण्यास हा अर्थ पुरेसा समर्थ ठरतो काय? मृत्यूची किंमत देऊनही स्वातंत्र्याचा अर्थ शिल्लक राहतो काय? राष्ट्रजीवनाच्या व्यापक उलाढालीत व्यक्तिगत जीवनाची होणारी ससेहोलपट, जीवनदर्शनाचा एक चिंतनप्रधान नमुना म्हणून इथे आस्वाद्य बनला आहे.

क्रांतिपर्वात शेवटचा टप्पा तसा निर्णायक असतो. तो टप्पा त्याग, निष्ठा यांची पर्वा न करता आपला निर्णय देत असतो. जावेदखान भावाच्या मृत्यूनंतर क्रांतिपर्वातील निर्णायक लढ्यात स्वत: सहभागी होतो. निष्ठेची, पराक्रमाची शर्थ करतो; पण इंग्रजांच्या बंदुकीच्या गोळ्या, तलवार, भालाधारी भारतीयांच्या प्राणांचा बळी घेण्याचा सपाटा लावतात. तोफखाना आग ओकून क्रांतिकारी फौज गारद करीत असतो. इंग्रजांच्या नव्या तंत्राने, नव्या शस्त्रांनी भारतीय फौजांचा धुव्वा उडतो आणि पाहता पाहता क्रांतिकारकांचा नायक सर्फराजखान पडतो.

बस्! नायक पडल्याची वार्ता आणि तो घोड्यावर दिसत नसल्याची वस्तुस्थिती लक्षात येताच, क्रांतिकारकांची फौज पळू लागते. गोळ्यांचा वर्षावात जे बचावले ते पळाले. जावेदखान जिवाच्या आकांताने पळणाऱ्या सैन्याला थोपविण्याचा, पुन्हा लढण्याचा संदेश देतो, आवाहन करतो; पण पडणारी भारतीय फौज नायकाशिवाय परत येऊन पुन्हा लढली हे भारतीय इतिहासात घडलेच नसावे. आपला पोशिंदा नायक पडला, आता लढून विजय कुणासाठी मिळवायचा हीच धारणा! विजय फक्त नेत्यासाठीच मिळवायचा, स्वत:साठी नाही! नेत्याच्या इच्छेसाठीच लढायचे. नेत्याच्या संरक्षणासाठी मृत्यू पत्करणारी हिंदी सेना, नेत्याच्या मृत्यूनंतर पळता पळता मरेल, पण शत्रूशी लढणार नाही. नेत्यावरील आंधळ्या निष्ठांनी भारतीय इतिहासात पराजयाची अनेक ठिकाणे निर्माण केली आहेत. बिचारा जावेद! भारतीय सेनेला तो पुन्हा लढवू शकला नाही. हिंदू-मुस्लिमांचे दोन्ही ध्वज बरोबरीने लावून विजयाच्या हुकमी अभिलाषेने निघालेल्या भारतीय बंडवाल्यांचा धुव्वा उडाला.

आणि आता पारडे बदल झाले. वातावरण पालटले. क्रांतिकारकांच्या गावातील

सर्व हिंदू-मुस्लीम जिवाच्या रक्षणासाठी गाव सोडून चालते झालेत. सामान्य जनतेचा संबंध नसतानाही इंग्रज-भारतीयांच्या लढ्याच्या निर्णायक निकालामुळे या गावातील लोकांनी असेल नसेल ते किडूक मिडूक, सामान घेऊन घोडे, गाडीद्वारे स्थलांतर केले आहे. ते कोठे जाणार होते? ते फक्त जीव वाचवण्यासाठी चालले होते. त्यांना आश्रय मिळेलच याचीही शाश्वती नसावी. या निराधार, भीतिग्रस्त गावलोंढ्यात, जावेदचे कुटुंबीय आहेत. इंग्रजांच्या विजयानंतर गाव सोडताना, जावेदच्या कुटुंबीयांना संरक्षणाचे आश्वासन मरियम उपकाराच्या जाणिवेतून देते, पण बेगम ऐकत नाही. शत्रूवर विश्वास टाकणे योग्य नाही हे कळण्याइतपत शहाणपण बेगममध्ये आहे. शिवाय मरियमचा आश्वासित शब्द, इंग्रज फौज मानेलच याची शाश्वती खास मरियमलाही देता आली नसती! शिवाय बदललेल्या संदर्भात, मरियमचा शब्द स्वत: मरियम पाळेलच याची खात्री तरी बाळगणे धोक्याचे नसेल कशावरून?

जावेद अपघाताने जिवंत असतो. तो रूथचा पुकारा करीत, गावात, वाड्यात शोधतो. उपयोग होत नाही. गावकऱ्यांच्या, निर्वासितांच्या लोंढ्यात येऊन, बेगमला रूथचा ठिकाणा विचारून, परत गावातील चर्चमध्ये येऊन दार ठोठावतो. मरियम दार उघडते. जावेदची रूथला एकदाच पाहण्याची साधी इच्छा, ती अमान्य करून तेथून लवकर निघून जाण्याचा ती सल्ला देते. जावेदची साधी इच्छा अपूर्ण राहते. क्रांतिकारकांच्या पराभवाचा वास्तव संदर्भ जावेदला असाहाय्य करतो. काही घटकेपूर्वीचे जावेदखानचे आश्रित, आता जेते झाले होते. संदर्भ बदलण्यापूर्वी जावेद वाटेल ते करू शकला असता. तो निराशेने परत घोड्याजवळ येतो आणि चर्चचा दरवाजा उघडून विजेच्या चपळतेने रूथ उसळी मारून बाहेर येते आणि 'जावेद' हा उत्कट आत्महुंकार बाहेर पडतो. जादूच्या किमयेप्रमाणे जावेद गर्रकन वळतो– रूथच्या डोळ्यांत पाहतो. दोन आत्म्यांचे चार डोळे काय बोलत असतील? त्यांनी आपल्या जागा सोडल्या नाहीत. जावेदच्या प्रेमकहाणीचा हा आनंदी शेवट आहे. रूथच्या 'जावेद' या उत्कट सादाने, जावेदचे जीवनसाफल्य सिद्ध केलेय. तो कृतार्थतेने परत फिरतो.

निवेदकाच्या तोंडून जावेद 'शहीद' झाल्याचे ऐकू येते. जावेद शहीद होणे, ही या अनुभवाची वास्तविक परिणतीच होती. ती कलात्मक निश्चित आहे. जावेद शहीद होणे ऐतिहासिक सत्याला सुसंगत असेच आहे. इथेच ऐतिहासिक सत्य कलात्मक पातळीवर सुंदर बनलेय.

याहीपेक्षा चटका लागतो, ते रूथ इंग्लंडला जाते नि ती आजन्म अविवाहित राहते, या निवेदकाच्या निवेदनामुळे!

एकनिष्ठ उत्कट प्रेम, शेवटी राष्ट्राराष्ट्रांचे वैर, धर्माच्या भिंती, भाषेचे अंतर, क्रांती-प्रतिक्रांतीचे संदर्भ-सर्वच बाद ठरवत असते. रूथ-जावेदच्या प्रेमकहाणीने तेच केलंय.

'जुनून' विषयी एवढे चांगले लिहिल्यावर, कलाकृतीच्या आस्वादनप्रक्रियेच्या वेळी जाणवलेले छुटूक फुटूक दोष नोंदवून सुद्धा जुनूनची कलात्मक उंची कमी होत नाही. जावेदखान हाच क्रांतिकारकांचा नायक असता, तो सर्फराजखानापेक्षा अधिक स्वातंत्र्येच्छूक असता, तर याच कहाणीत अधिक उत्कट रंग खेळले असते असे वाटते.

'जुनून'च्या आस्वाद्यरूपाची ही एक प्रगट दिशा आहे. चित्रपटाच्या प्रत्येक घटकाचे विभागश: विश्लेषण करण्याची भूमिका इथे नाहीच. शिवाय श्रेष्ठ कलात्मकता, सुट्यासुट्या विश्लेषणाला संधीच देत नसते. तसा बळजबरीचा प्रयत्न केल्यास, कलाकृतीचा आत्मा विस्कटतो आणि मग त्या कलाकृतीचे परीक्षण, रसग्रहण, आस्वादन, समीक्षण यांपैकी काहीच न होता, कलाकृतीवर अन्यायच होतो. 'फ्लाईंग ऑफ दि पिजन' या रस्किन बाँडच्या कथेवर आधरित, 'जुनून'च्या आस्वादनप्रक्रियेनंतर माझ्या मनात निर्माण झालेल्या प्रतिक्रियेचे रूप व त्याची एक संपूर्ण सलग अशी दिशा, इथे नोंदवली आहे. यालाच मी आस्वाद्यरूपाची एक प्रकट दिशा म्हटले आहे.

-*-*-*-

.१२.

विश्राम बेडेकरांची नाट्यसृष्टी : नवे मूल्यमापन

'रणांगण' कर्ते विश्राम बेडेकर यांच्या नावावर आज चार नाटकांची नोंद उपलब्ध आहे. संगीत 'ब्रह्मकुमारी', 'नरो वा कुंजरो', 'वाजे पाऊल आपले', 'टिळक आणि आगरकर' ही चार नाटके विश्राम बेडेकरांचे मराठी नाट्यसृष्टीमधील कर्तृत्व सिद्ध करतात.

या लेखात मी मुख्यत: तीन नाटकांचा विचार करणार आहे. 'संगीत ब्रह्मकुमारी' हे नाटक १९२८ साली लिहिले असून त्याचे कथानक पौराणिक परंपरेतून घेतले असले तरी, त्यामधील स्त्री-पुरुष संबंधाची व नीतिविषयक प्रश्नांची मांडणी, नव्या युगाला सामोरी जाणारी आहे. स्त्री-पुरुष समतेचा विचार मांडताना लग्नबंधनासंबंधी व स्त्री-स्वातंत्र्यासंबंधी अत्यंत धीटपणे हे नाटक उभे करण्याचा लेखकाने प्रयत्न केला आहे. नावावरून पहिली दोन्ही नाटके पौराणिक विषयांवर बेतलेली दिसतात. 'वाजे पाऊल आपुले' हे नाटक 'इंग्रजी नाटकावरून' घेतले आहे. तर 'टिळक आणि आगरकर' हे नाटक १९ व्या शतकाच्या भारतीय इतिहासाचा वेचक असा नाट्यपूर्ण उत्तरार्ध आहे. तेव्हा बेडेकरांची नाट्यसृष्टी ही स्वतंत्र नसून आयत्या कथावस्तूवर बेतलेली कलासृष्टी आहे, हे लक्षात यावे. पुराण-इतिहासाचे विषय जनमानसात मुळातच रुजलेले असल्याने नाट्यकथेतील नावीन्याचे श्रेय फक्त मांडणी आणि दृष्टिकोनाच्या संदर्भातच लेखकाकडे जाते. प्रतिमेच्या स्पर्शाने स्वतंत्र नाट्यसृष्टी उभारणारे व कलात्मक यश मिळविणाऱ्या नाटककारांपेक्षा, आयत्या कथानकात आशयद्रव्याची सखोल छाननी करून स्वीकारलेल्या चौकटीतच, पण वेगळा, काहीसा नवीन, दृष्टिकोन मांडणाऱ्या नाटककाराचे कर्तृत्व दुय्यम ठरते का? हा प्रश्न निर्णायक पद्धतीने समीक्षकांना सोडवता आलेला नाही.

वि. वा. शिरवाडकरांच्या 'नटसम्राट'ची संकल्पना उसनी असली तरी हे नाटक मराठी रंगभूमीचे वैभव ठरण्याइतपत श्रेष्ठ मानले गेलेय. मराठी नाटकांचा

पहिला बहर तर पुराण-कथांवरच फुलला. नाटककारांच्या प्रतिभेचा स्वतंत्र नाट्याविष्कार अनेक नाटकांतून मराठी रंगभूमीने पाहिला असला तरी त्यापैकी श्रेष्ठ नाट्यकृतींची संख्या अल्प आहे.

तेव्हा या मुद्यावर नाटककाराचे व नाटकाचे सम्यक मूल्यमापन करणे कदाचित योग्य ठरू नये. परंतु संकल्पना आणि मांडणी पूर्णत: स्वतंत्रपणे करून कलात्मक उंची गाठणाऱ्या नाट्यकृतींचे मोल 'उसन्या' पण श्रेष्ठ नाट्यकृतीपेक्षा अधिक ठरावे, हेसुद्धा लक्षात घेतले पाहिजे.

विश्राम बेडेकरांचे स्थान 'उसन्या' संकल्पना व कथानके स्वीकारणाऱ्या नाट्यपरंपरेत निश्चित करावे लागणार आहे. बेडेकरांच्या नाट्यसृष्टीला 'परतंत्र' या संदर्भाने मुळातूनच मर्यादा पडल्या आहेत. पण या मर्यादेतही त्यांच्या नाट्यसृष्टीचे मूल्य बरेच मोठे आहे, हे विसरता येत नाही. मराठी कादंबरीला त्यांच्या 'रणांगण'ने वेगळे वळण दिले, तसे त्यांच्या नाटकांनी मराठी नाट्यसृष्टीत क्रांती केली असे म्हणता येत नसले, तरी बेडेकरांचे 'नाटककार' म्हणून खास योगदान निश्चित आहे.

अहिल्या आणि गौतम यांची कथा वेदांपासून पुराणपरंपरेपर्यंत चालत येऊन जनसामान्यांच्या सांस्कृतिक विश्वाचा अविभाज्य भाग बनली. या निमित्ताने 'ब्रह्मकुमारी' नाटकात अनेक प्रश्न निर्माण झाले आहेत. या प्रश्ननिर्मितीचे श्रेय खास बेडेकरांचे आहे. या श्रेयाचा गौरव करण्याचे कारण म्हणजे, २१व्या शतकाला सामोरे जाणाऱ्या आधुनिक प्रगत मानवी संस्कृतीनेही या प्रश्नांची उत्तरे समर्थपणे दिलेली नाहीत.

गौतमाच्या वेशात येऊन देवेंद्राने अहिल्येला फसवून भ्रष्ट करणे, या प्रक्रियेत अहिल्या 'निरपराध' ठरविली तरी पतिनिष्ठा आणि तिचे भ्रष्ट शरीर यांमध्ये संघर्ष उभा ठाकला आहे. अहिल्येची पतिनिष्ठा ही केवळ पातिव्रत्याच्या भारतीय नैतिक संकेताचा परिणाम आहे का? तसे वाटत नाही. अहिल्येची निष्ठा पतिव्रतेच्या आवरणातील खरीखुरी प्रेमनिष्ठा आहे.

तारेच्या संदर्भात पातिव्रत्य आणि प्रेमनिष्ठा यांत विसंवाद व संघर्ष उभा राहताना दिसतो. बृहस्पती हा वृद्ध असल्याने त्याचे वैभव, सन्मान आणि पातिव्रत्याचा संकेत ताराला निखळपणे पतिनिष्ठ बनवू शकत नाही. कारण तिचे प्रेम बृहस्पतीच्या थकलेल्या शरीरावर बसणे निसर्गत: दुरावल्याने, संकेत वा नीतीचा नियम म्हणून तारेचा पती तिला पती म्हणून वंदनीय असला तरी, तो प्रेमाचा विषय होत नाही. ती चंद्राचे प्रेम स्वीकारण्यास म्हणूनच तयार आहे. तिची प्रेमनिष्ठा तिच्याच पतीनिष्ठेविरुद्ध उभी आहे. प्रेमनिष्ठा आतून उमलून आलेली असते; तर पतिनिष्ठा वरून लादलेली! तेव्हा प्राकृतिक सत्य आणि सांस्कृतिक मूल्य यांमधील हा संघर्ष इथे अर्थपूर्ण होऊन

अवतरतो. संस्कृतीने लादलेला पती ताराला वंदनीय आहे. पण त्याच्याबद्दल तिला प्रेम वाटत नाही. याला तिचाही इलाज नाही. प्रेम ही आतून येणारी उर्मी आहे. म्हणूनच ती म्हणते, "लग्नाविरुद्ध माझी तक्रार नाही. लादलेल्या लग्नाविरुद्ध माझी फिर्याद आहे." ताराच्या रूपाने विश्राम बेडेकरांनी आधुनिक जगातील स्त्रीमुक्तीवादी व्यक्तिरेखा जन्माला घातली आहे. लग्नसंस्थाच उखडून टाकण्याइतकी बंडखोरी, तारा दाखवत नाही. कारण प्रेमाशी सुसंवादी असणारी लग्नसंस्था आणि त्या अनुषंगाने पतिनिष्ठा-पातिव्रत्य, तिला मंजूर आहे. चंद्राच्या सहवासात तृप्तीचा अनुभव घेऊ इच्छिणारी तारा, "मनाविरुद्ध लादण्यात आलेले विवाहबंधन झुगारण्याचा मी प्रयत्न करत आहे." असे स्पष्ट सांगते. पतीच्या आवाहनाला धुडकावताना आपल्याबरोबर यायला माझं मन होत नाही, अशी प्रांजल कबुली देते. संस्कृती व प्रकृती यांच्या संघर्षात प्रकृतीचा विजय इथे लेखकाने समर्थनीय मानला आहे. म्हणूनच नाटकातील या उपकथानकाला १९३०च्या सुमारास मराठी रंगभूमीवर 'मज्जाव' झाला आहे. आज एवढ्या कालावधीनंतरही समाजमन फारसे बदललेले नाही. कारण आजही या नाटकातील तिसऱ्या अंकाचा तिसरा प्रवेश रंगभूमीवर गाळण्याची अट घातल्याची नोंद, बेडेकरांनी प्रस्तावनेत केली आहे. हा प्रवेश ताराच्या बंडखोरीचा आहे. आचार्य अत्र्यांची 'घराबाहेर' नाटकातील नायिका निर्मला, पतीच्या दुर्बलतेला कंटाळून मंगळसूत्र तोडून 'घराबाहेर' पडते. पण शेवटी मुलाच्या उमाळ्याचे निमित्त करून ती परत 'घरात' आलेली दाखविली गेली. बेडेकरांची तारा अत्र्यांच्या निर्मलपेक्षा अधिक क्रांतिकारक असून बंडखोर आहे. तिचे विचार निर्मलेच्या कृतीपेक्षाही अधिक क्रांतिकारक असून समाजमनास झोंबणारे आहेत.

आधुनिक स्त्रीमुक्तीवादी चळवळीचा धागा ताराच्या व्यक्तिरेखेशी जुळतो. स्त्री-पुरुषसंबंधाकडे ती निकोप व प्रागतिक दृष्टिकोनातून तर पाहतेच, पण तिच्या दृष्टीत शास्त्रीयता व राष्ट्रीयत्वही आहे. अर्थात ही किमया बेडेकरांची आहे. तारा आपल्या विरुद्ध पतीला म्हणते, "शेतीच्या पेरणीत बियांचा कस पाहण्याची काळजी वाहणे तुम्ही आपले कर्तव्य समजता, पण तारुण्य आणि सौंदर्य यांनी युक्त असलेली उत्कृष्ट प्रजा निर्माण करून, राष्ट्राला सुस्थितीला आणण्यात प्रत्यक्ष भाग घेणारी स्त्री, नालायक नवऱ्याच्या हाती देऊन राष्ट्रेच्या राष्ट्रे गायब होण्याला आपण कारणीभूत होतो आहोत, हे 'बृहस्पती'च्याही लक्षात येऊ नये हे आश्चर्य नव्हे काय?"

या उद्‌गारात काही मूलभूत समस्या आहेत. बीजांचे सकसपण हे 'लायक' वा 'नालायक' पुरुषाशी संबंधित असते का? की, त्याचा संबंध पुरुषाच्या वार्धक्याशी आहे? पुरुषाची 'लायकी' आणि 'नालायकी' कोणत्या निकषावर ठरवावी? हे निकष

संपूर्ण मानवी समाजात, विश्वस्तरावर एकच असू शकतील का? त्याचप्रमाणे पुरुष वयाच्या पंचावन्नाव्या वर्षापर्यंत मूल जन्माला घालण्याच्या क्षमतेला राहू शकतो, हे सत्य आधुनिक लैंगिक ज्ञानशाखेतील शास्त्रज्ञांनी मांडले आहे. तारा परिपक्व स्त्री म्हणून वयाने कितीही लहान कल्पिली तरी, बृहस्पतीचे वय पंचावन्नच्या आत असेल तर त्याच्या जननक्षमतेबाबत शंका असण्याचे कारण नाही. शारीरिक मीलनातील स्त्री-पुरुषांच्या तृप्तीचा संबंध केवळ वयावर अवलंबून नसतो, हे सत्यही आज पुढे आलेय. त्यामुळे ताराची भूमिका वरवर समर्थनीय वाटली, तरी या प्रश्नाकडे विश्राम बेडेकरांनी फार उथळपणेच पाहिल्याचे दिसते. वार्धक्यावस्थेतील विशिष्ट वयापर्यंतचे पुरुष अनुभवकौशल्याच्या जोरावर तरुणीची कामवासना पूर्ण करण्यात यशस्वी झाल्याची उदाहरणे आजही कमी नाहीत. शतकापूर्वीचा भारतीय समाज तर सर्वसाधारणपणे 'विषम विवाहा'चीच उपज होता. त्याचे समर्थन करणे एकूण परिणाम लक्षात घेता योग्य नसले तरी, या समस्येकडे स्थूल वा उथळ भूमिकेतून पाहण्यातही काही मर्यादा राहून जातात.

या नाटकातील बृहस्पती म्हणतो, "मनुष्याचा विवाह म्हणजे केवळ पशुवृत्तीचा व्यवहार नव्हे." यांमधील सांस्कृतिक मूल्याचे भान आणि स्त्री-पुरुषसंबंधातील प्राकृतिकता यांचा वस्तुनिष्ठ विचार करून, व्यापक कल्याणाची जाण कलावंताने स्पष्ट केली पाहिजे. कलावंत जसा द्रष्टा असावा तसा तो किमान समाजशास्त्रज्ञ, किमान वैज्ञानिकही असावा लागतो. त्याशिवाय त्याची कला समर्थपणे मानवी समस्यांना हात घालू शकणार नाही.

बेडेकरांनी बृहस्पती आणि तारा यांची कथा मुख्यत: जरठबाला विवाहाच्या संदर्भात इथे उभी केली आहे. संवर्त आणि कामदिनी ही जोडीसुद्धा याच नाट्यसूत्राचा आविष्कार म्हणून आली आहे. पण या प्रश्नांतील गुंता आणि सूक्ष्मता बेडेकरांना आकलन करता आलेली नाही. या नाटकातील वृद्ध संवर्त म्हणतो, "म्हाताऱ्याच्या तरुण बायकोने वरून पातिव्रत्याचा कितीही आव आणला तरी तिच्या मनातले विचार काही झाकले जात नाहीत."

पातिव्रत्य धुडकावण्यासाठी पतीचे वार्धक्य एवढेच कारण स्त्रीच्या मनातील व्यभिचारी विचारांना पुरेसे आहे, असे मुळीच नाही. तरुण जोडप्यातील वा वृद्ध जोडप्यातील पुरुष व स्त्री या दोन्हींच्या मनातल्या परस्परांच्या निष्ठा बाजूला सारूनही व्यभिचारी विचार येऊ शकतात– येतात. ही वास्तवता नीट समजून घेतली पाहिजे. मानवी मन हे विचित्र आहे, याचे खेळ स्थूल चौकटीत मावणारे नाहीत. मनातील विचारांनुसार व्यभिचाराची कृती पुरुषप्रधान संस्कृतीत पुरुष अधिक संख्येने करतात.

तुलनेने स्त्रिया कमी प्रमाणात करतात. पण काया-वाचा-मने सर्वच पुरुष वा स्त्रिया विशुद्ध वा एकनिष्ठ असतात, हा 'युटोपिया' आहे. आणि स्त्रीच्या व्यभिचारासाठी पुरुष वृद्धच असला पाहिजे असा नियम नाही. या उलट वृद्ध पतींच्या स्त्रिया मनाने व शरीरानेही व्यभिचारीच असतात अशीही वास्तवता नाही. 'ब्रह्मकुमारी' नाटकाची मर्यादा इथे स्पष्ट झाली आहे. तरीही हे नाटक स्त्रियांच्या स्वाभाविक समस्यांना सामोरे जाते, हे खरेच!

देवेंद्राची पत्नी शची, अहिल्येचे पाहुणी म्हणून स्वागत करते. पण देवेंद्राचे मन काबीज करून सवत बनण्याची तिची शक्यता पुढे येताच शची दु:खी-कष्टी बनते. पत्नीशिवाय आवडलेली स्त्री स्पष्टपणे मिळविण्याचा, भोगण्याचा देवेंद्र घाट घालतो. अहिल्या गौतमची पत्नी असूनही तिला फसवून देवेंद्राने चुंबन घेतल्याचे या नाटकात दाखविले आहे. हे चुंबन त्यांच्या भोगाचे प्रतीक आहे. देवेंद्रपत्नी 'शची' या प्रकाराने मनस्वी कुढण्यापलीकडे काहीच करू शकत नाही. कारण "स्त्रियांच्या तोंडून संगीताच्या लकेऱ्या किंवा शृंगारपूर्तीच्या याचना याखेरीज शब्द ऐकण्याची या देवेंद्राच्या कानांना सवय नाही," अशी धमकावणी इंद्र तिला देऊन ठेवतो. त्याचप्रमाणे 'स्त्रीसौंदर्याचा उपभोग' हा पुरुषाच्या पराक्रमाचा हक्क असल्याचे तत्त्वज्ञानही, देवेंद्र या नाटकात मांडतो. पुरुषप्रधानता ही केवळ मृत्यूलोकातील मानवी संस्कृतीची खासियत नसून ती देवलोकातही रुळलेली वास्तवता असल्याचे सत्य इथे लक्षात येते. देवांनी माणसांचे अनुकरण केले की माणसांनी देवांचे? देवेंद्रपत्नी 'शची' मात्र देवेंद्राशिवाय दुसऱ्याचे प्रणयाराधन करताना इथे दिसत नाही. देवेंद्राची पत्निनिष्ठा उघड चळली तरी तिची पतिनिष्ठा अविचल आहे. तिच्या दृष्टीने देवेंद्र-अहिल्या प्रकरण 'व्यभिचार' नाही.

अहिल्येची व्यथा मात्र सनातन स्त्रीव्यवस्थेचे दर्शन घडविते. पती समजून वेषांतरित परपुरुषाशी रत झालेल्या अहिल्येची चूक कोणती? अशीच वास्तवता इच्छेविरुद्ध बलात्कार भोगलेल्या असंख्य विवाहितांच्या-कुमारिकांच्या वाट्याला आजही येत आहे. अहिल्येचे आणि या सर्व पतितांचे दु:ख भयानक असून आजही ते अनुत्तरितच आहे.

या नाट्यकथेत अहिल्या-इंद्र-गौतम असा त्रिकोण असून, ही कथा अनेक प्रश्नांची खाण आहे. फसवून घेतलेल्या स्त्री-उपभोगात पुरुषाला मिळणाऱ्या आनंदाचे स्वरूप आणि मूल्य कोणते असावे? देवकोटीतला इंद्र, माणसातले पशुत्व अभिव्यक्त करत असेल तर, 'देवत्व' ही संकल्पनाच परिपूर्णतेच्या संदर्भात फसवी नसावी? पती समजून परपुरुषाला दिलेला भोग, प्रत्यक्ष संभोगसमयी आनंद देणारा ठरूनही,

नंतर समजलेल्या वस्तुस्थितीने तो त्याच स्त्रीला व्यथित का करतो? त्याला निसर्ग जबाबदार आहे की नैतिक संकल्पनांचे संस्कार?

या सर्व प्रश्नांची उपज होण्यातच या नाटकाचे यश सामावले आहे. परंतु तर्कशुद्ध भूमिकेचे अधिष्ठान स्वीकारलेल्या नाटककार विश्राम बेडेकरांनी, या नाट्यकथेत एका अत्यंत मूलभूत अशा वस्तुनिष्ठ प्रश्नाचा गळा आवळला आहे. वेषांतरीत देवेंद्र, पती गौतम नसल्याची खात्री पटूनही, अहिल्येने स्वत:च्या मनातील इंद्रविषयक लालसा पूर्ण करण्यासाठी, स्वत:च्या निरपराधित्वाचा बहाणा केला असण्याची शक्यता नाहीच किंवा नव्हतीच, असे धाडसाने म्हणण्याची स्थिती निश्चितच नाही. कपड्याचे वेषांतर हे वेशभूषेतील सादृश्य असण्याचे, भासण्याचे मुळीच कारण नाही. पण अहिल्याही 'ब्रह्मकुमारी' म्हणूनच बेडेकरांनी वंदनीय मानल्याने, ताराच्या मनातील स्त्रीत्वाचे स्वाभाविक तरंग ज्या प्रमाणात त्यांनी प्रगट केले, त्याच प्रमाणात अहिल्येचे अस्तित्व सिद्ध करणे लेखकाला शक्य झाले नाही. बेडेकर अहिल्येच्या देवत्वाचा स्तर आणि तिची जनसामान्यातील वंदनीय प्रतिमा विसरू शकले नाहीत. अहिल्या कदाचित अपराधी असावी सुद्धा आणि या वास्तवतेलासुद्धा परंपरेत आधार आहे. पण बेडेकरांनी ती शक्यता जाणीवपूर्वक टाळून मारली. 'नाटकाच्या सोईसाठी' असे केले की लेखकाची भूमिका फसवी असून, विश्राम बेडेकरांच्या मनातील श्रद्धा आणि बळकट परंपरावादानेच असे घडले आहे. 'तारा' उभी करताना जो परंपरावाद बेडेकर झुगारून देतात, त्याच परंपरावादाच्या वर्तुळात बंदिस्त होऊन बेडेकर अहिल्येच्या निरपराधित्वाचे समर्थन करतात. अहिल्या रंगवताना देवेंद्र भेटीतील तिच्या मनातील शंका-कुशंका, चलबिचल, द्वंद्व, घालमेल या सर्वांचे सुंदर व स्वाभाविक दर्शन बेडेकर घडवितात. पण 'पती' आणि 'वेषांतरीत परपुरुष' यातील स्वाभाविक स्पष्ट भेद, सर्व संदर्भात गळून पडावेत, ही शक्यता अत्यंत कमीच असणार! शिवाय अहिल्या ही एक सामान्य स्त्री म्हणून जर आपण लक्षात घ्यायचे ठरविले तर, स्वत:ची इंद्रविषयक लालसा पूर्ण करून घेण्यासाठी रचलेले हे अहिल्याकृत नाटक असण्याची शक्यताही नाकारता येत नाही. विश्राम बेडेकरांनी ही शक्यता गुंडाळून अहिल्या उभी केली आहे.

बेडेकरांचे हे पहिलेच नाटक संवादलेखन, वातावरणनिर्मिती, संविधानक रचना या सर्व घटकांच्या संदर्भात बरेच यशस्वी झाल्याचे दिसते. हे नाटक मराठी रंगभूमीवर आणण्यासाठी उमेदीच्या काळात खुद्द लेखकासह त्यांच्या मित्रालाही फार प्रयास पडले, याची हकीगत बेडेकरांनी 'एक झाड, दोन पक्षी'मध्ये दिली आहे. बेडेकर हे अभिजात कलावंतासह, तर्कशुद्ध विचार करणारे विचारवंतही असल्याची

पावती म्हणजे हे नाटक होय.

'वाजे पाऊल आपुले' या नाटकात मात्र हा कलावंत, विचारवंतासह संपुष्टात आल्याचे दिसते. 'ब्रह्मकुमारी' हे नाटक पौराणिक असूनही हे खऱ्या अर्थाने सामाजिक झाले आहे. पण 'वाजे पाऊल आपुले' नाटक सामाजिक म्हणवूनही खऱ्या अर्थाने सामाजिकतेचा प्रत्यय देत नाही. नाटकाची संकल्पना पुन्हा उसनी! इंग्रजीवरून घेतलेली! हे नाटक मालतीबाई बेडेकरांच्या लेखन-सहभागातून सिद्ध झाले. त्यात काही स्नेह्यांचाही अल्पसा वाटा आहे, अशी या नाटकाची उत्पत्तिकथा लेखकानेच प्रस्तावनेत सांगितली आहे. 'ही कला आहे की कारागिरी?' हा प्रश्न खुद्द लेखकानेच उपस्थित केला आहे. नाटक वाचल्यावर हा प्रश्न लेखकाच्या शंकेखोर मनात निर्माण होणे स्वाभाविक असल्याचे पटते. स्वत:च्या कलात्मक सामर्थ्याबद्दल शंका घेण्यासाठीसुद्धा किमान तरी प्रामाणिकपणा लेखनात असावा लागतो. तो बेडेकरांमध्ये आहे! 'ब्रह्मकुमारी' नाटकात सिद्ध केलेले कर्तृत्व, बेडेकरांनी या नाटकात वाढविण्याऐवजी घटविले आहे. तेव्हा हे नाटक कला नसून 'कारागिरी'च आहे, याबद्दल बेडेकरांनी खात्री बाळगायला हरकत नसावी.

एकदा नाटकाचा प्रवास स्वाभाविकपणे न होऊ देता त्याला ठरवून 'कॉमेडी'च करायचा निर्णय लेखकाने घेतल्यावर, संभाव्यतेचा प्रश्न आपोआपच निकाली निघणे गृहीत धरायला हवे. त्याशिवाय प्रत्यक्ष सुशीलेचा पती समोर असताना, भाऊराव हा कारकून तिला फुले व वेणी देतो आणि वर तिचे सौंदर्य वर्णन करून 'तिच्या पाठीवरून हात फिरविल्यासारखे करतो', तरीही पतीमहाशय भगवंतरावांचा स्फोट होत नाही, हा प्रसंग या नाटकात आलाच कसा? सुशीलासुद्धा आपल्या पतीराजांचा 'मत्सर' पाहण्यासाठी ह्या प्रकारात उत्स्फूर्त सहभाग देते, हे विशेष आहे. सुशीलेचा पूर्वीचा मित्र अच्युत हा पाहुणा म्हणून घरी राहतो. सुशीलेसह बाहेर भटकतो, पण भगवंतरावांना त्याचे काहीच वाटत नाही. प्रोफेसर भगवंतराव आपणास अँजायना पेक्टोरिस हा हृदयरोग झाल्याचा भ्रम करून घेतात आणि आपण फार काळ जगणार नाही, हे ध्रुवपद आळवत बसतात. त्याचा हा समज प्रामाणिक आहे. तो चुकीचा असल्याचा निर्वाळा त्यांच्या कुटुंबीयांना, डॉक्टरना व वाचकांनाही मिळतो. मृत्यूच्या केंद्राभोवती भगवंतरावांची मानसिकता गुंतत जाऊन, आपण लवकरच मरणार या खात्रीने ते भारलेले आहेत. पण तसे काहीच नसल्याची वास्तवता सर्वांना माहीत असल्यामुळे, भगवतंराव ही व्यक्तिरेखा विसंवादातून विनोदनिर्मितीसाठी या नाटकात उपयुक्त ठरताना दिसते. नाटकाच्या केंद्रस्थानी विराजमान झालेली ही व्यक्तिरेखा मुळात हलकीफुलकी व विनोदाचा विषय असल्याने नाटक गंभीर होण्याचा प्रश्नच

येत नाही. या नाटकातही स्त्री-पुरुषसंबंधाचे ताण उभे आहेत. पण ते हलकेफुलके असून, मानवी मनातील कंगोरे व सूक्ष्म प्रवाहांचे ते दर्शन घडवतात.

भाऊराव-सुशीला किंवा अच्युत-सुशीलाच्या संबंधातून, काहीही विपरीत घडत नाही. कारण ते संबंध वाईट नाहीत. भगवंतराव स्वत:च आपल्या पत्नीला अच्युतबरोबर सिनेमाला पाठवतात. आपण लवकरच मरणार या भ्रमाने त्रस्त झालेले भगवंतराव, सुशीलेचा नवा चांगला पती म्हणून अच्युतरावाचा विचार सहानुभूतीपूर्वक करतात. या उलट आपल्या पतीच्या मनाला 'मत्सर' वाटत नसल्यामुळे त्यांच्या थंडपणाची सुशीलेला चीड येते. आपल्या पतीला कसलाही रोग नाही, याची खात्री पटल्याने भगवंतरावांचा तथाकथित रोग तिच्या चिंतेचा विषय बनत नाही.

या नाटकातील भगवंतराव, भाऊराव, अच्युत, सुशीला ही सर्वच मंडळी सात्त्विक वृत्तीची आहेत. अच्युत व भाऊराव या व्यक्तिरेखा वासनेने लडबडलेल्या व्यक्तिरेखा नाहीत. भगवंतरावांच्या मनात संशयाचे भूत नाही. म्हणून या नाटकात धक्कादायक किंवा सुन्न करणारे काहीच घडत नाही. बेतास बात वृत्तीची ही माणसे, म्हणूनच एका सुखांतिकेला जन्म देतात. हे नाटक कलेच्या अंगाने फार मोठी झेप घेताना दिसत नाही. याचे कारणही या मर्यादित स्वरूपाच्या बंदिस्त कथावस्तूत साठवले आहे.

या नायकाची पत्नी पूर्वायुष्यात मागणी घालणाऱ्या मित्रासोबत, भटकायला सिनेमाला जाते, ही छोटीशी घटनासुद्धा स्फोटक नाट्याला जन्म देऊ शकते. या घटनेतून संघर्षाचे अनेक पदर नाट्यात्मकरीत्या आकार घेऊ शकतात. पण इथे बेडेकरांनी तसे होऊच दिले नाही. या नाटकात स्वाभाविकतेचा हा अभाव जाणवतो. भगवंत हे तत्त्वज्ञानाचे प्रोफेसर असल्याची एकही खूण या नाटकात दिसत नाही. कथानकात तत्त्वज्ञानाचा प्राध्यापक म्हणून भगवंतरावाचा एकही पुरावा नसावा?

भगवंतरावांना मुले नसल्याची पोकळी जाणवते आणि त्या पार्श्वभूमीवर मृत्यूच्या आगमनाची प्रामाणिक भीती वाटणे, या दोन्ही वास्तव संदर्भात फार मोठे नाट्य आहे. पण हे नाटकच बेडेकरांनी सुखांतिकेच्या हव्यासातून चक्क मारले आहे. आपल्या मृत्यूनंतर पत्नीने चांगल्या माणसाशी लग्न करावे असा विचार करणारे प्रा. भगवंत हे अव्यवहारी नसून ते अस्वाभाविक आहेत. म्हणूनच ते 'प्रोफेसर' म्हणून जसे भासत वाटत नाहीत, तसेच एक जिवंत व्यक्ती म्हणूनही प्रत्यय देत नाहीत. मृत्यूचा भ्रम त्यांनी करून घेणे आपण समजून घेऊ; पण त्या मृत्यूच्या भ्रमाचा दृष्य परिणाम त्यांच्या उक्ती-कृतीत अंशत:ही दिसू नये, याला काय म्हणावे? भगवंतरावांचा मृत्यूभ्रम या नाटकात हास्यास्पद झाला तर फारसे नवल वाटू नये. पण मृत्यूसारखी

भयानक जाणीवसुद्धा, चमत्कृतीपूर्ण रचनेमुळे आणि अस्वाभाविक रंगामुळे, हास्यास्पद ठरल्याने हे नाटक नाट्यासह संघर्षही हरवून बसते. विश्राम बेडेकरांनी आखून दिलेल्या चौकटीत या नाटकातील व्यक्तिरेखा बोलतात, मर्यादित कृती करतात. लेखकाच्या इशाऱ्यावरच त्यांचे चलनवलन उभे आहे. काही प्रसंगी व्यक्तींच्या स्वभावातून, संवादातून भीषण वास्तवता जन्माला येण्याची शक्यता जाणवते. पण बेडेकर नाटकाचे 'पाऊल' गंभीर वाटेकडे पडूच देत नाहीत. नाटकाची मूळ प्रकृतीच त्यांनी गांभीर्यापासून अलिप्त ठेवण्याचा खटाटोप केला आहे. व्यक्तिरेखा उभ्या राहतात त्या केवळ मिश्किलपणा सिद्ध होण्याच्या दिशेने तोंड करून! म्हणूनच या नाटकात संघर्ष असलाच तर तो फसवा आहे. मन थरारून टाकणारे प्रसंग इथे येऊच दिले नाहीत.

नाटकातील संवादलेखनात लेखकाचे कौशल्य जरूर दिसते, पण व्यक्तिरेखांचे स्वभावदर्शन किंवा त्याच्या अंतरंगाचे दर्शन घडविण्याच्या कामी हे संवाद उपयुक्त ठरत नाहीत. एकच एक मर्यादित कथासूत्र घेऊन, पारंपरिक पद्धतीने ह्या नाटकाची रचना तीन अंकात केली आहे. या नाटकात भाऊराव, अच्युत, व्यंकट या व्यक्तिरेखांना रंग-रूप-अंतरंग यांचा फारसा स्पर्श झालेला नाही. ही तक्रार महत्त्वाची नसली तरी कथेच्या स्वाभाविक मागणीशिवायच या व्यक्तिरेखा नाटकात घुसविण्याचे स्पष्ट जाणवते, याबद्दल तक्रार करण्यास भरपूर जागा आहे. नाटकातील त्यांच्या अस्तित्वाचे प्रयोजन संशयास्पद आहे. एकंदरीत हे नाटक दुय्यम दर्जा सांभाळते.

मात्र लेखकाचे सामर्थ्य सांगण्यासाठी नाटकातील काही भाषिक उदाहरणे दाखवता येतात. उदा.

१) **डॉक्टर** - ''सगळ्यांना भीती हार्टची. निम्मे ठेच लागून मरायचे. निम्मे ठेच लागण्याच्या धास्तीने.''

२) **सुशीला** - ''कुंकू लागलं आहे का बघा शर्टाला.''

३) **व्यंकट** - ''वहिनी, तुला सांगून ठेवतो– केव्हाही गरज पडली तर मला हाक मार. मी धावून येईन. कारण धोंडोपंत कर्वे आता नाहीत!''

४) **भाऊराव** - ''सिनेमात? वेडी का काय? सुशील नाही साधं शीलसुद्धा नाही चालत सिनेमात हिरॉइन व्हायचं असलं तर!''

५) **अच्युत** - ''नोकरी काय किंवा नवरी काय, पर्मनंट पाहिजे. टेम्पररीमध्ये दम नाही.''

संविधानक-रचनेच्या सोईनुसार या नाटकात लेखकाने व्यक्तिरेखा घडविण्यात कौशल्य दाखवले आहे. पण शेवटी व्यक्तिरेखेवर स्वार होण्यात कलेचा उत्कट व

स्वाभाविक परिणाम उणावतोच. तेच या नाटकाबाबत झाले आहे.

या पार्श्वभूमीवर 'रणांगण' किंवा 'टिळक आणि आगरकर' हे बेडेकरांच्या प्रतिमेचे 'शिखर' म्हणायचे असेल तर 'वाजे पाऊल आपुले' हे नाटक 'दरी' म्हणायला हवे! बेडेकरांचे हे नाटकी 'पाऊल' अस्सल कलेच्या नादाने 'वाजत'च नाही. म्हणूनच त्यांनी हे 'पाऊल' उचलले नसते तरी चालले असते. त्यांच्या 'रणांगणा'सह उर्वरित नाट्यसृष्टीचा निदान हा डाग तरी त्यामुळे टळला असता.

विश्राम बेडेकरांचे 'टिळक आणि आगरकर' हे १९८० चे नाटक मोठ्या ताकदीची कलाकृती आहे. त्यांचे नाटककार म्हणून यश या एकाच नाटकाने सिद्ध व्हायला हरकत नसावी. या नाटकाच्या प्रारंभी विश्राम बेडेकरांनी अत्यंत अभ्यासपूर्ण असे निवेदन सादर केले आहे. ऐतिहासिक नाटक लिहिणे किती कठीण आहे, हे त्यावरून स्पष्ट होते. मुख्य म्हणजे नाटककार हा संशोधक विचारवंत असला तर त्याची नाट्यकृती किती समर्थ बनते, याचे दर्शन या निवेदनाशी सुसंवाद करणाऱ्या नाटकात घडते. मराठी नाट्यसृष्टीत स्वतःच्या नाटकाला एवढे विचारगर्भ आणि संशोधनाचे श्रेष्ठ मूल्य लाभलेले निवेदन, 'टिळक आणि आगरकर' या नाटकाशिवाय अपवादानेच आढळेल. एका संशोधनप्रबंधाचे सामर्थ्य या निवेदनात आहे. एक गोष्ट मात्र इथे मनाला खटकते. आगरकरांचे मूल्यमापन करताना बेडेकरांनी सप्रमाण परखड विवेचन केले, तसे टिळकांचे केलेले दिसत नाही. वास्तविक समाजपरिवर्तनाच्या प्रवाहात लोकमान्य टिळकांनी गाजवलेले कर्तृत्व, खलनायकाला शोभावे असेच आहे. याचे अनेक पुरावे आज उपलब्ध झाले असून दलित चळवळ, कम्युनिस्ट चळवळ म्हणूनच टिळकांना विरोधक मानते. राजकीय स्वातंत्र्याच्या चळवळीतील त्यांचे कर्तृत्व नायकाचे असले तरी परिवर्तनाच्या लढ्यात आगरकरांच्या नायकत्वाला विरोध करणारे टिळक, 'व्हिलन' ठरले आहेत. आगरकरांचा अधःपात फक्त टिळक या व्यक्तीच्या संदर्भातच झाला. पण संपूर्ण समतेच्या ध्येयवादाला सुरुंग लावणाऱ्या टिळकांचा अधःपात, सामाजिकदृष्ट्या व्यापक व दूरगामी आहे, याकडे बेडेकरांनी दुर्लक्ष केले आहे. निवेदनाची ही मोठी मर्यादा आहे.

टिळक आणि आगरकर हे गेल्या शतकातील दोन महापुरुष. प्रत्येक महापुरुषाचे चरित्र आणि चारित्र्य कोणत्याही लेखकाला आव्हानच असते. सुमारे १९ व्या शतकात या दोन महापुरुष मित्रांमध्ये मतभेद होऊन संघर्ष पेटला. आणि त्या संघर्षाने महाराष्ट्रातील सार्वजनिक जीवन ढवळून निघाले. हे १०० वर्षांपूर्वीचे ऐतिहासिक वास्तव, आणि या वास्तवातील टिळक-आगरकरांच्या व्यक्तिरेखांमधील 'भावबंध' हा या नाटकाचा विशेष आहे. दोन्ही महापुरुषांच्या वैचारिक दिशा, परस्परांच्या

विरोधात उभ्या ठाकल्यामुळे, दोघांच्याहीसंबंधी अनेक गैरसमज जनमानसात रूढ झाले आहेत. ते सर्व बाजूला सारून तत्कालीन वृत्तपत्रसृष्टीचा मुळातून वेध घेऊन व सर्व साहित्य वाचून, तसेच संबंधितांच्या वर्तमानकालीन नातेवाईकांकडून, चाहत्यांकडून माहिती मिळवून, बऱ्याच वर्षांच्या चिंतनानंतर विश्राम बेडेकरांनी 'टिळक आणि आगरकर' हे नाटक लिहिले. ही नाट्यवस्तू तशी कठीणच आहे. ऐतिहासिक सत्याला नाट्यरूपात मांडण्याचे कसब बेडेकरांनी इथे समर्थपणे दाखवले आहे. या नाटकात एकूण अठरा व्यक्तिरेखा असून त्यांपैकी चौदा व्यक्तिरेखांना ऐतिहासिक आधार आहे.

आगरकरांची प्रेतयात्रा, न्हाणावलीची मिरवणूक, कोल्हापूरच्या महाराजांवरील अत्याचार, गाढवाच्या लग्नाचा प्रसंग, संमतीवयाच्या बिलाची चळवळ, चहाच्या ग्रामण्याचे प्रकरण, मेसमनच्या हातचा भात खाल्ल्याबद्दलचे प्रकरण, गोरक्षण चळवळ हे सर्व प्रसंग ऐतिहासिक आहेत. त्यामुळे ऐतिहासिक वास्तवातील जिवंतपणा, या नाट्यवस्तूने व्यवस्थितपणे पकडलेला आहे. ऐतिहासिक व्यक्तींचे माहात्म्य आणि तत्कालीन सामाजिक, राजकीय प्रश्नांचे आकलन बेडेकरांनी समर्थपणे केले आहे.

या नाटकाला तसे दोन नायक लाभले आहेत. शिवाय रूढ अर्थाने हे नाटक नायिका नसलेले नाटक आहे. ऐतिहासिक सत्याची मर्यादा या नाट्यवस्तूला आहेच, पण ऐतिहासिक सत्य, त्याच्या वास्तवानिशी या नाटकात परिणामकारक उतरले आहे. सनातनी विचारांचे, भूतकाळात रमणारे व ईश्वर, धर्म यावर श्रद्धा ठेवणारे आग्रही टिळक, राजकीय स्वातंत्र्याच्या आकांक्षेने झपाटलेले आहेत. राजकीय स्वातंत्र्यासाठी समाज दुभंग होता कामा नये, म्हणून सामाजिक सुधारणांना दुय्यम मानून, प्रसंगी बाजूला सारणारे टिळक, या नाटकात खऱ्या अर्थाने उभे राहतात. इहलोक आणि भौतिक वाद यांची कास धरणारे बुद्धिवादी आगरकर, अगोदर सामाजिक सुधारणा झाली पाहिजे, या ध्येयवादाने आयुष्यभर स्वकीयांशी झगडत राहतात. त्यांच्यावर अनेक वाईट प्रसंग कोसळतात, पण त्यांच्या ध्येयवादाची तीव्रता कमी होत नाही. अशा ह्या महापुरुषांच्या जिवंत व्यक्तिरेखा, या नाटकाचा आधार आहेत. टोकाला गेलेले हे दोन महापुरुष, आयुष्याच्या पूर्वार्धामध्ये मित्र असतात, ही रम्य वास्तवता नंतर बदललेली असली तरी त्यामध्ये अंत:प्रवाहाचे नाट्यपूर्ण व काव्यात्म दर्शन बेडेकरांनी अत्यंत लहान-सहान प्रसंगातसुद्धा घडविले आहे. ह्या दोघांच्या मनातील कप्प्यांत परस्परांच्याविषयी नकळत जिव्हाळा होता, याचे प्रत्यंतर घडविणारे प्रसंग बेडेकरांनी कौशल्याने जिवंत केले आहेत. आगरकरांनी त्यांच्या 'सुधारक' मध्ये शेवटी-शेवटी 'सामाजिक सुधारणेपेक्षा राजकीय स्वातंत्र्य अगोदर महत्त्वाचे आहे' या

अर्थाची कबुली दिली होती. तेव्हा वैचारिक मतभेदांपेक्षा वैयक्तिक दुरावा विनाकारण वाढल्याचे दिसते. मृत्यू अगोदर आगरकरांनी "टिळकांच्या भेटीशिवाय शांती मिळणार नाही" हे उद्‌गार काढले. तेव्हा अंगार पेटलेल्या संघर्षाच्या पाठीमागे मनात कुठेतरी जिव्हाळा तेवत होता, याची या उद्‌गारातून साक्ष पटते. टिळक येण्यापूर्वी एक-दोन मिनिटांच्या फरकाने आगरकरांचा मृत्यू होतो आणि दुःखी झालेले टिळक शेवटी म्हणतात, "महाराष्ट्रात जन्माला येणाऱ्या मुलींना आता रडण्याचे कारण नाही. कारण येथे गोपाळराव आगरकर होऊन गेले आहेत." ही आगरकरांच्या सामाजिक समतेच्या ध्येयवादाला, टिळकांनी दिलेली पावतीच आहे.

या नाट्यवस्तूमध्ये जिद्दी, करारी, धर्मनिष्ठ, सनातन्यांचे नेते टिळक, यांची व्यक्तिरेखा ऐतिहासिक वास्तवासह उभी राहते. टिळकांच्या आयुष्यातील सुखदुःखाचे प्रसंग, त्यांची आगरकरांशी मैत्री आणि नंतर निर्माण झालेले वितुष्ट, बहुजनसमाजाचे नेतृत्व करताना आणि इंग्रज सरकारशी संघर्ष करताना त्यांना सुधारकांचा झालेला अडथळा, चहा घेतल्याबद्दल निर्माण झालेले ग्रामण्याचे प्रकरण, मेसमनच्या हातचा भात खाल्ल्याबद्दल आगरकरांनी लिहिलेली खोटी बातमी, या पार्श्वभूमीवर मुलीचे लग्न मोडण्याची शक्यता, हे सर्वच ताण टिळकांचे अंतरंग व त्यांचा जीवनसंघर्ष स्पष्ट करतात. मित्र आगरकर एम. ए. झाल्याबद्दल आनंदाने वाटलेले पेढे, डोंगरीच्या तुरुंगात मित्रप्रेमापोटी तो उपाशी राहू नये म्हणून दिलेली स्वतःची डाळ आणि याच मित्राच्या सुधारणावादी ध्येयवादाला विरोधी जाऊन, संमती वयाच्या बिलाच्या सभेत उडवलेला गोंधळ, गोरक्षणाची भरवलेली सभा, आगरकरांच्या 'सुधारका'तील लेखाला प्रतिउत्तर म्हणून 'केसरी'तून केलेला हल्ला, हे सर्वच प्रसंग टिळकांच्या व्यक्तिरेखेला जिवंतपणाचे लेणे सहजपणे चढवून जातात. या दोन मित्रांमधील संघर्ष आणि प्रेम यांच्या कलात्मक गुंफणीतून नाटकाला एक सुंदर आकार आणि घाट प्राप्त झाला आहे. मुळात या प्रत्येक महापुरुषाचे आयुष्य रम्यभीषण नाट्यात्मकतेने भारले आहे. त्यात दोन्ही महापुरुषांच्या आपसातील संवादी आणि विरोधी संबंधातून ज्या वेळेस हे नाट्यरूप आविष्कृत होते, तेव्हा बेडेकरांची प्रतिभा कसोटीला लागते. पण हे दुहेरी आव्हान या नाटकात बेडेकरांनी सहजपणे पेललेले दिसते.

या नाटकातील सत्यभामा, यशोदा आणि काकू या व्यक्तिरेखा हाडामांसाच्या स्त्रीत्वाचा प्रत्यय देतात. यशोदा आणि सत्यभामा यांच्यामधील जिव्हाळ्याचे नाते, पतीच्या संघर्षातही कायम राहिलेले दिसते. टिळकांच्या घरात आगरकरांचे नाव घेण्याची बंदी असतानासुद्धा त्यांची पत्नी सत्यभामा, आगरकर व यशोदा यांची आत्मीयतेने विचारपूस करतेच, त्याचप्रमाणे यशोदेच्या मनातही सत्यभामा व टिळक

यांच्याविषयी आदराची भावना आहेच. 'केसरी'तून टिळकांनी आगरकरांवर शाब्दिक हल्ला केला हे वाचून यशोदेमधील 'पत्नी' क्षणभर जागी होते. परंतु पहिल्या दिवशी आगरकरांनी टिळकांवर 'सुधारका'त शिव्या दिल्याचे ऐकून ती निमूट राहते. इथे स्वाभाविकता आहे. ग्रामण्याच्या प्रकरणामध्ये टिळक गुंतले असता, कृष्णीचे लग्न मोडू नये यास्तव सद्‌भावना व्यक्त करणारी यशोदा हळवी आहे. ती पतिनिष्ठ आणि समंजसही आहे. कृष्णीच्या लग्नाचे निमंत्रण आगरकरांना देण्यासाठी टिळकांचा करारीपणा बाजूला ठेऊनही सत्यभामा वाट काढते. आणि दोन्ही महापुरुषांच्या प्रेमसंवादाच्या वेळी या दोघी आनंदाश्रू ढाळतात. पण त्या दोघांचे मतभेद वाढले की पुन्हा या दोघींचा नाईलाज होतो. अशा हेलकाव्यांनी या दोन्ही स्त्री व्यक्तिरेखा अर्थपूर्ण ठरतात. त्यांच्या मनातील हळुवार स्पंदने नाटककाराने त्यांच्या उद्‌गारातून व संवादातून समर्थपणे चित्रित केली आहेत. दोघींचेही पती महापुरुष आहेत आणि सामान्य माणूस आहेत. आणि या प्रत्येक महापुरुषाचा ध्येयवाद समजून घेऊन त्याचे बरे-वाईट परिणाम दोघींनाही आयुष्यभर भोगावे लागले आहेत.

नाटककाराची खुबी ही आहे की, टिळक आणि आगरकरांमधील संघर्ष नाट्यरूपात मांडताना, सत्यभामा आणि यशोदा यांच्या संबंधातील जिव्हाळा मात्र उत्कटतेने, विरोधी लयीने प्रदर्शित केला आहे. नवऱ्यांच्या संघर्षाची किनार म्हणून या दोघींचा जिव्हाळा कलात्मक आणि नाट्यपूर्ण उतरला आहे. वास्तविक दोन्ही महापुरुषांच्या सावलीत, त्यांच्या बायकांचे व्यक्तिमत्त्व पूर्णपणे झाकोळण्याची शक्यता जास्त होती. पण नायकांच्या व्यक्तिरेखांनी त्यांच्या बायकांच्या व्यक्तिरेखा गिळंकृत केल्याचे इथे दिसत नाही, यात नाटककाराचे खरे सामर्थ्य आहे. टिळक-आगरकर यांच्यातील संघर्ष हाच या नाटकाचा गाभा होय. तरीही या दोन्ही बायकांच्या व्यक्तिरेखा ठसठशीत आणि घरगुती वातावरणाच्या पार्श्वभूमीवर लहान-सहान भावकल्लोळात साकार केल्यामुळे, नाटकाची कलात्मकता वाढली आहे. महापुरुषांचे महानपण आणि सामान्यपण, तसेच त्यांच्यातील सामान्य-असामान्य संघर्ष, यासोबतच त्यांची जीवनसाथ करणाऱ्या बायकांच्या भावनांचा आलेखही स्वतंत्रपणे, सलगपणे नाटककाराने जिवंत केला आहे.

या नाटकातील काकू, ही नाट्यवस्तूच्या संदर्भात अत्यंत महत्त्वपूर्ण असलेली व्यक्तिरेखा आहे. ही व्यक्तिरेखा वजा करून नाटक उभे राहूच शकत नाही. इंग्रजी शब्द बोलण्याची हौस असणारी ही मिश्कील काकू, मार्मिकपणे बोलते. टिळक-आगरकरांच्या संबंधावर, त्यांच्या बालपणावर व मोठेपणावर वेगवेगळ्या प्रसंगी प्रकाश टाकते. यशोदा व सत्यभामा यांच्याशी सलगी करते. मुख्य म्हणजे आगरकरांच्या

सामाजिक सुधारणावादी प्रवाहातील स्त्रियांच्या सर्व प्रश्नांचे मोठे प्रश्नचिन्ह म्हणजेच ही काकू होय. वरवर मिश्कील भासणाऱ्या काकूंच्या आयुष्याचा तळ भीषणतेने आणि भयाणतेने व्यापलेला आहे. स्त्रीच्या वेदनेचे दु:ख तिच्या भूतकाळात साठवलेले आहे. तिचे वैधव्य, यमूवरील तिच्या नवऱ्याचा बलात्कार, त्या संबंधाने संमती वयाच्या कायद्याचा उठलेला गदारोळ, न्हाणावलीची मिरवणूक, या सर्व सामाजिक प्रश्नांच्या संदर्भात, 'काकू' ही व्यक्तिरेखा अत्यंत मोलाची कामगिरी करते. कथानकाचा एक अविभाज्य भाग, काकूने व्यापलेला आहे. ''टिळकांचे ऐकले की टिळकांचे पटते, आणि आगरकरांचे ऐकले की आगरकरांचे पटते,'' अशी कबुली देऊन काकूने आपले 'सामान्यपण' स्पष्ट केले आहे आणि या दोन महापुरुषांच्या महानतेलाही अर्थ मिळवून दिला आहे. स्त्री-प्रश्नांच्या संदर्भातील भीषणता आणि भयानकतेसह, आगरकरी विचारांचे मूल्य सांगणारा पुरावा सादर करण्यासाठी, अनेक प्रसंगात 'काकू' ही व्यक्तिरेखा उभी राहते. ही भीषणता प्रसंगी अश्लीलता म्हणून संबोधली गेली असती. पण काकूने तेच भोगले, पाहिले असल्यामुळे तिच्या अनुभव- कथनाला, मतप्रदर्शनाला, अभिप्रायाला गहन अर्थ प्राप्त झालेला आहे. त्याचबरोबर प्रौढत्व आणि गांभीर्य त्यात सहजपणे आलेले आहे. तत्कालीन समाजातील स्त्री- पुरुषासंबंधातील संभोगाची पडद्याआडची वास्तवता, काकूंच्या निमित्तानेच या नाटकात कलात्मक पातळीवर प्रगट होते. अशा रीतीने 'काकू' ही व्यक्तिरेखा सोशिक, खूप भोगलेली, मिश्कील, फटकळ अशा रंगांनी इथे साकार होते.

गोपाळराव जोशींसारखी व्यक्तिरेखा या नाट्यवस्तूला कलात्मक आकार देण्यामध्ये अपरिहार्यच ठरली आहे. ध्येयवादी आगरकरांची शोकांतिका अधिक गडद आहे. त्यांना शारीरिक रोग (दमा) तर होताच, परंतु दम्यातून येणाऱ्या खोकल्याचे निमित्त करून, गोपाळराव जोशींनी एका बाईला आगरकरांच्या विरोधी विकृत चिथावणी दिली. त्यातून आगरकरांना 'मरण बरे वाटावे' इतका वैताग आला. तसेच सुधारकांची प्रेतयात्रा काढण्यामध्ये आणि आगरकरांच्या घरासमोर ती थांबवून त्यांच्याबद्दल शिवीगाळ करण्यामध्ये गोपाळराव जोशांचा वाटा मोठा होता. हेच जोशी टिळकांनी मेसमनच्या हातचा भात खाल्ला म्हणून आगरकरांना सांगतात आणि आगरकरांनी ते छापल्यावर व वाद वाढल्यावर तेच जोशी पुन्हा पलटी खातात. ही अशी चंचल वृत्तीची व्यक्तिरेखा, या नाटकात महत्त्वपूर्ण ठरली तरी, या व्यक्तिरेखेतील गुणधर्म स्वाभाविकपणे लेखकाला साकार करता आले नाहीत. बाईचे प्रकरण आगरकरांवर घालणारे जोशी, कुठलेही सबळ कारण नसताना पाच-सात मिनिटांच्या अवधीत, पश्चात्तापाने पोळून आगरकरांचे पाय धरतात. यात नाट्यपूर्णता असली तरी

स्वाभाविकता मुळीच नाही. ही व्यक्तिरेखा ऐतिहासिक वास्तवातून घेतली आहे. पण कलात्मकतेच्या दृष्टीने ही व्यक्तिरेखा उणी पडते. नाटककाराची ही मर्यादा म्हटली पाहिजे.

कोल्हापूरचे महाराज, लक्ष्मण, राधाबाई, गाडीवान इ. लहान-सहान व्यक्तिरेखा आपला जिवंत ठसा उमटवून जातात. नाटकातील प्रमुख व्यक्तिरेखा टिळक आणि आगरकर याच आहेत. या अर्थाने शीर्षक यथार्थ आहे. टिळकांचा मोठेपणा आणि आगरकरांचाही मोठेपणा, या दोन महानतेमधील संघर्ष अत्यंत नाट्यात्मक पद्धतीने फुलविला आहे. त्याचबरोबर या दोघांच्यामधील मैत्रीची आंतरिक ओढ आणि उत्कटता यांचाही परिपोष केला आहे. कोल्हापूरचे महाराज वेडे ठरवून त्यांना चाबकाने फोडण्याचा प्रसंग, आगरकरांच्या घरासमोर प्रेतयात्रा काढून शिमगा करण्याचा प्रसंग, संमती वयाची सभा उधळून दगड-विटा मारण्याचा प्रसंग, आगरकरांनी हिंदू धर्माची विटंबना केली म्हणून एका सनातनी ब्राह्मणाने गुंडाला आणून आगरकरांना मारण्याचा प्रसंग, हे सर्वच प्रसंग स्वाभाविकतेमुळे नाटकाची उंची वाढवितात आणि उत्कटतेचे सूत्रही कायम ठेवतात. या सर्वच प्रसंगांना ऐतिहासिक आधार कमी-जास्त प्रमाणात असून त्यांची मांडणी नाट्यपूर्ण झाली आहे.

कलात्मकता आणि नाट्यात्मकता या दृष्टीने कृष्णीच्या लग्नाचे निमंत्रण देण्यासाठी टिळक आणि सत्यभामा आगरकरांकडे येतात, त्या वेळचा प्रसंग महत्त्वपूर्ण आहे. परस्परांशी झगडणारे मूळचे मित्र जेव्हा एकत्र येतात तेव्हा प्रारंभीचा ताण कमी होतो, आणि लग्नाचे निमंत्रण आगरकर स्वीकारतात तेव्हा टिळकही समाधान पावतात. 'परान्न घेणार नाही' या आगरकरांच्या अटीसाठी त्याच घरचे तांदूळ घेण्यासाठी टिळक आगरकरांच्या पत्नीसमोर पदर पसरतात आणि असे होता होता दोघांच्याही बायका आनंदाचा-समाधानाचा सुस्कारा सोडतात न सोडतात, तोच चर्चेत पुन्हा दोघांचे वैचारिक मतभेद टोकाला जातात. शांत झालेला वणवा पुन्हा पेटतो. ही संघर्षाची उतरती आणि चढती कमान, काव्यात्मकता आणि संघर्षशीलता यांच्यातील नाट्य प्रदर्शित करते.

नाटकाच्या शेवटी आगरकरांच्या मृत्यूची चाहूल सूचित होते. ह्यात सामाजिक सुधारणांसाठी मित्रांसह सर्व स्वकीयांशी झगडणारे आगरकर, आपल्या प्रेतदहनासाठी म्युन्सिपालटीचे उपकार नको म्हणून ३८ रु. ठेवल्याचे सांगतात, तेव्हा काळजाला चटका बसतो. चार खांदे तरी तिरडीला मिळतील की नाही याची शंका त्या महान मानवाची खरी कमाई आहे. या प्रसंगातील यशोदेची करूणरम्य मूर्ती लक्ष वेधून घेते. मृत्यूपूर्वी असलेले वितुष्ट संपले पाहिजे, त्याशिवाय मनाला शांतता लाभणार नाही,

ही आगरकरांची इच्छा अपूर्णच राहते आणि त्यांच्या मृत्यूनंतर टिळकांचे आगमन होते. या दोन महापुरुषांची शेवटी भेट चुकली, या वास्तवाने रसिकांच्या मनातही काहीतरी फार मोठे हरविल्याची जाणीव होते. माळ्याच्या घरी नेमकी त्याच वेळी एक मुलगी जन्माला येते. तेव्हा तिच्या रडण्याकडे लक्ष जाऊन टिळक म्हणतात, "महाराष्ट्रात जन्माला येणाऱ्या मुलीला इतकं रडण्याचं कारण नाही. इथे गोपाळराव आगरकर होऊन गेले आहेत!" टिळकांचा हा बोलका अभिप्राय, आगरकरांच्या ध्येयवादाची अर्थपूर्ण पावती आहे. इथे बेडेकरांनी त्या माळ्याच्या मुलीला जन्माला घातले आहे, असा भास होत नाही हे विशेष! हा प्रसंगही कलात्मक आणि नाट्यात्मक आहे.

नाट्यमूल्याच्या संदर्भामध्ये कलात्मक अपेक्षांची पूर्तता हे नाटक करून जाते, त्यामुळे त्याला वाङ्मयीन श्रेष्ठत्व लाभले आहे. या नाटकाचा गाभा तसे पाहता वैचारिक स्वरूपाचा आहे. पण तरीही भावनांचे उद्रेक कलात्मक संयमाने हाताळून, टिळक-आगरकरांमधील वैचारिक-भावनात्मक संघर्ष बेडेकरांनी कुशलतेने आविष्कृत केला आहे. छोट्या-मोठ्या प्रसंगातून हे नाटक आकार घेते. ध्येयवादाने प्रभावित झालेले तरुण आयुष्याच्या वाटचालीत, परस्परांपासून वेगळे होतात. त्यांची मैत्री रम्य, अद्‌भुत आहे, आणि त्यांच्यातील मतभेद म्हणजे 'तारकांचे युद्धच!' या संदर्भातील नेमके नाट्य नाटककारांनी बरोबर हेरले आहे. इतिहासात घडलेल्या क्रमानुसार या नाटकात घटना घडत नाहीत हे खरे. पण घटनांचा क्रम चुकवून नाट्यतंत्रांच्या अनुषंगाने आवश्यक असलेली चढती कमान मात्र या नाट्यप्रसंगाच्या गुंफणीत दिसते. नाट्यप्रसंगाची रचना करताना बेडेकरांनी व्यक्तिरेखा आणि नाट्यवस्तूतील आशय यांना न्याय दिला आहे. म्हणूनच कलामूल्यांबरोबरच प्रयोगमूल्यांच्या संदर्भातही हे नाटक यशस्वी झालेले दिसते. कोल्हापूरच्या महाराज प्रकरणी लेखन केल्याबद्दल, टिळक-आगरकरांना तुरुंगाची शिक्षा होते. हा प्रसंग अगदी एका लहानशा दृश्य प्रसंगात, कोर्टाचे काही संदर्भ घेऊन जिवंत उभा होतो. आणि लगेच डोंगरीच्या तुरुंगातील टिळक-आगरकरांचा संवाद चालताना आपल्याला दिसतो. टिळक आणि आगरकर यांच्या संघर्षाच्या इतिहासाला नाट्यरूप देताना निवडलेली स्थळ-रचना, हीसुद्धा वैशिष्ट्यपूर्ण आहे. त्यातून ऐतिहासिक वास्तवतेचा भास कलेच्या पातळीवर नेता आलेला आहे. टिळक-आगरकरांची बिऱ्हाडं, बंगल्याचा दिवाणखाना, केळकर मास्तरांचे घर, टिळकांचे नवे बिऱ्हाड, टिळकांचे माजघर, आगरकरांची ओसरी, ही सर्व स्थलरचना नाट्यवस्तूला जिवंतपणा आणि कलात्मकतेचा स्पर्श करते. बेडेकरांनी या नाटकात वेशभूषा, रंगभूषा, नेपथ्य, प्रकाशयोजना या सर्व प्रयोगिक अंगांना

उपयोगी पडतील, अशा आवश्यक त्या अर्थपूर्ण सूचना, सर्व प्रवेशात दिलेल्या आहेत. त्यामुळे ऐतिहासिक वास्तव रसिकांपर्यंत पोहोचविण्यास मदत झाली आहे. नाट्यवस्तूचा लहान-सहान तपशील व नाटकाच्या व्यक्तिरेखेतील मानसिक सूक्ष्म तपशील, या दोन्हींमुळे नाट्यात्मकतेचा एकात्म परिणाम साधला जातो.

या नाटकाची रचना तीन अंकात केलेली असून प्रत्येक अंकामध्ये वेगवेगळे प्रवेश आहेत. पण असे असले तरी नाट्यानुभवाचा आस्वाद घेताना खंड पडत नाही. नाटकाचा आनंद घेताना प्रत्येक दृश्यामध्ये वाचक खिळून राहतो. नाट्यवस्तूचा वैचारिक आणि भावनिक अशा दोन्ही अंगांनी एकात्मिक परिणाम वाचकांवर होतो. त्यामुळे नाटक जसे वाङ्मयीन पातळीवर कलात्मकदृष्ट्या यशस्वी झालेले आहे, तसेच ते रंगभूमीवरसुद्धा प्रयोग मूल्यतंत्राच्या दृष्टीने यशस्वी झाले आहे. ऐतिहासिक नाट्यवस्तू नव्या तंत्राच्या आधारे उभी करून बेडेकरांनी एक सर्वांगसुंदर भव्य आणि दिव्य नाटक मराठी रसिकांना दिले, याबद्दल मराठी मन या लेखकाचे ऋणच व्यक्त करील. या नाटकातील संवाद अत्यंत अर्थपूर्ण आणि गंभीर असून बोलणाऱ्या व्यक्तीच्या स्वभावावर आणि एकूणच व्यक्तिमत्त्वावर प्रकाश टाकतात. या नाटकाच्या यशामध्ये संवादांचे सामर्थ्य निर्णायक महत्त्वाचे ठरले आहे. मराठी ऐतिहासिक नाटकांच्या परंपरेत विशेष मोलाचे स्थान मिळेल अशी गुणवत्ता 'टिळक आणि आगरकर' या नाट्यसंहितेने सिद्ध केली आहे. नाटककार म्हणून विश्राम बेडेकरांचे एवढेच विधायक योगदान महत्त्वाचे आहे. कादंबरी विश्वातील त्यांचे यश नाटकापेक्षा अधिक सरस आहे, या सत्याचीही नोंद आवश्यक ठरावी!

-*-*-*-

.१३.

नाटककार पेंडसे : सामर्थ्य आणि मर्यादा

कादंबरी आणि नाटक या दोन्ही वाङ्मयप्रकारांच्या लेखनात यश मिळविणारे लेखक निदान मराठीत तरी अगदीच कमी आहेत. कादंबरीकार हा नाटककार बनताना, त्यांच्या कादंबरी फॉर्मच्या लेखन संस्कारांची अडचण, नाटक लिहिताना होत असावी. कारण नाटकाचा 'फॉर्म' हा मूलत:च कादंबरीपेक्षा भिन्न असतो. कादंबरीतील ऐसपैस निवेदन, बारीक-सारीक तपशील देऊन प्रसंग वा व्यक्तिचित्रण रंगवणारी शैली, नाटकाच्या लेखनात उपयुक्त न ठरता, ती अडथळा म्हणूनच उभी राहते. म्हणूनच यशस्वी कादंबरीकारसुद्धा नाटक लिहिताना अयशस्वी होत असावा.

श्री. ना. पेंडसे हे मराठीतील श्रेष्ठ कादंबरीकार असले तरी नाटककार म्हणून त्यांची योग्यता बेताचीच आहे. 'राजे मास्तर', 'यशोदा', 'गारंबीचा बापू', 'असं झालं आणि उजाडलं', 'ही नाटके अनुक्रमे हद्दपार', 'यशोदा', 'गारंबीचा बापू' आणि 'लव्हाळी' या त्यांच्याच कादंबऱ्यांची नाट्यरूपे आहेत. त्याशिवाय 'महापूर', 'संभूसांच्या चाळीत', 'चक्रव्यूह', 'पंडित आता तरी शहाणे व्हा', 'सोनार बंगला' इ. स्वतंत्र नाटकेही त्यांनी लिहिली आहेत. परंतु सुमारे नऊ नाटकांचा संसार मांडूनही श्री. ना. पेंडसे यांना कादंबरीत जे यश मिळाले ते नाट्यक्षेत्रात मिळू शकले नाही.

नव्या शैलीचे नाटककार विजय तेंडुलकर, सतीश आळेकर, खानोलकर, जयवंत दळवी इ. नी नाट्यसंहितेचा बंदिस्तपणा झुगारला. स. शि. भावे म्हणतात, त्याप्रमाणे 'नव्या संहितांनी बांधेसूद कथानक बादच केले.' (रंगयात्रा, पृ. ३६) परंतु श्री. ना. पेंडसे यांनी मात्र नाट्य संहितेचा बांधीव घाट, अर्थात कथानकाची बंदिस्त चौकट कायम ठेवूनच, त्यात व्यक्तिरेखा ठरवल्याप्रमाणे बसविल्या.

'गारंबीचा बापू' या कादंबरीचे मूल्यमापन करताना नरहर कुरुंदकरांनी ''कथानकाच्या चौकटीतून मोकळी झालेली पहिलीच कादंबरी'' म्हणून श्री. ना. पेंडसे यांच्या या कादंबरीचा गौरव केला, (धार आणि काठ / पृ. २११) मराठी कादंबरी

वाङ्मयाची कोंडी फोडण्यात 'गारंबीचा बापू'ला यश मिळाल्याचे निर्णायक मत त्यांनी नोंदविले. परंतु त्याच श्री. ना. पेंडसे यांच्या नाटकातील कथानकांच्या बंदिस्तपणात व्यक्तिरेखांचा जिवंतपणा ठार मारल्याचा प्रत्यय बहुतांशी येतो.

'महापूर' या नाटकात किसन आणि शालन यांची प्रेमकथा नाट्यात्मकतेचा अनुभव देण्यास असमर्थ ठरली. कारण या नाटकाच्या संविधानक रचनेची सोय सांभाळताना कोंड्या, रावजीसारखी अनावश्यक पात्रे या कथानकात घुसविली गेली आहेत. नाही म्हणायला नाटकाचा नायक किसनवर चोरीचा आळ घालण्याच्या कामी, नाटककाराने रावजी-कोंड्यांना निमित्त म्हणून राबवले आहे. गरज नसताना ४ अंक या नाट्यसंहितेत बांधलेले आहेत. पहिले दोन अंक कथानकाच्या दृष्टीने उपयुक्त नाट्य निर्माण करू शकत नाहीत. तिसरा अंक परिणामदृष्ट्या बरा आहे. पण चार अंकाची या नाट्यकथेची नसलेली मागणी, या लेखकाने पुरविली. शालन आणि किसन यांच्या प्रेमाला बापूंचा कट्टर विरोध चार अंकभर चालूच होता, पण कुठलेही समर्पक कारण नसताना बापूचे मनपरिवर्तन शेवटी पेंडश्यांनी घडवून आणले. बापूंची स्वत:ची या परिवर्तनाला सुसंगत मनोवृत्ती मुळीच नव्हती. पण लेखकाने कथेच्या सोयीसाठी बापूंना बदलण्यास भाग पाडले. त्यामुळे किसन आणि बापू या दोघांतील संघर्ष फसवा ठरतो. बापू, वहिनी, किसन आणि शालन यांना पेंडसे यांनी प्रदान केलेले व्यक्तिमत्त्व हाडामासाचे राहिलेच नाही. कथानकाच्या प्रवाहानुसार ठराविक साचात ही पात्रे बोलतात-वागतात. वास्तविक 'महापूर' ची कथा ही एका एकांकिकेत मावणारी आहे. पण त्याचे पेंडसेंनी नाटक केले. तेही ४ अंकी! 'महापूर' सारखे सामान्य दर्जाचे नाटक, नाट्यमूल्यांना आणि प्रयोगमूल्यांना हरवून बसल्यामुळे ते रंगभूमीवर तग धरणे शक्य नव्हते!

'लव्हाळी' या कादंबरीचे 'असं झालं आणि उजाडलं' हे पेंडसे यांनी केलेले नाट्यरूपांतर, कलात्मक दृष्टीने पाहता, अगदीच सामान्य उतरले आहे. या नाटकाच्या कथानकात अनेक गोष्टींची अक्षरश: खिचडी झालीय. प्रेम, गांधीवाद, क्रेडीट सोसायटी, जागा, पागडी, कर्ण, सावरकर, ट्रक ड्रायव्हर, हिंदू महासभा, रेशनिंग, हिटलर, हिंदसेना, बाळंतपण, प्रेमपत्र, र. धों. कर्वे, कुटुंब नियोजन इ. विविध संदर्भांची पोतडीच या नाटकात लेखकाने उपडी केलीय.

कादंबरी लेखनात तडजोडी न करता निखळ, जीवनानुभव प्रांजल भूमिकेतून शब्दबद्ध करणारे पेंडसे, नाट्यलेखनात मात्र प्रेक्षकांच्या आवडीनुसार नाट्यसंहितेची रचना करताना दिसतात.

'राजे मास्तर' नाटकातील पहिल्या अंकाच्या शेवटी मास्तरांचा बाळ आजारी

आहे. दुसऱ्या अंकाच्या शेवटी कष्टकऱ्यांचा कैवार घेणारा निर्मल बेशुद्ध पडतो. तिसऱ्या अंकात नन्नूचा मृत्यू आहे. हे प्रसंग नाट्यात्मक जरूर आहेत. परंतु राजे मास्तरांनी नोकरी सोडण्यात कोणता बाणेदारपणा आहे? मास्तरांची बदली करणारी प्रवृत्ती अन्यायी असली तरी बदलीच्या शाळेतही पूर्वीप्रमाणेच विद्यार्थ्यांशी एकरूप होणारे मूल्यात्मक जीवन मास्तरांना जगणे अशक्य नव्हते. कबूल आहे की मास्तरांनी या शाळेच्या विद्यार्थ्यांवर अलोट प्रेम केले. या शाळेशी त्यांचे भावबंध जुळलेले होते. परंतु पूजेचा मान म्हांबरीचा असून तो सोन्याबापूचा नसल्याची साक्ष मास्तरांनी दिली. त्यामुळे त्यांची बदली करण्याचा डाव खलप्रवृत्तीच्या व्यक्तींनी यशस्वी केला. राजेमास्तर स्वाभिमानी आणि जिद्दी आहेत. पण खरी साक्ष दिली म्हणून बदली झाली तर पूर्वीचा ध्येयवाद नव्या शाळेशी जुळवून जगण्यात स्वाभिमान गमावण्याचा प्रश्न असल्याचे कारण नव्हते. पण पेंडसे यांनी या संदर्भात मास्तरांच्या तोंडी एक वाक्य टाकलेय.

मास्तर म्हणतात, ''ऐन जवानीत म्हांबरीचा नवरा मेला; तिनं म्होतुर का लावला नाही? ह्याला उत्तर ती एकदाच प्रेम करू शकली.''

नंतर मास्तर म्हणतात, ''शाळेच्याबाबतीत मी असाच विधुर झालो आहे.'' वास्तविक म्हांबरीच्या निष्ठा तिच्या पतीशी एकवटल्या आहेत. पतीच्या मृत्यूनंतर दुसऱ्या माणसाशी विवाह करणे तिच्या दृष्टीने व्यभिचार ठरू शकतो. तिचे व्रतस्थ राहण्याचे स्वातंत्र्य मान्यच केले पाहिजे. एका मर्यादेमध्ये तिच्या पतिनिष्ठेचे मूल्यही आपण समजून घेऊ शकू. परंतु राजे मास्तरांचे, शाळेच्या संदर्भातील 'विधुरपण' तद्दन फसवे आहे. कारण शाळा म्हणजे चार भिंती आणि छत नसून शिकणारी गोजिरवाणी मुले! मास्तरांची बांधिलकी निर्जीव भिंतीशी आहे की जिवंत विद्यार्थ्यांशी? मुलांच्या भवितव्याविषयी मास्तरांचे जुळलेले जीवन-संगीत एकाच गावच्या शाळेपुरते मर्यादित कसे व्हावे? म्हांबरीची व्रतस्थता उदात्त त्यागाचे मूल्यभान देऊन जाते. मास्तरांची व्रतस्थता मात्र बेगडी, तर्क-विसंगत वाटते.

'राजे मास्तर' या नाटकाचा परिणाम म्हणूनच शबलीत झालाय. शिवाय हे नाटक चार अंकात अकारण लांबल्याचे जाणवते. नाटकाचा शेवटही परिणामदृष्ट्या उणावला आहे. या नाटकाला प्रेक्षकांनी दाद दिली असली तरी मूळ 'हद्दपार' कादंबरीचे कलात्मक यश या नाटकाला मिळालेले नाही.

श्री. ना. पेंडसे यांच्या नाट्यसृष्टीचे अवलोकन करताना परंपरेचा भला मोठा पसारा या लेखकाने उभारल्याचे दिसते. त्यातील श्रद्धांची गुंतागुंत महत्त्वाची आहे. श्रमिकांच्या न्याय्य लढ्याचे नेतृत्व करणारा निर्मल आणि खलनायकी वृत्तीचा सोन्याबापू यांच्यामधील संघर्षाचा मुख्य मुद्दा 'पालखीचा' आहे. १९१७ च्या रशियन

कामगार क्रांतीने विश्वव्यापी वादळ उठवले तरी पेंडश्यांचा निर्मल, या वादळापासून लाखो मैल दूरच राहिला. मार्क्सपूर्वीही अन्यायाविरुद्ध संघर्ष करणारे तत्त्वज्ञान आणि परंपरा होती, एवढाच त्याचा अर्थ घेता येईल. पण कष्टकऱ्यांच्या प्रश्नांची पेंडसे फक्त नोंदच करतात, त्यावर भर देऊन नाट्य उभे करीत नाहीत. त्यापेक्षा त्यांना पारंपरिक श्रद्धा वाहिलेली 'कोयती' महत्त्वाची वाटली. राजवाड्यावर कुणब्याच्या पोरांना जमा करण्याच्या आरोपाविरुद्ध मास्तर नव्या समतावादी जाणिवेतून बोलू शकले नाहीत. त्यांची बंडखोरी बदली केली म्हणून राजीनामा देण्यात आल्याचे लेखक दाखवतो, पण समतेच्या मूल्यासाठी हे बंड उभे राहत नाही.

भारतीय स्वातंत्र्यानंतर अस्पृश्यांचे प्रश्न म्हणून राजकारणात व समाजकारणात पूर्वीपेक्षा अधिक गुंतागुंतीसह उभे राहिले. या प्रश्नांची केवळ वरवरची नोंद घेण्याइतपतच पेंडसे प्रभावित झालेले दिसतात. 'संभूसांच्या चाळी'तील पमा-पद्माकर यांच्यात भांडण झाले ही वास्तवता, चाळीनं घटस्फोटापर्यंत कल्पकतेतून ताणून नेली. मानवी स्वभावातील खलत्वाला जवळ जाणारी वैशिष्ट्ये माणसाच्या प्रकृतीचा अंगभूत भाग असतील तर दोष निसर्गाचा ठरावा ना? मग माणसाच्या आयुष्याची शोकांतिका अटळच ठरावी. डिग्रसकर हा कुरूप निसर्गाचा मानवी नमुना आहे. पण एवढेच वास्तव नाही. पमा आणि पद्माकर यांच्या प्रेमाच्या संवादी वास्तवतेशेजारीच विसंवादी रंग ठाम मांडलेले आहेत. पमा म्हणते, "लग्न झाले म्हणून माझे मित्र वाऱ्यावर सोडू की काय? आम्ही नाही कुठं नवऱ्याच्या मैत्रिणीच्या उचापती करीत." पमाच्या या उद्‌गारातून अनेक समस्या उभ्या राहतात. भारतीय सामाजिक सांस्कृतिक संस्काराने संस्कारित झालेल्या पुरुषप्रधान वातावरणातील विवाहित स्त्रीला 'मित्र' राहू शकतात काय? तसे शक्य झाले तर त्या विवाहितेलाही परपुरुषांची मैत्री, तिचे माहेर-सासर व एकूणच समाज, सुख-समाधान देण्याइतपत पचनी पडू देईल का? की या मैत्रीमुळे अकारण त्या विवाहितेला मनस्ताप होऊन दु:खच होईल?

पाश्चात्त्य समाजात हे प्रश्न गंभीर नाहीत. पण भारतीय संदर्भात या प्रश्नाचे गांभीर्य, स्त्रीला उद्ध्वस्त करण्याइतपत बलशाली आहे. संपूर्ण भारतीय समाजच स्त्री-पुरुष समतेच्या तत्त्वाचा अंगीकार करून प्रगत झाला तर, प्रश्न कदाचित या अंगाने उरणार नाही. पण अप्रगत समाजातील पुरुषाला, स्वत:च्या पत्नीच्या मित्राची जवळीक पवित्रच वाटावी अशी अपेक्षा करणे चूक आहे. तीच बाब विवाहित पुरुषांच्या मैत्रिणीबाबतही म्हणता येईल. पण पुरुष, 'मैत्रिणी' करतो म्हणून मी 'मित्र' करते ही मानसिकता स्त्री-पुरुष दोघांनाही घातक आहे. पुरुषांच्या 'मैत्रिणी'लाही विरोध आणि स्त्रीच्या 'मित्रा'लाही विरोध असा दुहेरी बाजूंवर विचार करून, समान न्यायातून

नाटककार पेंडसे : सामर्थ्य आणि मर्यादा / १५९

भारतीय संदर्भात पावित्र्याचे अधिष्ठान जपता येईल. पमा म्हणते त्याप्रमाणे भारतीय स्त्री 'पॅरोलवर सुटलेला कैदी' नसावीच! पण शुद्ध मैत्रीच्या वास्तवतेला व्यभिचाराचा संशय घेणारी मानसिकता, भारतीय समाजमनाचा अविभाज्य भाग बनली आहे. पुरुष हौसेने संशय घेत नसतो. पत्नीच्या 'मित्राचे' मित्रत्व, त्याच्या मानसिकतेला पेलवणे शक्यच नसते, कारण समाजाच्या विशिष्ट संस्कारातून त्यांचा पिंड बनलेला असतो. पत्नीवर प्रेमच नसेल तर तो तिच्यावर संशयही घेणार नाही. तिला, एक मित्र असला काय आणि दहा मित्र असले काय? पण संशय घेणाऱ्या भारतीय विवाहित पुरुषांच्या मनात, पत्नीवरील प्रेम आणि वेदना असतातच. त्याचे प्रत्ययकारी दर्शन पेंडश्यांनी पद्माकरमध्ये घडविले आहे. संसार यशस्वी करण्याची गुरुकिल्लीही या नाटकातील संवादात सापडते. मीना म्हणते, "हेतू नसताना माणसांच्या तोंडून अनुचित शब्द निघून जातो. तेवढाच धरून ठेवायचं म्हटलं तर बहुतेक संसार बरखास्त करावे लागतील" हेतूविरुद्ध शब्द जाणे हे निसर्गत:च घडते, ही वास्तवता लक्षणीय आहे.

तेव्हा 'संभूसाच्या चाळीत' नाटकातील हे प्रश्न अस्वस्थ करतात, हे खरेच! चंदू म्हणतो, "तरुण स्त्री आणि पुरुष स्नेहाच्या पातळीवर एकत्र येणं शक्य आहे?"

तारुण्याच्या संदर्भाची वास्तवता, वासनेच्या अपरिहार्यतेने भारलेली असते. स्त्री आणि पुरुष ही नर आणि मादीची रूपे आहेत. प्राण्यांमध्ये संस्कृती नसते. तेथे फक्त प्राकृतिक व्यवहार असतो. हीच प्रकृती तरुण-स्त्री पुरुषाच्या संबंधामध्ये संस्कृतीला झुगारून देऊ शकते. कारण निसर्ग बलशाली असतो. म्हणून संस्कृती प्रत्येक वेळी प्रकृतीवर मात करतेच असा नियम नसतो. बहुतेक वेळा प्रकृतीच संस्कृतीवर मात करताना आढळते. तेव्हा 'तरुण तरुणीचा स्नेह' शुद्ध स्नेहच राहील यावर विश्वास ठेवणे कठीण आहे. पती-पत्नीचे प्रेम, भारतीय समाजमनाने मान्यता देऊन गौरविले. पण विवाहबाह्य प्रेमास या समाजाने मान्यता दिलेली नाही. विवाहबाह्य प्रेम शुद्धच असते का? तसे ते राहू शकते का? प्रेम आणि वासना यांची सांगड अटळ असते का? ही प्रश्नांची मालिका इथे पेंडश्यांच्या नाटकातून वाचकांच्या-प्रेक्षकांच्या मनात उभी राहते. पेंडसे यांचे सामर्थ्य लक्षणीय आहे. या प्रश्नांची उत्तरे, लेखकाने दिलेली नाहीत. विवाहबाह्य प्रेम शुद्ध राहील वा ना राहील. भारतीय विवाहित पुरुषाला व स्त्रीला पतीचे वा पत्नीचे विवाहबाह्य प्रेमसंबंध 'व्यभिचारीच' भासतात, ही वास्तवता आहे. त्यांना तसे वाटते याचे कारण त्यांची मानसिकता त्याच संस्कारातून उदयाला आली आहे.

हे प्रश्न शोकांतिकेला जन्म देणारे असूनही पेंडश्यांनी त्यांची सुखांतिका बनविली. कलात्मक अपरिहार्यतेशी इमान न राखण्याचे कारण कितीही महत्त्वाचे

असले तरी त्याचे समर्थन करता येत नाही.

'चक्रव्यूह' नाटकात अनेक परिहार्य-अपरिहार्य प्रश्नांची घुसळण आहे. 'स्वत: माणूस हेच नव्वद टक्के नाटक असते.' हे विचारसूत्र वाचक प्रेक्षकाला अस्वस्थ करणारे आहे. माणूस खरोखरच ९०% नाटक असतो काय? मग ९० टक्क्यांच्या नाटकी माणसावर उभे केलेले नाटककाराचे नाटक किती टक्के नाटकी असते? सत्य आणि नाटक याचे नाते कोणते? नाटकाची - कल्पिताची - खोट्याची टक्केवारी भरपूर असतानाही माणसाला हे जीवनातले वा रंगभूमीवरचे नाटक एवढे का भावते? पेंडश्यांच्या मनात एवढे प्रश्न असतील किंवा नसतीलही! पण या नाटकाच्या आशयातून या प्रश्नांची निर्मिती शक्य आहे आणि हे यश पेंडश्यांचे आहे!

या नाटकाच्या नायकाला प्रश्न पडतो– ''कृतज्ञतेचे एवढे लाड पुरवून मी काय मिळवलं?'' हा प्रश्न केवळ 'साहेब' पात्रापुरता मर्यादित नाही. म्हणूनच तो अधिक परिणामकारकरीत्या जाणवतो. 'कृतज्ञता' हे मूल्य उपयुक्ततावादाशी बांधील कसे असेल? कृतज्ञता हे कर्तव्य / भावनेचे अपरिहार्य फलित! त्याला स्वार्थाचे संदर्भ नसणारच! पण ज्याला स्वार्थ म्हटले जाते त्याचे अशुद्ध रूप वजा केले तरी आयुष्याच्या सार्थकतेचा प्रश्न पुन्हा स्वार्थाशीच बांधील आहे. हा गुंता संपणारा नाही.

याच नाटकात ''चारित्र्य चिवडीत बसणारा माणूस शेवटी स्वत:मधला माणूस गमावून बसतो.'' असे विचारसूत्र एका पात्राच्या तोंडी लेखकाने घातले आहे. यातही भयानक गुंता आहे. चारित्र्याची संकल्पना संस्कृतीशी संबंधित आहे. ती स्त्री-पुरुष संबंधापुरती मर्यादित केली तरीही तिच्यात बरेच आडवे-उभे ताण आहेत. शिवाय 'चारित्र्य' संकल्पनेचा वारसा समाजाच्या संस्कारातून चालतो म्हणून प्रत्येक व्यक्ती त्या मुशीतूनच जन्म घेते म्हणून 'चारित्र्य' कल्पना ही मध्यवर्ती प्रभावी कल्पना आहे. ती 'चिवडत' बसणे क्लेशकारक असूनही माणूस तो उद्योग अपरिहार्यपणे करत राहतो. या प्रक्रियेत स्वत:मधला माणूस गमावला जाणेही अटळच असावे. या संपूर्ण विवेचनाचा अर्थ असा की माणूस सुखी होणे अशक्य आहे. ही गंभीर वास्तवता 'चक्रव्यूह' मध्ये नाट्यपूर्ण रूप घेत नसली तरी, तिचे सावट मात्र जाणवते. नाटकाची नायिका चंदाचा वियोग 'साहेबां'च्या दृष्टीने शोकात्म असणारच. पण समजा, 'चंदा' ऐवजी 'मुक्ता' संपली असती तर शोकांतिका टळली असती का? या प्रश्नाचे उत्तरही 'नाही' असेच आहे.

चंदा व मुक्ता दोघींपैकी कुणाचाही मृत्यू शोकान्त आहे. पण दोघींचा मृत्यू टळून त्या दोघी जिवंत असत्या तरी त्या दोघीही घडलेल्या अटळ घटनाक्रमानुसार दु:खीच राहिल्या असत्या. त्यामुळे साहेबांचे दु:खही अटळंच होते. या वेदनेचे मूळ

पदर मानवी स्वभावाच्या प्राकृतिक घडणीत आहेत. म्हणून माणसाचे दुःख कधीच संपत नाही! ''असं का झालं? या प्रश्नाला उत्तर नाही'' ही शोकात्म वास्तवता, माणसाच्या सर्वकाळातील सर्व सामर्थ्याच्या कमाईच्या पराभवावर शिक्कामोर्तब करणारी आहे आणि दुसऱ्या बाजूने मानवी जीवनाचे निरर्थकत्वही सांगणारी आहे. कारण माणूस कधीच सुखी होणं शक्य नाही. परंतु हा परिणाम हे नाटक घडवू शकले नाही याची खंत वाटते.

श्री. ना. पेंडसे यांना काही प्रश्नांचे गांभीर्य दिसते हे खरे. पण ते त्याचा जणू धसका घेतात. कारण त्यावर भाष्य करण्याचे, वा तो प्रश्न अधिक सामर्थ्याने मांडण्याचे धाडस पेंडसे दाखवतच नाहीत.

पेंडश्यांचा 'बंडा' झोपडपट्टीच्या भवितव्याशी बांधला गेलाय. 'बिनबापाची अनेक मुलं तिथे आहेत' ही भयानक वास्तवता पेंडसे एखाद्या पात्राच्या तोंडी घालतात. पण त्या वास्तवतेचा परिणाम नाटकातील तडजोडीमुळे शून्य ठरून जातो. 'पंडित' झोपडपट्टीच्या सामाजिक कार्याला मध्यमवर्गीय जाणिवांतून विरोध करतात. ते झोपडपट्टीचा नकाशा फाडून टाकतात. श्रीमंतीचे डोहाळे लागल्याचीच ही खूण आहे. या नाटकातील मालवणकर श्रीमंतीचे समर्थन करताना म्हणतात, ''समाजातून गरिबी समूळ नष्ट झाली पाहिजे; पण श्रीमंतांच्या मुळावर उठून गरिबी नष्ट होणार नाही.'' मालवणकरांचे हे तत्त्वज्ञान समस्त शोषण करून श्रीमंत झालेल्या धनदांडग्याचे आवडते सूत्र आहे, याबद्दल तक्रार नाही. पण 'श्रीमंतांच्या मुळावर' उठल्याशिवाय गरिबी नष्ट होणारच नाही. कारण श्रीमंत-गरीब हे गट वर्गीय संबंधातून उभे असून त्यात शोषक-शोषित संबंध असल्याने संघर्ष अटळ असल्याचे मार्क्सवादी तत्त्वज्ञानाने, शास्त्रीय अन्वेषण पद्धतीने सिद्ध केलेय. तरीही पेंडसे लेखक म्हणून त्याकडे दुर्लक्ष करतात आणि मालवणकरांच्या श्रीमंतीला बंडाकडून धक्का न लागू देता फक्त गरिबांचा कैवारी असलेल्या बंडाशी जीनीचे लग्न लावून मोकळे होतात. शोषक-शोषितांचा संघर्ष हा या नाटकाचा आत्मा बनणे शक्य असताना पेंडश्यांनीच त्याला फाटा देऊन बंडा-जीनीच्या प्रेमप्रकरणासाठी, हे नाटक राबवून घेतले. वास्तवतेपासून दूर पळण्याची प्रवृत्ती, पेंडश्यांच्या अनेक नाटकात दिसून येते. या पलायनवादामुळेच पेंडसे यांच्यातील नाटककारांचे यश मर्यादित झाले आहे.

या सर्व मर्यादा असूनही त्यांच्या नाटकातील सामर्थ्य दुर्लक्षिण्याएवढे किरकोळ नाही. 'गारंबीचा बापू' ही मोठी कादंबरी नाटकाच्या चौकटीत बसवताना नाटककार म्हणून त्यांचे कौशल्य सिद्ध झालेय. नाटकात 'व्याघ्रेश्वर' नसतानाही 'गारंबीचा बापू' नाट्यरसिकांना आवडले. या नाटकाच्या यशामुळेच 'संभूसांच्या

चाळीत' आकाराला आले आणि 'गारंबीचा बापू'मध्ये नसलेली अनेक वैशिष्ट्ये 'चाळीने' सिद्ध केली.

श्री. ना. पेंडसे बरेच मिश्कील असल्याचे असंख्य पुरावे त्यांच्या नाटकात मिळतात. गंभीर आणि कुरूप वास्तवतेचे दर्शन ते स्वत: देऊ शकत नाहीत, म्हणून त्यांच्या नाटकातही ते वाचक प्रेक्षकाला घडवू शकत नाहीत. त्यांची ही मर्यादा असली तरी त्यांची मिश्किली मात्र त्यांचे सामर्थ्य ठरण्याइतपत धमाल उडवणारी आहे.

'संभूसाच्या चाळीतील' काका, विवाहित जोडप्याला प्रेमाचा पुरावा मागतो. ''लग्न होऊन दोन वर्ष झाली, करता काय इतके दिवस?'' असा मार्मिक प्रश्न विचारतो. हा प्रश्न चक्क अश्लील ठरण्याइतका बेरकी आहे. पण तो विवाहित जोडप्यास विचारल्याने श्लील-अश्लीलतेचा प्रश्नच येथे गौण ठरतो.

'चाळी'मध्ये पाण्याचा प्रश्न हा तसा सर्वांच्या जिव्हाळ्याचा. म्हणूनच 'नळ आला' म्हणताच सर्व बिऱ्हाडे पळतात. पेंडश्यांनी इथे अगदी बरोबर 'चाळपण' उभे केलेय. चाळीतला काका म्हणतो, ''मी नळ सोडतोय रे'' या वाक्याचा अर्थ वगनाट्याचा प्रेक्षक अगदी 'वेगळा' घेईल. 'चाळी'च्या प्रेक्षकांनीही तो तसाच घेतला असेलही आणि पेंडशांना ते नको असे नाहीच! कारण तसा अर्थ पेंडश्यांना अभिप्रेत नसेलच असे नाही!

प्रेमाचे आणि स्त्रीच्या शृंगारासक्त मनाचे तत्त्वज्ञान सांगण्यात पेंडश्यांचे 'काका' नावाचे पात्र एक्सपर्ट आहे. चाळीतला काका म्हणतो, ''प्रेमात पोरकट होणाऱ्या नवऱ्याला बायको गुंडाळून ठेवते.'' बायकोच्या अंगावर प्रसंगी हात टाकण्याची हिंमत असणाऱ्या नवऱ्याच्या गळ्यात बायको हात टाकते. हा काकाचा उपदेश मिश्कील असून सुखी संसाराचा कानमंत्रही आहे. स्त्रियांच्या केशभूषेची टवाळी करताना केशरचनेचे, 'घमेले', 'घुमट' हे प्रकार काका सांगतात तेव्हा हसू फुटल्यावाचून राहत नाही.

'असं झालं आणि उजाडलं' या नाटकातील चिंतूच्या बायकोला 'किमान तिळं होईल' हा विश्वास डॉक्टरांनी दिला असताना, 'सर्वोत्तम' समाधान व्यक्त करून चिंतूला म्हणतो, ''चौपाळ झालं असतं तर काय केलं असतंस.'' चिंतूला, 'एका फटक्यात तिळं', 'एकाच कर्माला तिप्पट फळ' प्राप्त होतं किंवा 'सर्वोत्तम'च्या मतानुसार 'ताईची ही आठवी खेप' म्हणून हे 'हिम्मतबाज लोक' असणं, या सर्व प्रकारात खच्चून विनोद भरला आहे. पेंडश्यांचा 'मालवणकर' शोषक असला तरी भलताच विनोदी आहे. त्यांचे 'हवा सोडणे' व त्यावर स्वत:च विनोद करणे धमाल मजा आणते.

पेंडसे मध्यमवर्गीय जाणिवेच्या सहसा बाहेर पडत नाहीत. त्यांची पात्रसृष्टी याच वर्गाचे प्रतिनिधित्व करणारी आहे. 'चक्रव्यूह' मधील चंदा 'स्वेटर विणत' बसते. स्वेटर विणणे हे मध्यमवर्गीयांचे खास वैशिष्ट्य आहे. राजे मास्तर आपल्या पत्नीला म्हणतात, "चांदण्याच्या साक्षीने आयुष्याचा पट आपण आखीत होतो." चांदण्या, नक्षत्र ही मध्यमवर्गीय कवी-लेखकांची खास सामग्री! "चाळीला सनदशीर गोष्टीत गम्य नसतं" चाळीला 'लफडं पाहिजे' हे पेंडसेच म्हणतात आणि मागणीप्रमाणे चाळीला 'लफडे' पुरवतातही!

'चाळी'तली पमा पद्माकरला म्हणते, "ज्या दिवशी तुला शब्द दिला, त्याच दिवशी माझ्या आयुष्यातून 'तो' गेला." एका विवाहितेचे हे पतीजवळ व्यक्त केलेले मनोगत, प्रश्नांचे अनेक संदर्भ घेऊन येते. पमा आपल्या पतीशी त्याला 'शब्द दिल्या'पासून प्रामाणिक आहे. आणि तिने पूर्वायुष्यातील प्रियकाराबद्दल प्रामाणिकपणे कथन केले आहे. स्वत:ची पत्नी लग्नापूर्वी दुसऱ्याची प्रेयसी होती आणि लग्नानंतर तिच्या म्हणण्यानुसार ती प्रामाणिक आहे. पूर्वीचा प्रियकर आता 'प्रियकर' म्हणून गेला असला तरी 'मित्र' म्हणून त्याचे अस्तित्व आहेच. या पार्श्वभूमीवर पतीने संशय घेणे समर्थनीय नसले तरी स्वाभाविक ठरते. पेंडशांनी हा भावनिक व वैचारिक गुंता मूल्यांच्या संघर्षात उभा केलाय.

स्त्रीचे केवळ शरीरच पतीच्या निष्ठेने पवित्र राहिले आणि तिच्या मनात पतीविरहित दुसऱ्या पुरुषाचा स्नेहभाव उपजला तर मनाच्या पातळीवर व्यभिचार होतोच का? शरीर आणि मन यांचे स्वतंत्र अस्तित्व असते का? केवळ शारीरिक पावित्र्य हे पत्नीनिष्ठेसाठी पुरेसे आहे काय? प्रश्नांच्या मालिकेतून माणसाच्या अज्ञात जाणिवांचा वेध घेण्याची अपरिहार्यता इथे वाटू लागते.

श्री. ना. पेंडसे यांचे नाटककार म्हणून सामर्थ्य, त्यांच्या संवाद लेखन-कौशल्यात, संविधानक रचनेत, टाळी घेणाऱ्या वाक्यात, प्रेमप्रसंगाचे नाट्यपूर्ण दर्शन घडविण्यात आहे. परंतु अनेक नाटकात कथेच्या सोयीसाठी पात्रांना आणि प्रसंगाना अस्वाभाविक 'टर्न' दिल्यामुळे कलात्मकता मारली गेली. वास्तवतेच्या भीषणतेचा जबडा उघडून ते पाहण्याचे किंवा दाखवण्याचे सामर्थ्य या लेखकात नाही. मानवी जीवनातील विकृती, दारिद्र्य, विषमता, शोषणातील क्रौर्य, पेंडश्यांना दिसते, पण उलगडत नाही. नियतिप्रधानतेचा पगडा त्यांच्या नाट्यसृष्टीवर पडला आहे. सामाजिक आणि आर्थिक प्रश्नाकडे हा लेखक अगदीच उथळपणे पाहतो. त्यांचा साधन म्हणून वापर करून, चावट प्रेमकथा नाटकातून मांडतो. मध्यमवर्गीय मानसिकतेचा मात्र त्यांनी खोलवर वेध घेतला आहे. मूल्यांची निष्ठा आणि माणसाचा निसर्ग,

तसेच परंपरावादी श्रद्धा आणि स्वार्थावर मात करणारी मानवता, यांचे सुंदर चित्र पेंडसे उभे करतात.

-*—*—*-

.१४.

चिमण्या, टरफले आणि सैगल : व्यामिश्र चिंतनाची नाट्यसंहिता

'चिमण्या, टरफले आणि सैगल' हा श्रीपाद भालचंद्र जोशी यांचा, 'युगवाणी' जुलै-ऑगस्ट-सप्टेंबर ९३च्या अंकात प्रसिद्ध झालेला लेखनप्रकार, आशय आणि शैलीच्या अंगानेही विशेष भावणारा आहे. संवादाचे माध्यम काव्यात्म शैलीने संस्कारित होऊन किती उत्कट नाट्य निर्माण करू शकते, याचे प्रत्यंतर या संहितेत येते. श्रीपाद भालचंद्र जोशी मूलत: कवीप्रकृतीचे असल्याने त्यांच्या या (नाट्य) लेखनात अत्यंत तरल, सूक्ष्म भावनांच्या अभिव्यक्तीसाठी तितकीच भावकोमल भाषा सहजपणे अवतरली आहे. त्यांची हळुवार शैली नाट्याला मारक न ठरता, उलट 'थीम' मधील मूलभूत नाट्यात्मकतेला उठाव आणते. भाषेचा मुद्दा या संहितेच्या सामर्थ्याचा मुद्दा म्हणून अधोरेखित करताना, ही शैली सामान्य वाचकाला फारशी उमजत नाही, या सत्याची नोंदही अपरिहार्यच ठरावी!

'सत्यकथे'चे संपादक श्री. राम पटवर्धन हे तसे 'सामान्य वाचक' नसतानाही त्यांना या नाट्याची 'थीम' उमजू शकली नाही. त्यामुळे त्यांनी ती संहिता 'सत्यकथे'त न छापताच परतवली. तेव्हा 'सत्यकथे'च्या संपादकांस आकळता न येणारी 'थीम' ज्या नाट्यात आहे, ती संहिता सुंदर आणि श्रेष्ठ ठरू शकते काय? प्रश्न बरोबर असला तरीही सत्यकथेचे संपादक म्हणजे काय आभाळातून वगैरे पडत नसतात. शिवाय कुठल्याही एका व्यक्तीच्या प्रमाणपत्रावर, एखाद्या कलाकृतीच्या सामर्थ्याचा किंवा दोषाचा मुद्दा अधोरेखित करणे अयोग्य असते. श्री. राम पटवर्धन यांच्या साहित्यसेवेबद्दल आणि त्यांच्या वाङ्मयीन आकलनाच्या सामर्थ्याबद्दल संपूर्ण आदर नोंदवूनसुद्धा, त्यांनी या लेखनप्रकारावर केलेला अन्याय दुर्लक्षित ठेवता येत नाही.

काही वेळा संहितेचा अर्थ संपादकाऐवजी सुजाण वाचकांनाही कळू शकतो. ही शक्यता सत्यकथेच्या संपादकांनी पडताळून पाहणे गरजेचे होते. या प्रतिपादनाचे कारण असे की, सुमारे पंधरा वर्षे ही कलाकृती वाचकांच्या समाधानापासून दूर

उपेक्षित राहिली.

कलानिर्मितीची प्रक्रिया ही समाधीअवस्था असते. त्यातही कलावंताच्या प्रतिभेत कवित्व आणि नाट्यधर्मासह वैचारिक आशयाची व्यामिश्रता असेल तर विशिष्ट आकृतिबंधात अभिव्यक्त होणारी अनुभूती अधिक गुंतागुंतीची असते. त्यामुळे अशी कलाकृती स्थूल अभिरुचीच्या सामान्य वाचकांच्या आकलनापलीकडेच वावरते हे खरेच! पण असामान्य वाचकालाही ती आकलनाच्या पातळीवर एक आव्हान म्हणूनच उभी असते.

सत्यकथेच्या संपादनात हयात खर्च करणाऱ्या श्री. राम पटवर्धन यांना या संहितेमधील आव्हान पेललेले दिसत नाही. अर्थात राम पटवर्धन यांच्या प्रामाणिकपणाचा गौरव मात्र अटळ आहे. त्यांनी स्वत:ला न कळलेली संहिता संपादन करण्यास नकार दिला. नकाराचे त्यांचे स्वातंत्र्य आणि कारणमीमांसा समर्थनीय मानूनही, त्यांच्या आकलनशक्तीची मर्यादा स्पष्ट करणे आवश्यक ठरावे!

माझ्या कुवतीनुसार मी या लेखनप्रकाराचे आकलन आणि मूल्यमापन करण्याचा प्रयत्न करीत आहे. माझे आकलन या संहितेच्या लेखकास- श्रीपाद भालचंद्र जोशी यांना पूर्णांशाने मान्य असलेच असेही नाही. पण माझ्या आकलनानुसार लावलेला अर्थ माझ्या जाणिवेच्या कक्षेत बरोबर ठरावा!

शिरी आणि शिरीन यांच्या जीवनकथेतील नाट्य, 'तो' आणि 'ती' यांच्या माध्यमातून लेखक श्रीपाद भालचंद्र जोशींनी या संहितेत अभिव्यक्त केले आहे. तेव्हा ही संहिता फॉर्मच्या किंवा आकृतिबंधाच्या दृष्टीने एकांकिका किंवा नाटिकेची रूपसिद्धी करणारी आहे. ही नाटिका आत्यंतिक काव्यात्म आहे, त्यामुळे ती काही ठिकाणी दुर्बोध वाटते. पण वाचकाच्या आकलनशक्तीची ती मर्यादा म्हणता येईल, नाट्यसंहितेची 'थीम' मात्र दुर्बोध नाही.

शिरी-शिरीन यांचे प्रेम होते. पण ते अनेक कारणांनी बिनसले. प्रेमातील सहवास दोघांनीही उपभोगलाय. लग्नाच्या निर्णयाबाबत या दोघात विसंवाद झाला. दोघेही शब्दांचे किमयागार आहेत. दोघांचीही बुद्धिमत्ता अत्यंत प्रखर आहे. बिनसल्यानंतर दोघांच्याही वाटा भिन्न होतात. दोघांनाही सामाजिक जाणिवेचे मूल्यभान आहे. म्हणून या दोघांची एकत्रित आणि सुटी सुटी कहाणी ही समाजजीवनाच्या व्यथांनी परिपूर्ण होऊन उभी राहते.

माणसांच्या कल्याणाची बांधिलकी या दोघांनीही वैयक्तिक आयुष्याचा निर्णायक ध्येयवाद म्हणून कायम जपलीय. त्यामुळे त्यांची वैयक्तिक सुखदु:खे या नाट्यसंहितेत अभिव्यक्त होताना, सामाजिक परिमाणांच्या संस्कारातून सिद्ध होत जातात. दोघांच्या

जीवनवाटा भिन्न झाल्या तरी त्यांच्या मनातील परस्परांची आंतरिक ओढ समूळ संपत नाही. कारण पूर्वार्धातील सहवास आणि प्रेम तकलादू नसते. प्रेम, उत्कटता, श्रद्धा आणि मिलन यांच्या सूचना अनेक ठिकाणी अत्यंत तरल व पारदर्शी शब्दांच्या महिरपीमध्ये व्यक्त झाल्या आहेत.

दोघांच्याही मनात परस्परांच्या संबंधाची चिकित्सा आणि आत्मपरीक्षणाची प्रक्रिया चालू आहे. परस्परांना स्वत:ऐवजी दुसराच दोषी असल्याचा निष्कर्ष पटला आहे. म्हणून तर संबंध बिनसल्यानंतरच्या भेटीत प्रेमसंबंधाची उजळणी करताना एकमेकालाच दोषी ठरविण्यात, त्या दोघांचीही बौद्धिक शक्ती पणाला लागते.

शिरी-शिरीनमध्ये बौद्धिक विसंवाद निर्माण झाल्यानेच त्यांचे भावनिक विश्व ताणले गेले. परिणामत: दोघांच्याही वाट्याला वेदनाच आली. या वेदनेवर मात करून जगण्याची बेशरमी दोघांच्याही व्यक्तिमत्त्वात नाही. कारण दोघांनीही पुन्हा दुसऱ्यांशी प्रेमसंबंध जुळवून किंवा लग्नसंबंध करून नवी वाट शोधल्याचे दिसत नाही. तो नेता-पुढारी वगैरे आणि ती आश्रमशाळेत-आदिवासींच्या उत्थानकार्यात झोकून देऊन आहे. पण या समाजकार्याच्या व्यापातही दोघांची मानसिकता परस्परांच्या तटस्थपूर्ण जिव्हाळ्याने टिकून आहे. म्हणून तर पुन्हा वाटा एकत्र येणार नसल्याचे कळूनही त्यांचा संवाद चालू आहे. आपसातील संबंधाचा पुन:पुन्हा शोध चालू आहे.

'आपलं नेमकं काय बिनसलं होतं?' हा प्रश्न, प्रश्नपर्वातील न आठवणारा प्रश्न असतो. प्रश्नपर्वाची अटळता टाळता येणे, मानवी बुद्धिवादापलीकडचे असते. कारण ज्यांना उत्तरे असतात असे प्रश्नसुद्धा केवळ स्वत:विषयीच्या व इतरांच्याही गैरसमजुतीची उपज असतात. शिरी आणि शिरीन यांनी 'शब्दाचाही अर्थ न कळणाऱ्या काळात, भावनांची देवघेव' केली. पण 'देवघेवीच्या वजाबाकीनंतर' त्यांच्या लक्षात आले की, शब्द आणि ओढ फसवे असतात. शिरीनला फसवणूक हवी होती. शिरीला नको होती. त्यामुळे प्रेमात अंतर वाढून बिनसले.

वास्तविक ती त्याच्या घरी बिनलग्नाची बायको म्हणून राहिलीय. त्याचा द्ररिद्री, बिनलग्नाचा संसार तिने जगाच्या हेटाळणीत सावरलाय. त्याच्यासाठी तिने हाल सोसलेत. शेजाऱ्याकडे 'उसने' मागितले. 'देणेकऱ्यांना' तोंड दिले. पण हा सर्व त्याग त्याच्यासाठी करताना, तिला स्वत:ची जिद्द पूर्ण करण्याचा स्वार्थही सिद्ध करावयाचा होता. 'निखाऱ्याची बाग पायदळी तुडवून आगीची फुले वेचून आणण्याची' धमक तिला सिद्ध करायची होती. या जिद्दीचा दुसरा भाग म्हणून शिरीच्या बिनलग्नाच्या संसाराचा पट मांडला गेला.

'वेदमंत्रांच्या घोषात आपलं लग्न व्हायला हवं.' ही शिरीनची अपेक्षा शिरीने

पूर्ण केली नाही. कारण, शिरीची वैचारिक भूमिका आणि दृष्टिकोन 'लग्न' या बंधनाला प्रतिगामी मानणारी असावी. म्हणून तर त्याने लग्नाशिवाय शिरीनसह सहजीवनाचा आरंभ केला होता. शिरी हा स्त्री-पुरुषांच्या मुक्त सहजीवनाचा पुरस्कर्ता दिसतो.

तो तिला म्हणतो, 'त्यापेक्षा आश्रमशाळेच्या आसपासचा एखादा सोनचाफा आपल्या उघड्या डोळ्यांनी लावून घेतला असतास, तर शिरीन, तुझ्या देहाची ही अशी उजाड बाग...'

शिरीचे काही उद्‌गार मुक्त सेक्सच्या संदर्भातच अर्थपूर्ण ठरून त्याच्या तत्त्वज्ञानात्मक भूमिकेवर आणि विशिष्ट प्रवृत्तीच्या व्यक्तिमत्त्वावरही प्रकाश टाकतात.

'वळचणीला पक्षीही एकमेकांना सहजच भोगून घेतात' हे त्याचे विधान केवळ पक्ष्यांच्या विश्वातील सेक्सचे निरीक्षण नसून, माणसाच्या अदिम अवस्थेतील मुक्त स्त्री-पुरुष संबंधाची आठवण करून देणारी, सत्य सांगणारी नोंद आहे. पक्ष्यांच्या-प्राण्यांच्या जगात सेक्स भोगण्याची क्रिया अगदी सहज व स्वाभाविक आहे. म्हणून त्यांच्या जगात, 'सेक्स'च्या संदर्भातील सर्व दुःख-वेदनाच नामशेष झालीय. माणसाच्या बुद्धिवादी संस्कृतीने 'सेक्स'च्या संबंधाने अनेक नीतीनियमांचे जाळे करून संपूर्ण मानवजातच दुःखी केलीय. त्यामुळे या मानवनिर्मित दुःखांचा नाश करण्यासाठी निसर्गाशी संवादी असणारे स्वाभाविक असे स्त्री-पुरुष संबंध असले पाहिजेत, या मताचा आविष्कार शिरीच्या जीवनव्यवहारातून झालेला आहे. म्हणूनच त्याने वेदमंत्राच्या घोषातील लग्नसोहळा नाकारून बिनलग्नाचा संसार मांडला. शिरीची ही भूमिका या नाट्यसंहितेमधील काही नोंदी पडताळून पाहता, मार्क्सवादी असल्याचे जाणवते.

उत्पादनसाधनांची मालकी, भांडवलदारी प्रभुत्व, शोषणाची मुळं ही मार्क्सवादी सैद्धान्तिकतेची भाषा, शिरीच्या संदर्भात शिरीनने अभिव्यक्त केलीय. 'चिमण्यांची गिधाडे' झाली तर 'लाथा हाणाव्यात', अर्थात गिधाडांना! आणि 'झोपड्यांचे गवत पेटवावे' म्हणजे गरीब अन्यायाच्या विरोधात संघर्षशील बनतील. पक्ष्यांनी हल्लेखोर बनावे, शोषणाचा हिशेब मागावा, ही जीवनधारणा व्यक्त करणारा शिरी मार्क्सवादी ठरतो.

आणि मार्क्सवादी स्त्री-मुक्तीची संकल्पना, समतेचा आशय पचवताना मुक्त स्त्री-पुरुष संबंधाचा पुरस्कार करणारी आहे. लग्न, वेदमंत्र वगैरे सांस्कृतिक गुलामीच्या परंपरा मार्क्सवादी नायक प्रमाण मानू शकत नाही. शिरी या शास्त्रीय मानवतावादी विद्रोही व क्रांतिकारक प्रवाहाचा प्रतिनिधी आहे.

'न बदललेल्या एकाच आभाळाखाली घुसमटत पोरांच्या रांगेमागे स्वत:ला ओढत नेणे' शिरीला अमान्य आहे. पण 'मुलांची रांग' शिरीनच्या आस्थेचा विषय आहे. म्हणून ती म्हणते, 'शिरी, एकट्यानं पीत असलेल्या 'स्कॉच' पेक्षा ती नशा कदाचित तुलाही आवडली असती!'

मार्क्सवादी भूमिकेनुसार विद्यमान कुटुंबव्यवस्थेतील नातेसंबंध आणि त्यांमधील निष्ठा-प्रेम-साफल्य यांचे पुढे काय होणार हा प्रश्न, शिरीला विचारण्यात अर्थ नसतो.

'देहाच्या गरजां'ची प्रबलता नि अपरिहार्यता, शास्त्रीय चिंतन, गरजांवर पांघरूण घालता आले तरी, त्या पांघरुणाने मूळ गरजा नाहीशा होत नसतात. ही मांडणी संस्कृती आणि प्रकृती यांच्या सनातन संघर्षसूत्राचे वास्तव भान व्यक्त करते. प्राकृतिक धर्म आणि ऊर्मी, संस्कृतीच्या आवरणाने झाकण्याचा कितीही प्रयत्न केला, तरी त्यांना पूर्णपणे नष्ट करता येत नसते, हे शास्त्रीय सत्य, फ्रॉईडच्या मानसशास्त्राने आणि माणसाच्या इतिहासातून शिरीने आकळले आहे.

पण शारीरिक ऊर्मीसुद्धा काही संपतात, तर काहींना कीड लागून कोलमडतात. याचा जिवंत पुरावा म्हणून शिरीन स्वत:ची साक्ष उभी करते. पण हा पुरावा, 'स्वत:च तयार केलेला' असल्याचा आरोप शिरी करतो. अर्थात हाडामासाच्या शरीरातील वासना, प्रवृत्ती, ऊर्मी या पूर्णत: कधीच संपत नसतात. त्या कोलमडताना फक्त आपण केवळ साक्षीदार असतो. म्हणून शिरीनच्या शरीरभावना अद्यापही कायमच असणार, ह्या वास्तवतेची नोंद शिरीने संवादात आग्रहाने केलीय.

शिरी हा शिरीनच्या नजरेत 'मुक्त सूर्य' आहे आणि शिरीच्या दृष्टीने शिरीनला 'सूर्यफुलाबरोबर फिरणे जमलेच नाही.' तिने 'जर आभाळाचा एक तुकडा जपायला शिकला असता', तर एकाच सूर्याभोवती दोघांनाही एकट्याने फिरण्याची पाळी आली नसती. अर्थात हे शिरीचे मत आहे. फिरता फिरता पुन्हा एकत्र येण्याची शक्यता असतानाही, या दोघांनी ती संधी उपयोगात आणली नाही. कारण दोघांच्या भूमिकेत तात्त्विक विसंवाद आहेत.

शिरीनचा आरोप चळवळीतल्या पुढाऱ्यांवर असा की, 'दुधानं बांधली गेलेली स्त्री समजून न घेताच', शिरीसारखे पुढारी स्त्रीवर भाषण ठोकतात. ही वास्तवता वर्तमान समाजातील सर्वच चळवळींतील नेत्यांच्या कर्तृत्वाची मर्यादा आधोरेखित करणारी आहे. चळवळीतील पुढाऱ्यांना सत्ताप्राप्तीचे दिवस आल्याचे शिरीनचे भाष्यही अत्यंत बोलके आहे.

या संहितेचे चिंतनात्मक सामर्थ्य अत्यंत मूल्यात्मक असे आहे. तसेच मानवी जीवनावरील जीवनव्यवहारातील राजकारणावरील भाष्यही अत्यंत मार्मिक आणि

वेधक आहे. 'चळवळीतील पुढाऱ्यांना सत्ताप्राप्तीचे दिवस येणे', ही कॉमेन्टच सत्ता आणि सत्य यांच्यातील मूलभूत विसंवाद-विरोधावर प्रकाश टाकते. सत्याचा कैवार घेऊन न्याय मागणारे कार्यकर्ते जेव्हा सत्ताधारी गटात- प्रभावात विराजमान होतात, तेव्हा सत्याची नाळ तुटूनच सत्तेचे राजकारण खेळणे, करणे सुरू होते. सत्याच्या कुंकवाशी सत्तेचे राजकारण फार अभावाने एकनिष्ठ राहते, हा इतिहास संपूर्ण जगाच्या सत्ताधीशांनी व्यापून उरला आहे. तसेच समतेच्या सर्वच चळवळी, ध्येयवादाच्या केंद्रात एकात्म असल्या तरी स्त्रीचे मातृत्व, चळवळीतील पुरुषांनाही पूर्णांशाने आकळता आलेले नाही, ही समस्त परिवर्तनवादी प्रवाहांचीच शोकांतिका ठरते. या व्यापक वास्तवातील गुंतागुंतीच्या सत्यापर्यंत ही संहिता वाचकाला सहजपणे व अपरिहार्यपणे भिडवते.

वास्तविक या प्रेमी जोडप्याच्या अंतरंगाचा वेध घेणे ही अत्यंत अवघड प्रक्रिया होऊन बसलेली दिसते. कारण दोघांचाही संवाद अत्यंत अर्थघन भाषेत चालतो. पण तरीही त्यांच्या आंतरिक संबंधाचा शोध लागतोच! शिरीनच्या शरीरोत्सवाचा सोहळा डोळे भरून अनुभवता यावा म्हणून शिरी हा पक्षाचे गोत्र घेऊन हिंडला होता आणि या प्रेम-तप-तपश्चर्येत त्याला समाधानही होते. अर्थातच शिरीन आणि शिरीच्या मीलनाचीच ही काव्यात्म सूचना आहे.

दोघांच्या प्रेमाचा एक इतिहास घडलाय. त्या इतिहासाचा एक अंगभूत भाग बनलेले सैगलचे गीत आणि शेंगांची टरफले, त्याचबरोबर चिमणीची व्यथा या संहितेचे मूळ अधिष्ठान आहे. या पायाभूत संदर्भात, जीवनजाणिवांची प्रचंड गुंतागुंत आहे. शेंगांची टरफले, चिमणी आणि सैगलचे गाणे यांचा वरवर अनुबंध जाणवूच शकत नाही. विशेषत: टरफले आणि चिमणी यांचा अनुबंध जुळवता येत असला, तरी त्यांचा आणि सैगलच्या गाण्याचा काय संबंध? पण या नाट्यसंहितेत चिमण्या, टरफले आणि सैगल यांचा अनुबंध खरोखरच अर्थपूर्ण ठरलाय. मानवी जीवन असेच विचित्र संदर्भांची गुंफण असते. त्याची उकल वरवरच्या तर्काने करणे कठीण असते. सुखाचे संदर्भ वेदनेच्या गाभ्याशी इमान ठेवून आपले अस्तित्व राखतात, तेव्हा निखळ आनंदाची संकल्पना संशयास्पद ठरू लागते.

'शब्दावर पोहणारे' दिवस आत्मविश्वासाने काढत असताना, शिरीन आणि शिरी यांचे प्रेम उत्कट बनत जाणे स्वाभाविक होते. प्रेमात प्रणय अटळ. या प्रेम-प्रसंगात धुंद झालेल्या मनांचा विरंगुळा म्हणून, भुईमुगाच्या ओल्या, मिठाच्या पाण्यानं भरलेल्या शेंगा खाण्यात दोघांची मजा, दुपारच्या एकांतात शेंगांची खारट संमिश्र चव घेत, शिरी-शिरीन सैगलच्या गाण्याचाही आस्वाद घेत राहतात. सैगलचा

दर्दभरा-रुंद आवाज, प्रेमाच्या धुंदीला पूरक ठरावा! खारट ओल्या शेंगा आणि सैगलचे गाणे यांची पार्श्वभूमी लाभलेला प्रेमी युगलाचा एकांत धुंद होणेही स्वाभाविक. शरीर-मानसिक ऊर्मीची नशा या धुंद वातावरणात चढणारच! अशा अवस्थेत प्रणयाला पडदा हवा असतो. मीलनाच्या पूर्वपायरीवर शिरी-शिरीन प्रणयसन्मुख होतात आणि शिरीनकडून खिडकी लोटण्याची सहज कृती स्वाभाविकपणे घडते. मीलनसन्मुख प्रणयाच्या या उत्कट क्षणी खिडकी बंद होताना, चिमणीचे पंख चेपले जातात. मग चिमणीचा वेदनापूर्ण कलकलाटही स्वाभाविकपणे छतभर घुमत राहतो. चिमणीच्या डोक्यात जखम आहे आणि शिरीनच्या डोळ्यात चीड! शिरीनने खिडकी लावण्यात काय चुकले?

पण मग चिमणीचे तरी काय चुकले? वेदना आणि सुख यांची अटळता अशी विचित्र असते. चिमणी, शिरीन आणि शिरी यांपैकी कुणाचाही दोष नव्हता. तरीही चिमणी जखमी झाली, ती शिरीनच्या कृतीमुळे! आणि त्या प्रतिक्रियेचा स्वाभाविक भाग म्हणून शिरीन-शिरीचा प्रणयोत्सव भंगला. शिरीनचा हेतू चिमणीस जखमी करण्याचा नव्हताच! पण परिणाम मात्र अनपेक्षित तोच झाला. त्याचप्रमाणे शिरीन-शिरीच्या प्रणयाला, मीलनाला बिचाऱ्या चिमणीचा विरोध कशासाठी असेल? सहज खिडकीत बसलेली. तितक्याच सहजपणे खिडकी लावली जाताना, तिचे पंख फटीत सापडले आणि ती जखमी होऊन कलकलाट करती झाली. या घटनेतील सर्व तपशील अगदी सहज स्वाभाविकपणे घडत गेला आणि तरीही त्याचा परिणाम मात्र प्रणयाचा विरस होण्यात झाला. ही घटना तशी पाहता अत्यंत साधी. पण तरीही या घटनेचे अंतरंग असंख्य ताणा-बाणांनी, संदर्भांनी ओतप्रोत आहे.

स्त्री-पुरुषाच्या प्रणयात मिलनासाठी एकांतच का हवा? प्राणी-पक्षी सर्वांसमक्ष संभोग करतात, तसा स्त्री-पुरुष करीत नाहीत. तशी परंपरा असती तर खिडकी बंद करण्याची गरज शिरीनला वाटली असती का? अर्थात खिडकी बंद करण्याची कृती करण्याच्या पाठीमागे सांस्कृतिक संकेत, नियम आहेत. स्त्री-पुरुषांचे मिलन एकांतातच व्हावे, असाच संकेत व संस्कार समाजपरंपरेतून चालत आला. याच संस्काराने संस्कारित झालेले मन, शिरीन-शिरी यांच्या शरीरात असल्याने त्यांना खिडकी बंद करण्याची गरज भासली. या सांस्कृतिक सभ्यतेची अटळता, हे एक सत्य. तर चिमणीची जखम हे दुसरे सत्य. या दोन्ही सत्यांच्या अटळतेचा परिणाम, वेदना. हे तिसरे सत्य.

वेदनेने कलकलाट करणाऱ्या चिमणीचा गुन्हा शिरीनने केला होता काय? शिरीनची कृती निमित्तमात्र आहे– अकारण म्हणजेच हेतूच्या शुद्ध-अशुद्धतेवर

वेदनेच्या परिणामाचे अस्तित्व अवलंबून नसतेच!

शिवाय वेदनेचा आक्रोश चालू असताना, शरीर-संभोगाचा उत्सव साजरा करण्याइतपत मानसिक बेशरमी शिरीन-शिरीच्या संदर्भात नोंदवता येत नाही. कारण ह्या दोन्ही व्यक्ती मातीचीच माणसे असली, तरी ती सांस्कृतिक संचिताच्या संस्कारात न्हाऊन निघालीत. चिमणीवर चिडण्यात शिरीनच्या प्रणयोत्सुक स्त्रीत्वाची स्वाभाविक अभिव्यक्ती असली तरीही, त्याचे समर्थन करणे कठीण आहे. सुख भोगताना इतरांच्या वेदनेला जबाबदार होण्याची कृती निंदनीय असते. तेव्हा मीलनाचे सुख आणि वेदनेची अटळता, यांची संमिश्र वीण इथे गुंफली जाताना, वाचक अंतर्मुख तर होतोच, पण अस्वस्थही होतो.

चिमणीची जखम आणि सैगलच्या आवाजातील गाणे यांचा दुवा आहे- वेदना! चिमणीचीच व्यथा जणू सैगलच्या आवाजातून, शब्द-स्वरांतून साकारत जाते. किंबहुना सैगलचे गाणे आणि चिमणी एकच असते. सैगलच्या गळ्यात चिमणीच रुतते. चिमणी आणि सैगल यांची एकरूपता त्याच्या गाण्यातून पाझरत राहते. चिमणीच सैगल होत असावी का? त्याशिवाय चिमणीची वेदना सैगलच्या स्वरांना कशी आकळता आली? प्रेम-प्रणय-मिलनाला पार्श्वभूमी म्हणून धुंद करणारे सैगलच्या गाण्यांचे स्वर, चिमणीच्या जखमेत भिजून ओले होतात, तेव्हा ओल्या खारट शेंगांच्या टरफलांचा आणि त्यांचा एक अर्थपूर्ण अनुबंध स्पष्ट होत जातो.

माणसांचे, किंबहुना एकूणच चराचर सृष्टीची रचना आणि आपसातील संबंध यांची गूढता, मानवी बुद्धिवादाला सततचे एक आव्हान आहे. संबंध नसताना किंवा हेतूच्या उलट जाऊन अकारण एखाद्या निष्पाप जीवाला शिक्षा होत राहते. ही सनातन शोकांतिकाच मानवी बुद्धीची मर्यादा अधोरेखित करते. चिमणी बेकसूर असूनही जखमी होऊन अकारण शिक्षा भोगते, दुःख भोगते. याची कारणमीमांसा बुद्धिवादी कशी करणार आहेत? चिमणीने अकारण दुःख का भोगावे? अशा किती निरपराध चिमण्या अकारण बळी ठरत आहेत? हीच अवस्था निष्पाप-निरागस माणसांची असते का? निरपराधांना शिक्षा करणारा परमेश्वर काय कामाचा? निष्पाप जिवांचा बळी घेण्याची परंपरा निसर्गाच्या व्यवहारातच अनुस्यूत असेल तर अहिंसा आणि सत्य यांच्या पूजेचे मूल्य कोणते?

एक खरे की, वेदनेच्या आक्रोशात कामवासना मावळते. मानसशास्त्रीय व लैंगिक शास्त्रीय सत्याचा पुरावा लक्षात घेऊनच ही नोंद अर्थपूर्ण ठरते. वासना आणि वेदना यांचे प्राकृतिक नाते असे विरोधी आहे. पण याच चिंतनप्रक्रियेतील एक अटळ प्रश्न असा की, बलात्कारातील स्त्रीचा आक्रोश बलात्कार करणाऱ्या पुरुषाच्या

वासनेला पराभूत का करीत नाही? तेथे संस्कारांची संस्कृती कामांध प्रकृतीने पराभूत झालेली असते. संस्कृती आणि प्रकृतीच्या संघर्षात संस्कृतीचा पराभवही कधी कधी अटळच असतो. कारण माणसातील पशुत्व, संस्कृतीच्या संस्कारावर मात करून उभे राहते, तेव्हा संस्कृतीचा पराभव अटळ असतो. हा पराभव शोकांतिका मानूनच ती टाळण्यासाठी माणसं पुन:पुन्हा संस्कृतीच्या पूजेत श्रद्धेने न्हाऊन निघतात.

शिरी-शिरीनच्या प्रणयसंबंधाच्या इतिहासात, चिमणीची जखम, खारट ओल्या चवीच्या शेंगांची टरफले आणि सैगलचे गाणे, असे एकमेकात मिसळून, पण आपापले अस्तित्व राखून रुजले आहे.

शिरी-शिरीनचा जीवनपट एका अर्थाने असाच टरफलासारखा खारट चवीने ओथंबलाय. किंबहुना सैगलचे गाणे हेच त्यांच्या दर्दभऱ्या आयुष्याची गद्य लय आहे. हे सत्य केवळ शिरी-शिरीनच्या कहाणीपुरतेच मर्यादित नसून, ती संपूर्ण मानव-जीवजातीला व्यापणारी वस्तुनिष्ठ नोंद आहे. जिवंत जीवांची कहाणी अशीच सुखांच्या स्वप्नांनी आणि वास्तवातील जखमांनी भरून उरत असते. प्रत्येकाचे आयुष्य खारट चवीतूनच टरफलासारखे साचत जाते. प्रत्येकाच्या जीवनात अशी एक जखमी चिमणी गळ्यात रुतून असतेच, म्हणून तर प्रत्येकाच्या कंठातही सैगल असतो! सैगल = वेदनेचा स्वर. या कारुण्यपूर्ण स्वरांचा जन्मसंदर्भ प्रत्येकाच्या गळ्यातून सैगलच बनून पाझरणे स्वाभाविक नाही का?

म्हणून 'चिमणी, सैगल आणि टरफले' ही जीवनसृष्टीच्या व्यामिश्र गाभ्याची वास्तवता सांगतात. वेदना आणि भोग यांच्या वैशिष्ट्यपूर्ण अनुभूतीचा अर्थ सुचवतात. सुटे सुटे सुख जसे अशक्य असते, तसेच दु:ख सुद्धा एकटे नसतेच. जिवांचे जीवन केवळ सुखद नसतेच. कारुण्याचा जन्मसंदर्भ अटळ आहे.

शिरी-शिरीनच्या जीवनकथा तल्लख बुद्धिवादाने उजळून निघाल्या असल्या तरीही, त्यांतील मूलभूत कारुण्य लक्षवेधक ठरले आहे. युक्तिवादाने बाजी मारता येते. बुद्धिवादाच्या सामर्थ्याने इतरांवर मात करता येते, पण एवढ्याच भांडवलावर दुसऱ्याला सुखी करता येत नाही आणि स्वत: सुखी होण्याची शाश्वती देता येत नाही. माणूस बुद्धिवादी प्राणी आहे ही वास्तवता आणि सिद्धान्त गौरवाचा भाग मानून, त्याने माणसाची वेदना पूर्णत्वाने टाळता येत नाही हे खरेच!

शिरी आणि शिरीन बौद्धिकदृष्ट्या श्रेष्ठ कोटीतील आहेत. पण त्यांच्या बुद्धिवादाने परस्परांचे सुख त्यांना टिकवता आले नाही आणि पुन्हा खेचूनही आणता आले नाही. किंबहुना बौद्धिक सामर्थ्याच्या अहंकारातूनच, निष्ठेतूनच भावनेचे मूल्य ओळखणे, जपणे, पूजणे, टिकवणे या दोघांनाही जमले नाही. म्हणून त्यांची

शोकांतिका अटळ झाली.

या शोककहाणीचे नाट्य अत्यंत रम्य आहे, तसे ते भीषण पण आहे. 'चिमण्यांची गिधाडे होत नाहीत तोवर टरफलांनीच घरटी सजवतात' या समाजवास्तवाचे भान अभिव्यक्त करणारा शिरी टरफले, सैगल यांचा अनुबंध चिमण्यांशी जोडून, श्रमिकांच्या मुक्तीचा जाहीरनामा, त्यांचाच सैद्धान्तिक आविष्कार असल्याचे जणू सांगतो. अर्थातच चिमणीची वेदना, टरफले आणि सैगलचे गाणे, मार्क्सच्या साम्यवादी क्रांतीचे पायाभूत अधिष्ठान असल्याची सूचना इथे मिळते आणि हिंसेच्या बदनामीने काळवंडलेला मार्क्सवाद, चिमणीच्या निष्पापतेने आणि सैगलच्या कारुण्यगीताने उजळून निघून तरल, पारदर्शी मानवतेच्या सुखाची ऊब देऊ लागतो.

'चिमण्यांची गिधाडे होतात तेव्हा लाथा हाणून झोपड्यांचे गवत पेटवावे' हा हिंसात्मक उपाय सांगणारा शिरी, माणसातील निष्पाप चिमण्यांच्या कल्याणासाठीच त्याची अटळता मांडत असतो. तंबू गदगदा हलवून पक्ष्यांना हल्लेखोर बनवल्याशिवाय क्रांतीचा वणवा पेटत नसतो. परंपरेतील अन्यायाचा जाब विचारून न्यायाचा हिशेब विचारण्यासाठी सामान्य शोषिताने हल्लेखोर बनावेच लागते. कारण ही समाजव्यवस्था चिमण्यांनाही गिधाडे करीत असते. चिमण्यांची गिधाडे होणे ही प्रक्रिया थांबवून चिमण्यांची निष्पापता शिल्लक रहायची असेल तर गिधाडांच्यावर हल्ला अटळच!

ही सार्वजनिक-सामूहिक लढाई असते. क्रांतीची अटळता या कथासूत्रात निर्देशित झालीय. म्हणून तर शिरी-शिरीनची ही वैयक्तिक शोककथा, विविध परिमाणांनी संपन्न आणि समृद्ध होऊन आकारास येताना दिसते.

या नाट्याची चिंतनक्षमता बहुरंगी व बहुपेडी आहे. व्यापक मूस लाभलेली चिंतनयात्रा, या नाट्यकथेचे मुख्य सामर्थ्य आहे. 'हातातून निसटणारं तारुण्य जपता येत नाही', यासारखी जीवनभाष्यात्मक विधाने तर या नाट्यसंहितेचे खास भूषण आहे आणि जीवनचिंतनात 'तारुण्य' आणि 'वेळ' यांचे महत्त्व अधोरेखित होताना, 'वेळेवरच्या तारुण्या'ची अभिलाषा किती समर्पक असते, याची जाणीवही इथे होत राहते.

सूचकता हे या नाट्याचे विशेष वैशिष्ट्य असून, तरल अनुभूतीसाठी तितकीच काव्यात्म भाषाही इथे अवतरली आहे. अशा संहिता दुर्मीळ म्हणूनच त्यांचे मूल्य श्रेष्ठ ठरते!

-*-*-*-

१५.

विजय तेंडुलकरांचे 'कन्यादान' : दूषित संदेशाचे नाटक!

लोकशाहीत कलावंताला कला निर्मितीचे स्वातंत्र्य अभिप्रेत असते. तेव्हा 'कन्यादान' लिहिण्याचे स्वातंत्र्य तेंडुलकरांना आहे, हे प्रथमत:च मान्य करावे लागेल. 'कन्यादान'च्या संबंधाने लेखकाने मुलाखतींतून, व्याख्यानांतून अनेक स्पष्टीकरणे केलेली आहेत. त्यांचे म्हणणे असे की, 'कन्यादान'ची कथा मला प्रत्यक्ष अनुभवाला आलेल्या घटना-प्रसंगातून स्फुरलेली आहे. जेव्हा लेखक वास्तवातील सत्य घटना कलाकृतीसाठी निवडतो, तेव्हा ते कलेच्या वास्तव सत्याशी सुसंगत आहे किंवा नाही हे पाहणे आवश्यक असते. जीवनानुभूतीशी प्रामाणिक राहून साहित्य निर्मिती करणे, हा तर निर्मितीप्रक्रियेचा अपरिहार्य भाग आहे. तेव्हा मानवी जीवनातील एखाद्या कुरूप वास्तवाचे कोणत्याही लेखकाला 'विषय' म्हणून वावडे असण्याचे कारण नसते. परंतु जीवन, वास्तव कलाकृतीच्या माध्यमातून विशिष्ट वाङ्मय प्रकारात आविष्कृत करताना, लेखकाच्या विशिष्ट मानसिकतेचा, त्या विषयासंबंधीच्या दृष्टिकोनाचा स्पर्श हा अटळ असतो. अशा स्पर्शाने कलेतील सत्याचे संपूर्ण स्वरूपच बदलू शकते.

तेंडुलकरांचे 'कन्यादान' अनेक वादळी प्रश्न निर्माण करते. वादळे उठविण्याची तेंडुलकरांच्या नाटकांची परंपरा आहे. ह्या कारणामुळे तेंडुलकरांची नाटके गाजलेली आहेत. 'कन्यादान'ने ही परंपरा पुढे चालविली. 'घाशीराम कोतवाल'च्या निमित्ताने ब्राह्मण दुखावले आणि लेखकाच्या निषेधाचा महाराष्ट्रभर सूर उमटला. 'कन्यादान'मुळे दलितांची अस्मिता दुखावली, त्यामुळे तेंडुलकर दलित विरोधी ठरत आहेत. अशा परिस्थितीत नाटककाराने ज्वलंत प्रश्नावर नाट्यकृती लिहूच नये काय? कलावंताच्या स्वातंत्र्याला सामाजिक बंधने असावीत काय? असे अनेक प्रश्न येथे निर्माण होतात.

'कन्यादान' हे दलितविरोधी आहे किंवा नाही हे तपासण्याचे साधन म्हणून 'कन्यादान'च्या लेखकाची मुलाखत, व्याख्याने, स्पष्टीकरणे आधारभूत ठरू शकत

नाहीत. कलाकृतीच्या निर्मितीनंतर तिच्या संबंधाने लेखकाने काहीही स्पष्टीकरण केले तरी, ते खरे मानण्याची जबाबदारी वाचकावर किंवा समीक्षकावर नसते. कलाकृतीचे मूल्यमापन तिच्याच स्वरूपावरून केले पाहिजे. तेव्हा लेखक काय म्हणतो ह्यापेक्षा कलाकृतीचे स्वरूप कसे आहे, हे पाहणे रसिकांच्या व समीक्षकांच्या दृष्टीने महत्त्वाचे आहे.

'कन्यादान'मध्ये प्रस्थापितांविरुद्धच्या संघर्ष परंपरांचे दोन विविध प्रवाहातील प्रतिनिधी आहेत. समाजवादाचा प्रतिनिधी नाथ देवळालीकर आणि आंबेडकरवादाचा प्रतिनिधी अरुण आठवले. तेंडुलकरांनी अरुण आठवले ह्या दलित तरुणामध्ये पशुत्वाचे आणि विकृतीचे नाट्यपूर्ण दर्शन घडविले आहे. माणसातल्या पशुत्वाचा शोध घेताना, तेंडुलकर भयानक वास्तवाच्या खोलात शिरतात आणि ते सत्य कलेच्या पातळीवर मांडत असताना यशही मिळवून जातात. 'सखाराम बाईंडर' मधील चंपा आणि सखाराम, चंपाचा नवरा; गिधाडे मधील पाच गिधाडे, ही ह्याची उदाहरणे होत. पशुत्व हे विकृतीला जवळचे असते. आणि मानवी शरीराच्या आणि मनाच्या पातळीवर अनेक रूपात विकृती नांदत असते. त्याचा शोध जेवढा अवघड तितकाच परिणामकारक! ह्या विकृतीच्या शोधात तेंडुलकर मानवी जीवनातील सनातन छुप्या पशुत्वावर प्रकाश टाकून जातात. तेंडुलकरांनी हे सामर्थ्य गिधाडे, सखाराम बाईंडर, बेबी, शांतता कोर्ट चालू आहे, घाशीराम कोतवाल इ. नाटकातून सिद्ध केले आहे.

नाट्यक्षेत्रातील प्रगल्भ जाणिवा भोगणारा सिद्धहस्त नाटककार नेहमीच असामान्य कलाकृती निर्माण करतो, असे मानण्याचे कारण नसते. एखादा श्रेष्ठ कलावंत अत्यंत सामान्य दर्जाची कलाकृती निर्माण करू शकतो. तेव्हा तेंडुलकरांची सर्वच नाटके ही कलामूल्याच्या व प्रयोगमूल्यांच्या संदर्भात श्रेष्ठ आहेत, असे मानता येत नाही. 'कन्यादान'चा नायक तेंडुलकरांच्या दृष्टिकोनातून नाथ देवळालीकर आहे. वास्तवातील जशाच्या तशा व्यक्तिरेखा तेंडुलकरांनी उचलून त्यावर हे नाटक घेतलेले जरी खरे असले, तरी तेंडुलकरांच्या एका विशिष्ट मानसिकतेचा, एका विशिष्ट सूत्राचा किंवा एका प्रमेयाचा प्रभाव नाटकाच्या अंत:प्रवाहातून पडलेला आढळतो. लेखक जेव्हा वास्तव सत्य कलाकृतीत मांडण्याचा दावा करतो, तेव्हा त्या वास्तवतेबद्दल व त्या सत्याबद्दल भिण्याचे कारण नसते. परंतु त्या सत्याला व त्या वास्तवतेला लेखकाने कुठल्या सूत्रात गुंफले आहे आणि त्या अनुभूतीचे निमित्त करून कोणते विचार मांडले आहेत, ह्याचा शोध कलाकृती आस्वादनानंतरच्या परिणामाद्वारे घ्यावा लागतो.

'कन्यादान' वाचून किंवा पाहून सामान्य किंवा चोखंदळ रसिक श्रोत्यांच्या मनामध्ये केवळ अरुण आठवलेबद्दल तिरस्कार निर्माण होतो. ''सवर्णीयांनी सुधारणावादाच्या, समाजवादाच्या भानगडीत पडून दलितांचा कळवळा मनात आणून आपल्या मुली त्यांना देणे मूर्खपणाचे आहे. दलित हे पशू आहेत. हे पशुत्व संपणारच नाही. ते कधीच सुसंस्कृत बनणार नाहीत. त्यामुळे समाजवादालाही अर्थ नाही; दलितांच्या उद्धारालाही अर्थ नाही'' असा निर्वाळा नाटकांच्या परिणामाने दिला आहे.

अरुण आठवले ह्याच्यामधील पशुत्वाचा शोध घेताना, लेखकाने अत्यंत स्थूल आणि उथळ अशा बाबी पशुत्वाचे दर्शन म्हणून नोंदविलेल्या आहेत. अरुण दारू पितो, ज्योतीच्या आईवडिलांचा (लग्न झाल्यानंतर) शिवीगाळ करून उद्धार करतो. गर्भारपणात तिच्या पोटावर लाथ मारतो. असा हा पशु अरुण आठवले! तो कवी असूनही, 'प्रियकर' असूनही त्याची ही विकृती अटळ आहे? दारू पिणारे सर्वच असतात हे जसे खरे नाही, तसे दारू पिणारे सर्वच नवरे आपल्या बायकांना मारतात, हे सुद्धा खरे नाही. अनेक नवरे दारू न पितासुद्धा बायकांना झोडून काढतात, मुडदे पाडतात, ही वस्तुस्थिती ज्योतीच्या छळवादाच्या संदर्भात दुसरी बाजू म्हणून लक्षात घेणे आवश्यक आहे. अरुण बायकोचा छळवाद का करतो, ह्याला कारण तो दलित आहे आणि सवर्णीयांनी केलेल्या पूर्व अन्यायाचा सूड म्हणून अरुण ज्योतीला छळतो. हा छळवाद अरुणच्या मानवी पशुत्वाचा नमुना नसून अरुणच्या दलित या संदर्भातील पशुत्वाचा नमुना आहे का?

अरुण आठवले = पशुत्व = विकृती हे समीकरण कोणत्याही कलाकृतीचा सहजपणे विषय होऊ शकतो आणि या सूत्राद्वारे कलाकृती कलेची उंचीही प्राप्त करू शकली असती. कारण अरुण आठवले या सूत्रात केवळ एक माणूस असतो आणि माणूस = पशुत्व = विकृती या सूत्राद्वारे मानवी जीवनातील गुंतागुंत उकलताना कलावंत एका वास्तव सत्यासमोर वाचकांना घेऊन जाऊ शकतो. 'कन्यादान' मध्ये अरुण आठवलेचे 'माणूसपण' पूर्णपणे लेखकाने मारले आहे आणि अरुण आठवले म्हणजे दलित, हेच समीकरण स्वीकारून दलित = पशुत्व = विकृती ह्या सूत्राची सिद्धता, संपूर्ण नाटकात विशिष्ट तंत्राने केलेली आहे. मला हे अयोग्य वाटते.

हिंदू धर्माने दलितांवर केलेल्या भयानक अत्याचारांची परंपरा पशुत्वाची पावती आहे, हे न कळण्याइतपत तेंडुलकर दुधखुळे निश्चितच नाहीत; तरीही समूह जीवनातील इतिहासकाळातून वर्तमानात वास्तव रूप धारण केलेले पशुत्व, तेंडुलकरांनी टाळले आहे आणि अरुण आठवलेच्या दलित या संदर्भातील पशुत्व, भडकपणे मांडण्याचा खटाटोप केला आहे. ह्या सूत्रासाठी नाथ देवळालीकर- सारखा हाडाचा

समाजवादी, शेवटी पश्चात्तापाने भाजून निघालेला दाखविला आहे. त्या निमित्ताने या देशातील समाजवादी विचार आणि समाजवादी माणसे एकजात पराभूत झाली, दलितांचा उद्धार करताना बावळट ठरली, हा परिणाम घडावा अशीच नाटकाची एकूण रचना केलीय. याउलट 'सेवा' ही समाजवादी, तरीही दलितांच्या संदर्भात सावधपणे मुलीच्या लग्नाला विरोध करणारी, दलित जावई नाकारणारी-अशी हिशेबी! पण नाथाच्या पराभवाच्या पार्श्वभूमीवर सेवाचे दलित विषयक गणित आणि दृष्टिकोन, यशस्वी होतो. वाचकांसाठी अरुण आदर्श म्हणून उभा राहणे शक्यच नव्हते. शक्यता होती नाथाची! तो अरुण-ज्योतीच्या विवाहाला कृतीशील पाठिंबा देऊन पराभूत होतो आणि सेवा, जयप्रकाश ही मंडळी वाचकाच्या मनातील परंपरावादी उच्च-नीच भावना, दलित विषयक तिरस्कार बळकट करायला आदर्श म्हणून उपयोगी पडते.

पशुत्वावरती मात करता येते, हे मानवी इतिहासातून सिद्ध झालेले सूत्र आहे. असंस्कृतांना सुसंस्कृत करता येते, हे सुद्धा मानवी संस्कृतीच्या प्रवाहात सिद्ध झालेले आहे; तरीही तेंडुलकर जेव्हा पशुत्वाच्या अटळतेचा ध्यास धरतात, तेव्हा ते चुकीचे आहे असे म्हणता येईलच असे नाही; परंतु 'दलित = पशुत्व = विकृती' या सूत्राचा परिणाम साधणारे प्रमेय आणि विचारबीज, ह्या नाटकाच्या आशयात एकजीव झाल्यामुळे, तेंडुलकरांची भूमिकाच चुकीच्या वैचारिकतेचा पुरस्कार करणारी आहे, ह्या निर्णयावर यावे लागते अशावेळी नाटकाचे प्रयोगमूल्य, संवादाचे सामर्थ्य, त्यांची निर्दोष तंत्रात्मकता कितीही गौरवास्पद असली तरी, सत्य म्हणून असत्याची प्रतिष्ठा, कला सौंदर्याच्या माध्यमातून रसिकांसमोर जात असेल तर ती संपूर्ण कलाविश्वाची फसवणूक आहे. इथे केवळ दलितांची अस्मिता दुरावली जात नाही, तर दलितांची अस्मिता ही मानवमुक्तीच्या लढ्याची, क्रांतीमूल्याची आणि नव्या सांस्कृतिक आदर्शाची अस्मिता असल्याने, ह्या सर्वांना दुखविण्याचे महापातक तेंडुलकरांच्या 'कन्यादान'कडून घडते.

त्यांच्या इतर नाटकांचा प्रवास आणि ह्या नाटकाचा प्रवास, परस्परविरोधी आहे. तेव्हा तेंडुलकरांची मर्यादा म्हणून 'कन्यादाना'चा उल्लेख केला पाहिजे, एवढेच नव्हे तर अशा प्रकारचे चुकीचे विचारबीज कलामाध्यमातून मांडणारी साहित्यकृती म्हणून तिचा निषेधही आवश्यक आहे. दलितांची अस्मिता ही केवळ महार-मांगाची अस्मिता नव्हे, तर शोषणमुक्त नव्या समाजरचनेला श्रेष्ठ मानण्याच्या अभिजात कलासौंदर्याची, बुद्धीप्रामाण्यवादी सत्याची आणि अखिल जगाच्या मांगल्याची, सार्थ स्वाभिमानाची जाणीव आहे. म्हणून केवळ दलितांचाच हे नाटक विरोध करत

नाही, तर सत्य, शिव आणि सौंदर्याच्या आदर्शांनाच हे नाटक विरोध करते. म्हणून असे नाटक लिहिणाऱ्या तेंडुलकरांची ही मर्यादा स्पष्टपणे नोंदली पाहिजे.

-*—*—*-